KB091422

한 권 으로
마.침.표. 찍는

OPIc

베트남어
IM-IH

SD에듀
(주)시대고시기획

Oral Proficency Interview Coumputer

1:1

OPIc 시험은 컴퓨터를 통해 진행되는 1:1 가상 인터뷰 방식의 말하기 시험입니다. 문항별 시간 제한 없이 전체 시험 시간(40분) 안에만 완료하면 됩니다.

수험자 친화형

실제 인터뷰와 비슷한 형태의 시험으로 실제 상황과 같이 질문을 못 들은 경우에는 질문을 한 번 더 들을 수 있습니다.

개인 맞춤형

시험 전 Background Survey(하는 일, 경험, 관심 분야, 선호도 조사)를 통해 응시자가 원하는 주제를 선택할 수 있어요. 또한 자신의 말하기 수준에 맞는 난이도를 선택할 수 있습니다.

총괄적 평가

실제 생활에서 얼마나 효과적이고 적절하게 베트남어를 사용하는지에 대한 유창함을 측정합니다. 총괄적 평가 방식으로 문제당 개별 점수는 없습니다.

20 min. 오리엔테이션

Background Survey
평가 문항을 위한 사전 설문

▼

Self-Assessment
자기 수준에 맞는 시험 난이도 설정

▼

Pre-Test Setup
질문 청취 및 답변 녹음 기능 사전 점검

▼

Sample Question
화면 구성, 청취 및 답변 방법 안내, 답변 연습

40 min. 시험

1st session

✓ 개인 맞춤형 문항 약 7문항을 출제해요!
✓ 질문 청취는 2회 가능해요!
✓ 문항별 답변 시간 제한은 없어요.

난이도 재조정
쉬운 질문, 비슷한 질문, 어려운 질문 중 선택

2nd session *재조정된 난이도의 문항으로 첫 번째 세션과 동일한 방식으로 진행됩니다.

✓ 개인 맞춤형 문항 약 7문항을 출제해요!
✓ 질문 청취는 2회 가능해요!
✓ 문항별 답변 시간 제한은 없어요.

난이도 설정에 따라서 12~15개의 문제가 출제됩니다.

자기소개 | 1문항

OPIc 베트남어에서 자기소개는 가장 먼저 출제되는 문항으로 첫인상을 심어 주는 아주 중요한 평가 문항 중 하나입니다. 본인의 신분(학생 또는 직장인)과 상황에 맞게 정확하게 설명할 수 있어야 해요. 자신감 있게 답변할 수 있도록 준비해 보세요!

설문 주제 | 6~9문항

Background Survey에서 선택한 주제를 바탕으로 출제되는 문항입니다.

Q 학생 직장 관련
1~2번에 출제되는 문항으로 신분(학생, 직장인) 및 종사 분야와 관련된 문항입니다.

Q 거주지 관련
3번에 출제되는 문항으로 사는 곳 및 가족과 이웃에 관련된 문항입니다.

Q 그 외 설문 주제 문항
Background Survey의 4~7번 문항(여가 활동, 취미와 관심사, 운동, 여행)과 관련된 문항들입니다.

롤플레이 | 2~3문항

주어진 상황에 맞게 역할극을 하는 문항 유형입니다. 실제 시험관(꼬마이)이 상대 역할을 하지 않기 때문에 대화하듯이 자연스럽게 답변하도록 합니다.

돌발 질문 | 3~5문항

Background Survey에서 선택하지 않은 주제의 문항입니다. 출제 빈도가 높은 주제를 중심으로 핵심 표현과 답변 패턴을 익혀 두는 것이 좋습니다.

'ACTFL Proficiency Guidelines-Speaking' 말하기 기준에 따라 절대 평가되어 Novice Low에서 Advanced Low까지의 등급을 부여받게 됩니다. 기업, 기관, 단체 등에서 채용, 인사고과, 해외파견 평가 기준으로 IM등급 이상을 요구합니다.

등급	수준
NL Novice Low	• 제한적인 수준으로 단어 나열 정도만 가능
NM Novice Mid	• 암기한 단어나 문장으로 간단하게 말하기 가능
NH Novice High	• 일상적인 주제로 문장 연결 가능 (개인 정보에 대해 질의응답 가능)
IL Intermediate Low	• 일상적인 주제로 문장 말하기 가능 • 선호하는 소재에서 자신감 갖고 말하기 가능
IM Intermediate Mid	• 보다 더 많은 어휘를 사용하여 일상적인 주제뿐만 아니라 익숙한 상황에서 문장을 나열하고 자연스럽게 말하기 가능
IM2 Intermediate Mid 2	• 일상적인 주제뿐만 아니라 익숙한 상황에서 문장을 나열하고 자연스럽게 말하기 가능 • 또한 다양한 문장 형식, 어휘를 실험적으로 사용하며 조금 더 구체적으로 말하기 가능
IM3 Intermediate Mid 3	• 돌발 질문에 효과적으로 해결 가능하며 발화량이 많고 다양한 어휘 및 문법을 활용한 풍부한 문장 사용
IH Intermediate High	• 문제를 정확히 이해하고 사람이나 사물 묘사, 적절한 위치에서의 접속사, 전치사 등을 활용하며 다양한 어휘와 문법 사용 가능 • 여러 가지 주제들을 자신 있게 답변할 수 있고, 논리적으로 서술 가능 • 돌발 질문에도 자연스러운 답변 가능
AL Advanced Low	• 자연스럽고 유창하게 답변이 가능 • 주제에 대해서 자유롭게 본인 생각을 말할 수 있으며, 전문적인 영역의 주제에 대화 및 토론이 가능 • 부족한 어휘는 다른 표현으로 바꾸어 말하거나 예시를 통해 설명하는 등 짜임새 있게 답변이 가능

꼬마이의 OPIc 팁! 이렇게 준비하세요!

꼬(cô)는 베트남어로 여자 선생님이고, 마이(Mai)는 저자 김연진 선생님의 베트남어 이름이에요.
OPIc 베트남어 시험 화면에 나오는 면접관 역시 꼬마이입니다.

다양한 표현을 나만의 무기로 삼으세요!

말하고 싶은 내용이 있어도 표현을 모르면 답변 시 계속 망설이게 됩니다. 따라서 주제별로 핵심적인 표현을 여러 번 소리 내어 발음해 보면서 익히도록 하세요. 이때 성조를 무시하고 외우는 것은 소용 없어요. 무조건 입으로 소리 내어 성조를 읊조리면서 익히는 것이 중요해요!

질문 내용을 제대로 이해하는 것이 중요해요!

나만의 답변 스크립트를 정성스레 준비했는데 OPIc 시험을 볼 때 질문 내용을 이해하지 못한다면 정말 억울하겠죠? 따라서 교재에 있는 여러 가지 질문 유형을 반드시 음원 파일을 들으면서 질문 내용을 꼭 파악해 두세요.

말할 수 있는 만큼의 분량을 준비하세요!

OPIc 베트남어 시험의 관건은 발음, 억양, 적절한 분량의 답변입니다. 아무리 나만의 스크립트를 잘 만들어 놓아도 베트남어의 성조와 억양이 틀리면 점수가 낮을 수밖에 없습니다. 또한 발음이 좋다고 해도 답변 내용이 너무 짧으면 좋은 점수를 받을 수가 없어요. 따라서 답변 시간에 제한은 없지만 1분 30초 ~ 2분 내외로 적절하게 답변하는 것을 권해요. 너무 긴 분량을 외우기에는 한계가 있기 때문에 서론-본론-결론으로 짜임새 있게 본인이 소화할 수 있는 분량의 답변을 준비하는 것이 좋습니다.

꼭 기억하세요!
OPIc 베트남어에서는 성조 발음, 짜임새 있는 탄탄한 구성의 답변이 중요합니다.

꼬마이의 OPIc 응시 전략! 미리 알고 가면 당황하지 않아요!

Self-Assessment(난이도 선택) 팁!

난이도는 1-6단계로 나뉘어져 있는데요. 되도록이면 1-2단계는 피하는 것이 좋으며 자신의 말하기 수준과 너무 다른 난이도를 선택하지 않는 것을 추천해요. 목표하는 등급을 고려하여 일반적으로 난이도 3(IL), 4(IM)단계 선택을 권장합니다.

답변 말하기 연습 팁!

✔ 앞서 언급했듯이 OPIc 베트남어에서는 올바른 성조와 억양으로 답변하는 것이 중요해요. 따라서 실제 소리 내어 발음해 보면서 올바른 성조와 억양에 익숙해지도록 하세요.

✔ OPIc 시험장에서 화면을 보며 답변하는 상황이 익숙하지 않아 말하기가 어색할 수도 있는데요. 온라인 모의고사를 통해 말하기 연습을 하는 것도 좋아요. 무엇보다 수험자의 답변이 채점자에게 실제 대화하는 것처럼 자연스럽게 들릴 수 있도록 평소에도 말하기 연습을 많이 하는 것이 중요한데요. 많은 연습을 통해 자신감도 덤으로 장착된다는 것을 잊지 마세요.

✔ 말하기 속도는 긴장한 탓에 너무 빠르지도, 그렇다고 너무 느리지도 않게 일상에서 대화하는 속도로 듣기 편하게 말하면 좋아요.

✔ OPIc에서는 각 질문당 제한 시간이 없기 때문에 본인이 말할 수 있는 답변의 분량을 확보하는 것이 좋아요.

✔ 이야기가 중간에 끊기지 않고 자연스럽게 연결되어 완성도 있는 내용의 답변을 하는 것도 중요해요.

시험 볼 때 팁!

✔ 질문을 듣지 못한 경우엔 질문이 나온 후 5초 이내에 다시 듣기 버튼을 눌러 다시 들을 수 있어요.

✔ 무슨 말을 해야 할지 떠오르지 않는 경우, 질문의 키워드를 분류하여 관련 표현 및 구문을 떠올린 후 차근히 문장을 만들어 가면서 답변해 보세요. 답변 만들기 전략은 본 책을 통해 숙지하면 많은 도움이 될 거예요!

1. 설문 주제

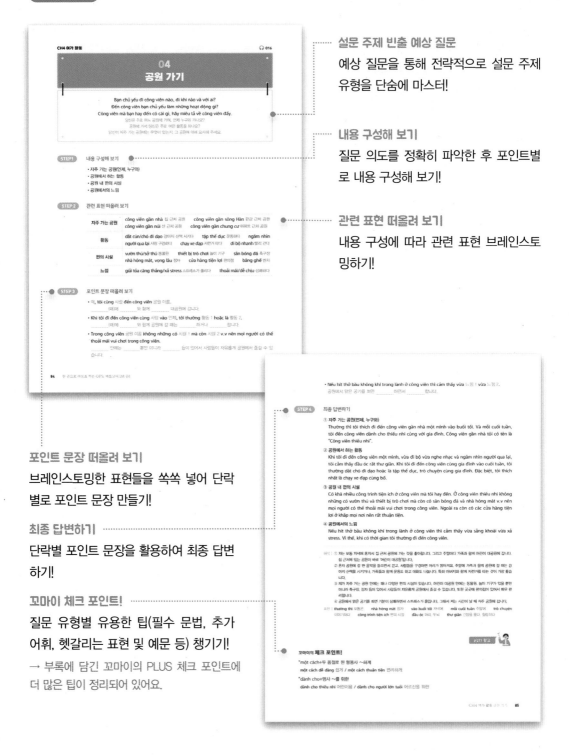

설문 주제 빈출 예상 질문
예상 질문을 통해 전략적으로 설문 주제 유형을 단숨에 마스터!

내용 구성해 보기
질문 의도를 정확히 파악한 후 포인트별로 내용 구성해 보기!

관련 표현 떠올려 보기
내용 구성에 따라 관련 표현 브레인스토밍하기!

포인트 문장 떠올려 보기
브레인스토밍한 표현들을 쏙쏙 넣어 단락별로 포인트 문장 만들기!

최종 답변하기
단락별 포인트 문장을 활용하여 최종 답변하기!

꼬마이 체크 포인트!
질문 유형별 유용한 팁(필수 문법, 추가 어휘, 헷갈리는 표현 및 예문 등) 챙기기!
→ 부록에 담긴 꼬마이의 PLUS 체크 포인트에 더 많은 팁이 정리되어 있어요.

나만의 답변 노트

04
공원 가기

어휘
- công viên lớn nhất Seoul
  서울에서 가장 큰 공원
- công viên gần ga tàu
  역 근처 공원
- công viên có sân bóng đá
  축구장이 있는 공원
- công viên có nhiều cây xanh
  나무들이 많은 공원
- công viên trang bị đầy đủ
  công trình tiện ích
  편의 시설이 잘 갖춰진 공원

공원에서 하는 활동
- đọc sách 독서하다
- mang nệm và đi dạo 산책 가다
- đi dạo 산책하다
- chạy bộ 조깅하다
- chơi thể thao 자전거타다
- chạy nhảy 뛰다
- chơi đá bóng 축구하다
- suy nghĩ 생각하다
- trải thảm cỏm trại/trải thảm
  đi ngoài 돗자리를 깔다
- chụp ảnh/hình 사진찍다
- chụp ảnh tự sướng 셀카를 찍다
- mang cơm hộp theo ăn
  도시락을 싸서 먹다

① 자주 가는 공원 (언제, 누구와)

Khi tôi đến công viên *이름* cùng với *사람*.
저 _____ 와 함께 _____ 대공원에 갑니다.
_____
_____

② 공원에서 (동행인과) 하는 활동

Khi tôi đến công viên cùng *사람* vào *언제*, tôi thường *활동 1* hoặc *활동 2*.
_____ 에 _____ 함께 공원에 갈 때는 _____ 조깅이나 _____ 합니다.
_____
_____

③ 공원에서 (혼자) 하는 활동

Khi tôi đi đến công viên một mình, vừa *활동 1* vừa *활동 2*.
혼자 공원에 갈 연 _____ 하면서 _____ 합니다.
_____
_____

소(요)에서 장소
- máy bán nước tự động
  자동 자판기
- đường chạy xe đạp 자전거 도로
- nơi cho thuê xe đạp
  자전거 대여소
- nơi cho thuê ván trượt
  스케이트 대여소
- bãi đậu xe 주차장
- trụ sở cảnh sát 파출소
- sân bóng chày 야구장
- sân khấu ngoài trời 야외무대
- đài phun nước 분수대

④ 공원 내 편의 시설

Trong công viên *공원 이름* không những có *시설 1* mà còn *시설 2* v.v
nên mọi người có thể thoải mái vui chơi trong công viên.
공원 안에는 _____ 가 있을 훈인 아니라 _____ 등이 있어서
사람들이 자유롭게 공원에서 즐길 수 있습니다.
_____
_____

⑤ 공원에서의 느낌

Nếu hít thở bầu không khí trong lành ở công viên thì tôi thấy *느낌 1*
và *느낌 2*.
공원에서 맑은 공기를 쐬면 저는 _____ 하면서 _____ 합니다.
_____
_____

느낌/기분
- tâm trạng tốt 기분이 좋다
- nhẹ lòng 마음이 편해지다
- đầu óc rất thư giãn
  머리가 상쾌하다 / 마음을 식하다
- giải tỏa căng thẳng/rã stress
  스트레스가 풀리다
- thoải mái/dễ chịu 상쾌하다

⑥ 마무리

Vì thế, khi có thời gian tôi thường đi đến công viên.
그래서 저는 시간이 날 때 자주 공원에 갑니다.
_____
_____

나만의 답변 완성 노트!

자주 가는 공원(언제, 누구와)
□ _____
□ _____

공원에서 하는 활동
□ _____
□ _____

공원 내 편의 시설
□ _____
□ _____

공원에서의 느낌
□ _____
□ _____

초보자도 쉽게! 나만의 문장 만들기
포인트 문장 속에 나에게 맞는 표현을
넣어 답변 문장 만들기!

포인트 문장 빈칸에
바로 적용할 수 있는 표현 팁
나만의 문장을 다양하게 만들 수 있는
응용 가능한 표현 챙기기!

나만의 답변 완성 노트!
앞서 만든 답변 문장들을 단락별로 정리
하여 나만의 답변 노트 최종 완성하기!

2. 롤플레이

롤플레이 빈출 예상 질문
예상 질문을 통해 전략적으로 롤플레이
유형을 단숨에 마스터!

롤플레이 질문 유형별 모범 답변
질문이 요구하는 내용을 정확히 이해한
후 핵심 포인트별 답변 구성하기!

유용한 표현 제공
본문에 활용된 새로운 표현 및 롤플레이
의 윤활유 역할을 하는 호응 및 대처 표현
챙기기!

롤플레이 PLUS 상황별 답변 제공
PLUS 상황별 빈출 예상 질문에 대한
포인트 답변으로 롤플레이 대응 전략
완벽히 습득하기!

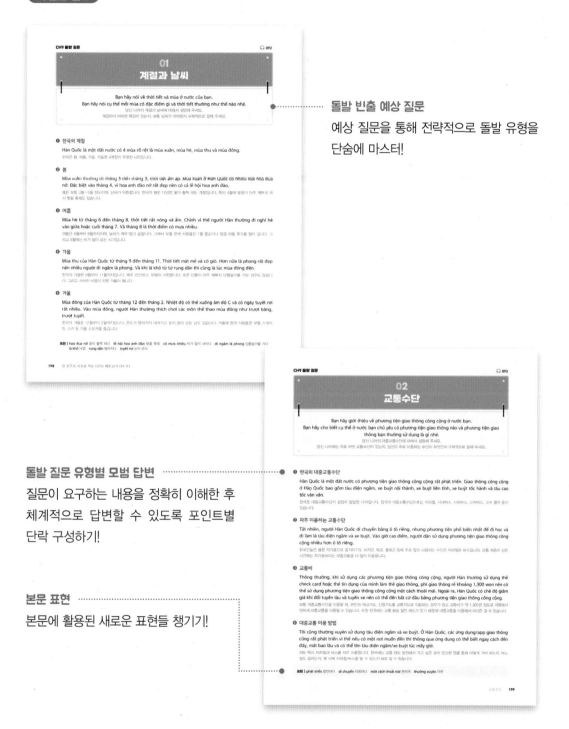

돌발 빈출 예상 질문
예상 질문을 통해 전략적으로 돌발 유형을
단숨에 마스터!

돌발 질문 유형별 모범 답변
질문이 요구하는 내용을 정확히 이해한 후
체계적으로 답변할 수 있도록 포인트별
단락 구성하기!

본문 표현
본문에 활용된 새로운 표현들 챙기기!

이 책의 목차

한 권으로 마침표 찍는 초스피드 20일 단기완성 학습 플랜

나의 목표 등급	나의 응시 예정일		나에게 다짐하는 말
	D- 일		

1주차				
Day 1	Day 2	Day 3	Day 4	Day 5
/	/	/	/	/
Ch1(학생) > Q1-2 / Ch2(직장인) > Q1-2	Ch1(학생) > Q3-4 / Ch2(직장인) > Q3-5	Ch3 > Q1-3	Ch4 > Q1-2	Ch4 > Q3-4
P	P	P	P	P

2주차				
Day 6	Day 7	Day 8	Day 9	Day 10
/	/	/	/	/
Ch4 > Q5-6	Ch5 > Q1-2	Ch5 > Q3-4	Ch6 > Q1-2	Ch6 > Q3-4
P	P	P	P	P

3주차				
Day 11	Day 12	Day 13	Day 14	Day 15
/	/	/	/	/
Ch6 > Q5	Ch7 > Q1-2	Ch7 > Q3-4	Ch8 > Q1-3	Ch8 > Q4-6
P	P	P	P	P

4주차				
Day 16	Day 17	Day 18	Day 19	Day 20
/	/	/	/	/
Ch8 > Q7-9	Ch8 > Q10 Ch9 > Q1-2	Ch9 > Q3-5	Ch9 > Q6-8	Ch9 > Q9-10 & 총정리
P	P	P	P	P

한 권으로 마침표 찍는 차근차근 **40일 종합완성** 학습 플랜

1주차				
Day 1	Day 2	Day 3	Day 4	Day 5
/	/	/	/	/
Ch1(학생) > Q1-2 / Ch2(직장인) > Q1-2	Ch1(학생) > Q3-4 / Ch2(직장인) > Q3-5	Ch3 > Q1	Ch3 > Q2	Ch3 > Q3
P	P	P	P	P

2주차				
Day 6	Day 7	Day 8	Day 9	Day 10
/	/	/	/	/
Ch4 > Q1	Ch4 > Q2	Ch4 > Q3	Ch4 > Q4	Ch4 > Q5
P	P	P	P	P

3주차				
Day 11	Day 12	Day 13	Day 14	Day 15
/	/	/	/	/
Ch4 > Q6	Ch5 > Q1	Ch5 > Q2	Ch5 > Q3	Ch5 > Q4
P	P	P	P	P

4주차				
Day 16	Day 17	Day 18	Day 19	Day 20
/	/	/	/	/
Ch6 > Q1	Ch6 > Q2	Ch6 > Q3	Ch6 > Q4	Ch6 > Q5
P	P	P	P	P

5주차				
Day 21	Day 22	Day 23	Day 24	Day 25
/	/	/	/	/
Ch7 > Q1	Ch7 > Q2	Ch7 > Q3	Ch7 > Q4	Ch8 > Q1
P	P	P	P	P

6주차				
Day 26	Day 27	Day 28	Day 29	Day 30
/	/	/	/	/
Ch8 > Q2	Ch8 > Q3	Ch8 > Q4	Ch8 > Q5	Ch8 > Q6
P	P	P	P	P

7주차				
Day 31	Day 32	Day 33	Day 34	Day 35
/	/	/	/	/
Ch8 > Q7	Ch8 > Q8	Ch8 > Q9	Ch8 > Q10	Ch9 > Q1-2
P	P	P	P	P

8주차				
Day 36	Day 37	Day 38	Day 39	Day 40
/	/	/	/	/
Ch9 > Q3-4	Ch9 > Q5-6	Ch9 > Q7-8	Ch9 > Q9-10	복습 및 총정리
P	P	P	P	P

CHAPTER 1

학교생활

🔲 한눈에 보는 질문 유형

Q1. Bắt đầu phỏng vấn nhé. Mời bạn giới thiệu về bản thân.
이제 인터뷰를 시작하겠습니다. 본인에 대해 간단히 소개해 주세요.

Q2. Hãy giới thiệu về chuyên ngành và trường của bạn. Chuyên ngành của bạn là gì và tại sao bạn chọn chuyên ngành đó? Hãy cho biết trường của bạn đang học trông như thế nào và ở đâu.
당신의 전공과 학교에 대해서 소개해 주세요. 당신의 전공은 무엇이며, 왜 그 전공을 선택했나요? 당신이 다니고 있는 학교는 어디에 위치해 있고, 어떻게 생겼는지 말해 주세요.

Q3. Hãy giới thiệu về giáo sư mà bạn thích. Giáo sư ấy dạy môn gì và là người như thế nào? Hãy miêu tả ấn tượng đầu tiên và tính cách của giáo sư đó.
당신이 좋아하는 교수님을 소개해 주세요. 그 교수님은 어떤 과목을 가르치고, 어떤 분이신가요? 그 교수님의 첫인상과 성격을 묘사해 주세요.

Q4. Hãy nói về công việc trong một ngày của bạn. Bạn thường thức dậy lúc mấy giờ và công việc từ sáng đến chiều như thế nào? Hãy cho biết ngày phải đi học và ngày không phải đi học khác nhau như thế nào.
당신의 하루 일과에 대해서 소개해 주세요. 당신은 보통 몇 시에 일어나고, 오전부터 오후 일과가 어떻게 되나요? 수업이 있는 날과 수업이 없는 날이 어떻게 다른지 말해 주세요.

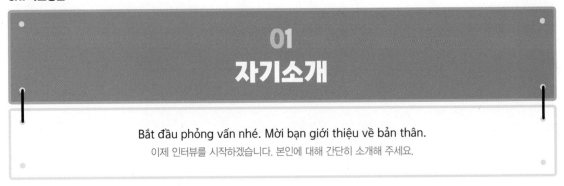

01
자기소개

Bắt đầu phỏng vấn nhé. Mời bạn giới thiệu về bản thân.
이제 인터뷰를 시작하겠습니다. 본인에 대해 간단히 소개해 주세요.

STEP 1 내용 구성해 보기

- 이름, 나이 말하기
- 학교 및 전공 말하기
- 특기(언어), 취미 및 성격 말하기
- 사는 곳 말하기

STEP 2 관련 표현 떠올려 보기

이름	tên 이름　　họ 성　　họ và tên 성과 이름　　tên tiếng Việt 베트남어 이름　　tên tiếng Hàn Quốc 한국어 이름　　chưa có tên tiếng Việt 아직 베트남 이름이 없다
전공	(khoa) quản trị kinh doanh 경영학(과)　　(khoa) chính trị 정치학(과)　　(khoa) công nghệ thông tin 컴퓨터공학(과)　　(khoa) quốc ngữ 국어국문학(과)　　(khoa) tiếp viên hàng không 승무원학(과)　　(khoa) quản lý khách sạn 호텔경영학(과)
외국어	tiếng Anh 영어　　tiếng Việt 베트남어　　tiếng Trung 중국어　　tiếng Nhật 일본어　　tiếng Tây Ban Nha 스페인어　　tiếng Pháp 프랑스어　　tiếng Nga 러시아어　　tiếng Đức 독일어　　tiếng Inđônêsia 인도네시아어　　tiếng Thái Lan 태국어
성격	nóng tính 성급한　　điềm đạm 차분한　　vui tính 유쾌한　　dễ chịu 온순한　　hoạt bát 활발한　　ít nói 과묵한

STEP 3 포인트 문장 떠올려 보기

- Em sinh năm 생년 và năm nay 나이 tuổi.
  저는 _____년생이고 올해 _____살입니다.

- Em là sinh viên năm 학년 trường Đại Học 학교 이름.
  저는 _____대학교 _____학년입니다.

- Em có thể nói được 언어 1 và một ít 언어 2.
  저는 _____와 _____를 조금 할 수 있습니다.

- Sở thích của em là 취미 1 và 취미 2.

  취미는 _____와 _____ 입니다.

STEP 4 **최종 답변하기**

① **이름, 나이 말하기**

Chào cô ạ. Tên tiếng Hàn của em là "YeonJin" còn tên tiếng Việt của em là "Mai". Em sinh năm 99 và năm nay 23 tuổi.

② **학교 및 전공 말하기**

Em là sinh viên năm thứ tư trường Đại học Hàn Quốc. Trường Đại học Hàn Quốc rất nổi tiếng về khoa ngoại ngữ và kinh doanh nên em đã ứng tuyển vào Đại học này. Em đã học hai chuyên ngành là quản trị kinh doanh và tiếng Việt.

③ **특기(언어), 취미 및 성격 말하기**

Em có thể nói được tiếng Anh và một ít tiếng Việt. Sở thích của em là xem phim ở nhà và chơi game bằng điện thoại. Em là một người rất vui tính và hoạt bát nên em rất thích nói chuyện với bạn bè.

④ **사는 곳 말하기**

Em đang sống ở Thành Phố Seoul cùng với gia đình của em. Em xin cảm ơn cô ạ.

해석 | ① 안녕하세요, 선생님. 제 한국어 이름은 '연진'이고 베트남어 이름은 '마이'입니다. 저는 99년생이고 올해 23살입니다.

② 저는 한국대학교 4학년입니다. 한국대학교는 외국어와 경영학이 유명하기 때문에 이 대학교에 지원했습니다. 저는 베트남어와 경영학을 복수전공했습니다.

③ 저는 영어와 베트남어를 조금 할 수 있습니다. 제 취미는 집에서 영화 보기와 휴대폰 게임하기입니다. 저는 활발하고 유쾌한 성격이라 친구들과 이야기하는 것을 굉장히 좋아합니다.

④ 저는 가족과 함께 서울에 거주하고 있습니다. 감사합니다.

표현 | tên tiếng việt 베트남어 이름   sinh năm ~년생   trường Đại học 대학교   ngoại ngữ 외국어   ứng tuyển 응시하다   xem phim 영화를 보다   chơi game bằng điện thoại 휴대폰 게임을 하다   nói chuyện 이야기하다

꼬마이의 체크 포인트!

*답변 패턴을 이해하면 더욱 쉽게 말할 수 있어요!

- 성격: Em là một người _____. = 나는 _____한 사람이다.
- 전공: Chuyên ngành của em là _____. = 나의 전공은 _____이다.
- 언어: Em có thể nói được _____. = 나는 _____를 말할 수 있다.
- 취미: Sở thích của em là _____. = 나의 취미는 _____이다.
- 사는 곳: Em đang sống ở _____. = 나는 _____에 산다.
- → '학교생활' 챕터에서는 학생 신분인 주어가 자신을 언급할 때 'em(나/저)'으로 사용했어요.

*베트남어 이름이 없다면 이렇게 말해 보세요!

Em chưa có tên tiếng Việt. 전 아직 베트남어 이름이 없습니다.

01
자기소개(학생)

❶ 나이 말하기

Em sinh năm 생년 và năm nay 나이 tuổi.
저는 _____년생이고 올해 _____살입니다.

_____

_____

학년
- thứ nhất 1학년
- thứ hai 2학년
- thứ ba 3학년
- thứ tư 4학년

❷ 학교, 학년 말하기

Em là sinh viên năm 학년 trường Đại Học 학교명.
저는 _____대학교 _____학년입니다.

_____

_____

전공
- kinh tế học 경제학
- chính trị học 정치학
- văn học 문학
- quốc ngữ học 국어국문학
- ngôn ngữ học 언어학
- quản trị kinh doanh 경영학
- báo chí truyền thông 신문방송학
- tiếp viên hàng không 승무원학
- quản lý khách sạn 호텔경영학

❸ 전공 말하기

Em đã học hai chuyên ngành là 전공 1 và 전공 2.
저는 _____와 _____를 복수전공했습니다.

_____

_____

언어
- tiếng Hàn Quốc 한국어
- tiếng Anh 영어
- tiếng Việt 베트남어
- tiếng Trung Quốc 중국어
- tiếng Nhật 일본어
- tiếng Tây Ban Nha 스페인어
- tiếng Pháp 프랑스어
- tiếng Nga 러시아어
- tiếng Đức 독일어
- tiếng Inđônêsia 인도네시아어
- tiếng Thái Lan 태국어
- tiếng Ý 이탈리아어

❹ 특기(언어)

Em có thể nói được 언어 1 và một ít 언어 2.
저는 _____와 _____를 조금 할 수 있습니다.

_____

_____

❺ 취미

Sở thích của em là 취미 1 và 취미 2.
취미는 _____ 와 _____ 입니다.

_____

_____

취미
- nghe nhạc 음악을 듣다
- tập thể dục 운동을 하다
- đọc sách 독서하다
- vẽ tranh 그림을 그리다
- xem phim 영화를 보다
- xem nhạc kịch 뮤지컬을 보다

❻ 사는 곳

Em đang sống ở 사는 곳 cùng với 함께 사는 사람.
저는 _____ 와 함께 _____ 에서 살고 있습니다.

_____

_____

사는 곳 및 함께 사는 사람
- thành phố ~ ~시
- tỉnh ~ ~도
- gia đình 가족
- anh chị em 형제자매
- bà con 친척
- một mình 혼자(cùng với 생략)

나만의 답변 완성 노트!

이름, 나이 말하기
- ☐ _____
- ☐ _____

학교 및 전공 말하기
- ☐ _____
- ☐ _____

특기, 취미 및 성격 말하기
- ☐ _____
- ☐ _____

사는 곳 말하기
- ☐ _____
- ☐ _____

02
학교 및 전공 소개

Hãy giới thiệu về chuyên ngành và trường của bạn.
Chuyên ngành của bạn là gì và tại sao bạn chọn chuyên ngành đó?
Hãy cho biết trường của bạn đang học trông như thế nào và ở đâu.
당신의 전공과 학교에 대해서 소개해 주세요.
당신의 전공은 무엇이며, 왜 그 전공을 선택했나요?
당신이 다니고 있는 학교는 어디에 위치해 있고, 어떻게 생겼는지 말해 주세요.

STEP1 **내용 구성해 보기**

- 학교 및 전공 말하기
- 전공을 선택한 이유
- 졸업 후 진로
- 학교 위치 및 외관

STEP 2 **관련 표현 떠올려 보기**

전공	kinh doanh 경영 kinh tế 경제 thiết kế thời trang 패션디자인 báo chí truyền thông 신문방송 dinh dưỡng thực phẩm 식품영양
전공 선택 이유	vì muốn xin việc 취직하고 싶어서 vì tỷ lệ xin được việc cao 취업률이 높아서 vì muốn kinh doanh 사업하고 싶어서 vì lời khuyên của bố mẹ 부모님의 권유 때문에
졸업 후 진로	tìm việc công ty lớn 대기업에 취업하다 làm kinh doanh 사업하다 làm thông dịch viên 통역가로 일하다 làm biên dịch viên 번역가로 일하다
학교 외관	to/lớn 큰 cao 높은 cũ 오래된 mới 새로운 hiện đại 현대식의 hơi hướng cổ kính 분위기가 고풍스러운

STEP 3 **포인트 문장 떠올려 보기**

- Em đang học chuyên ngành 전공 ở trường Đại học 학교 이름.
  저는 _____대학교에서 _____를 전공하고 있습니다.

- Lý do em chọn ngành 전공 là 전공 선택 이유.
  제가 _____과를 선택한 이유는 _____ 때문입니다.

- Sau khi tốt nghiệp em muốn 하고 싶은 일 hoặc làm việc ở 장소/나라.
  기회가 된다면 졸업 후에 _____하거나, _____에서 일해 보고 싶습니다.

• Trường của em rất 외관 1 và 외관 2.
우리 학교는 매우 _____하고 _____합니다.

최종 답변하기

① 학교 및 전공 말하기
Em đang học chuyên ngành kinh doanh ở trường Đại học Hàn Quốc.

② 전공을 선택한 이유
Lý do em chọn ngành kinh doanh là vì sau khi tốt nghiệp có lẽ sẽ giúp ích cho em xin việc. Và nếu có cơ hội thì em cũng muốn thử kinh doanh. Chính vì thế, em không những học chuyên ngành mà còn đang chăm chỉ học ngoại ngữ.

③ 졸업 후 진로
Đặc biệt, Việt Nam là một đất nước đang phát triển từng ngày nên em quan tâm đến việc học tiếng Việt. Nếu có cơ hội thì sau khi tốt nghiệp em muốn kinh doanh hoặc làm việc ở Việt Nam.

④ 학교 위치 및 외관
Trường của em ở trung tâm Seoul nằm trên núi cao. Trường của em rất to và rộng. Tòa nhà hơi cũ nhưng mang hơi hướng cổ kính.

....

해석 | ① 저는 한국대학교에서 경영학과를 전공하고 있습니다.
② 제가 경영학과를 선택한 이유는 대학 졸업 후, 취업에 도움이 될 것 같아서입니다. 그리고 기회가 된다면 사업을 해 보고 싶습니다. 그래서 저는 전공 공부뿐만 아니라 외국어 공부도 열심히 하고 있습니다.
③ 특히 베트남은 나날이 발전하고 있는 나라이기 때문에 베트남어 공부에 관심이 많습니다. 기회가 된다면 졸업 후에 사업을 하거나, 베트남에서 일을 해 보고 싶습니다.
④ 우리 학교는 서울 중심에 있고 높은 산에 위치해 있습니다. 우리 학교는 매우 크고 넓습니다. 건물이 다소 낡았지만 분위기가 고풍스럽습니다.

표현 | chuyên ngành 전공   trường Đại học 대학   lý do 이유   chọn 선택하다, 고르다   ngành (학문) 분야
tốt nghiệp 졸업하다   giúp ích 도움이 되다   chính vì thế 그렇기 때문에, 그래서   đặc biệt 특히, 특별한
cơ hội 기회   trung tâm 중심   nằm 놓여 있다. 위치하다

꼬마이의 **체크 포인트!**

*주어+không những A mà còn B. 주어는 A할 뿐만 아니라 B까지 하다.
Em không những học ở Đại học mà còn làm thêm.
저는 대학 공부를 할뿐만 아니라 알바까지 해요.

*quan tâm đến ~에 관심을 가지다
Em đang quan tâm đến việc chuẩn bị chứng chỉ thi OPIc.
저는 오픽 시험 자격증 준비에 관심이 있어요.

*Nếu A thì B. 만약에 A한다면 B하다.
Nếu em có thời gian thì em muốn học tiếng Việt nữa.
만약 시간이 있다면 저는 베트남어 공부를 더 하고 싶어요.

02
학교 및 전공 소개

전공
- kinh tế 경제
- thiết kế thời trang 패션디자인
- báo chí truyền thông 신문방송
- dinh dưỡng thực phẩm 식품영양
- quốc ngữ 국어국문
- kiến trúc 건축
- kỹ thuật cơ khí 기계공학
- hành chính 행정
- chính trị ngoại giao 정치외교

나라
- Việt Nam 베트남
- Mỹ 미국
- Trung Quốc 중국
- Nhật Bản 일본

언어
- tiếng Việt 베트남어
- tiếng Anh 영어
- tiếng Trung Quốc 중국어
- tiếng Nhật 일본어

하고 싶은 일
- xin việc ở công ty lớn 대기업에 취업하다
- làm kinh doanh 사업하다
- làm việc tự do 프리랜서로 일하다

❶ **전공 말하기**

Em đang học chuyên ngành 전공 ở trường Đại học 학교 이름.
저는 _____ 대학교에서 _____를 전공하고 있습니다.

_____

_____

❷ **해당 전공을 선택한 이유**

Lý do em chọn ngành 전공 là vì sau khi tốt nghiệp có lẽ sẽ giúp ích cho em xin việc.
제가 _____과를 선택한 이유는 대학 졸업 후, 취업에 도움이 될 것 같아서 입니다.

_____

_____

❸ **관심 있는 나라와 언어**

Đặc biệt, 나라 là một đất nước đang phát triển từng ngày nên em quan tâm đến việc học 언어.
특히 _____는 나날이 발전하고 있는 나라이기 때문에 _____ 공부에 관심이 많습니다.

_____

_____

❹ **졸업 후 진로**

Sau khi tốt nghiệp em muốn 하고 싶은 일 hoặc làm việc ở 장소/나라.
기회가 된다면 졸업 후에 _____ 하거나, _____에서 일해 보고 싶습니다.

_____

_____

❺ 학교 위치

Trường của em ở 위치 và nằm trên núi cao.
우리 학교는 _____에 있고 높은 산에 위치해 있습니다.

_____

_____

학교 위치
- trung tâm Seoul 서울 중심
- ngoại ô 외곽
- tỉnh lẻ 지방

❻ 학교 외관

Trường của em rất 외관 1 và 외관 2. Tòa nhà hơi cũ nhưng mang hơi hướng cổ kính.
우리 학교는 매우 _____하고 _____합니다. 건물이 조금 오래되었지만 분위기가 고풍스럽습니다.

_____

_____

학교 외관
- to/lớn 크다
- nhỏ 작다
- rộng 넓은
- đẹp 예쁜
- xấu 예쁘지 않은, 못생긴, 보기 흉한
- mới 새로운
- cũ 낡은

나만의 답변 완성 노트!

학교 및 전공 말하기

☐ _____

☐ _____

전공을 선택한 이유

☐ _____

☐ _____

졸업 후 진로

☐ _____

☐ _____

학교 위치 및 외관

☐ _____

☐ _____

03
교수님 소개

Hãy giới thiệu về giáo sư mà bạn thích. Giáo sư ấy dạy môn gì và là người như thế nào?
Hãy miêu tả ấn tượng đầu tiên và tính cách của giáo sư đó.

당신이 좋아하는 교수님을 소개해 주세요. 그 교수님은 어떤 과목을 가르치시고, 어떤 분이신가요?
그 교수님의 첫인상과 성격을 묘사해 주세요.

STEP 1 내용 구성해 보기

• 교수님 소개(이름, 연령대, 가르치는 과목)
• 교수님의 첫인상(외모)
• 교수님의 성격
• 교수님 수업에 대한 나의 생각

STEP 2 관련 표현 떠올려 보기

교수님 소개	thầy/cô giáo 남자/여자 선생님　　mới ngoài 50 tuổi 50대 초반 ngoài 40 tuổi 40대 초중반　　cuối 30 tuổi 30대 후반
교수님의 첫인상	nhìn trẻ/già so với tuổi 나이에 비해 젊어/늙어 보이다　　cao 키가 크다　　thấp/ nhỏ con 키가 작다　　to 덩치가 크다　　gầy/ốm 마르다　　thon thả 날씬하다 tóc ngắn 머리(길이)가 짧다　　mắt to/nhỏ 눈이 크다/작다　　da đẹp 피부가 좋다
교수님의 성격	thẳng thắn 솔직하다　　hoạt bát 활발하다　　cởi mở 털털하다(활발하고 다른 사 람과 쉽게 친해지는 성격)
교수님 수업에 대한 나의 생각	Buổi học tưởng chán nhưng lại thú vị. 수업이 지루할 것 같았지만 재미있다. Em thích vì tận tình giảng dạy. 열정적으로 학생들을 가르쳐 주셔서 좋다. Trong giờ học em luôn rất vui. 수업 시간이 항상 즐겁다.

STEP 3 포인트 문장 떠올려 보기

• 선생님(여자/남자) ấy dạy môn 과목, khoảng 나이 tuổi.
　선생님은 _____를 가르치시고, (나이는) 대략 _____ 정도입니다.

• Em gặp cô lần đầu khi em học môn 과목. Nhìn cô trẻ hơn so với tuổi.
　_____ 수업을 들었을 때 처음 선생님을 만났습니다. 선생님은 나이에 비해 젊어 보입니다.

• Cô là người 성격 1 và 성격 2.
　선생님은 _____한 사람이고, _____한 성격이십니다.

• Môn 과목 hơi chán nhưng vì gặp được 선생님(여자/남자) nên em đã học rất vui.
　지루할 것 같았던 _____ 수업이 선생님을 만나게 되어 즐겁게 공부할 수 있었습니다.

최종 답변하기

① 교수님 소개

Sau đây em xin giới thiệu về giáo sư mà em thích. Giáo sư mà em thích là nữ và tên cô ấy là "Kim Yeon Jin". Cô ấy dạy môn kinh doanh, khoảng ngoài 40 tuổi.

② 교수님 첫인상

Em gặp cô lần đầu khi em học môn kinh doanh. Nhìn cô trẻ hơn so với tuổi. Cô cao và dáng người vừa phải. Cô có tóc dài, mắt to và da đẹp.

③ 교수님 성격

Cô là người thẳng thắn và hoạt bát. Chính vì thế, trong giờ học em luôn rất vui. Cô luôn tận tình giảng dạy cho học sinh.

④ 교수님 수업에 대한 나의 생각

Môn kinh doanh hơi chán nhưng vì gặp được cô nên em đã học rất vui. Chính vì thế, em muốn học với cô đến khi tốt nghiệp.

───

해석 | ① 다음은 제가 좋아하는 교수님에 대해서 소개하겠습니다. 제가 좋아하는 교수님은 여자분이고, 이름은 '김연진'입니다. 선생님은 경영을 가르치시고, 대략 40대 초중반 정도입니다.
② 경영 수업을 들었을 때 처음 선생님을 만났습니다. 선생님은 나이에 비해 젊어 보입니다. 선생님은 키가 크고 보통 체격입니다. 그녀는 머리가 길고, 눈이 크고 피부가 좋습니다.
③ 선생님은 솔직한 사람이고, 활발한 성격이십니다. 그래서 수업 시간이 항상 즐겁습니다. 선생님은 열정적으로 학생들을 가르칩니다.
④ 지루할 것 같았던 경영 수업이 선생님을 만나게 되어 즐겁게 공부할 수 있었습니다. 그래서 졸업할 때까지 선생님의 수업을 듣고 싶습니다.

표현 | sau đây 다음은   giới thiệu 소개하다   nữ 여성   khoảng 대략   nhìn trẻ 젊어 보이다   so với ~와 비교하여, ~에 비하여   dáng người 체격   vừa phải 적당한   chính vì thế 그래서   tận tình 마음을 다해서   chán 지루한   hơi 다소   luôn 항상   giảng dạy 강의하다, 가르치다   cho ~에게   học sinh 학생

꼬마이의 체크 포인트!

*베트남에서 giáo sư는 매우 높은 직위를 뜻하므로 보통 대학교에서 교육하는 분들 모두 giáo viên(선생님)이라고 해요.

→ 남자 선생님(thầy giáo)을 부를 땐 thầy 혹은 thầy ơi라고 부르며, 여자 선생님(cô giáo)을 부를 땐 cô 혹은 cô ơi 라고 불러요.

*A(대상)+mà+설명(문장) ~하는 A (mà의 관계대명사적 용법)

giáo viên mà em thích 내가 좋아하는 선생님 / môn học mà em thích nhất 내가 가장 좋아하는 과목

*'~처럼 보이다'라는 표현은 본문에 쓰인 대로 nhìn+상태 혹은 trông+상태로 표기할 수 있어요.

nhìn trẻ = trông trẻ 젊어 보이다 / nhìn già = trông già 나이가 많이 들어 보이다, 늙어 보이다

03
교수님 소개

선생님 성별, 나이대
- thầy/cô 남자/여자 선생님
- ngoài 40 tuổi 40대 초중반
- mới ngoài 50 tuổi 50대 초반

❶ 교수님 소개

선생님(여자/남자) ấy dạy môn 과목, khoảng 나이대 tuổi.
선생님은 _____를 가르치시고, (나이는) 대략 _____ 정도입니다.

_____

_____

외모
*신체적으로 지니고 있는 상태는 아래와 같이 có를 사용
- có dáng người vừa phải 보통 체격이다
- có tóc dài/ngắn 머리(길이)가 길다/짧다
- có đầu hói 대머리이다
- có mắt to/nhỏ 눈이 크다/작다
- có da đẹp 피부가 좋다/곱다
- có da ngăm 피부가 까무잡잡하다

❷ 교수님 외모 1

Em gặp cô lần đầu khi em học môn 과목. Nhìn cô trẻ hơn so với tuổi.
_____ 수업을 들었을 때 처음 선생님을 만났습니다. 선생님은 나이에 비해 젊어 보입니다.

_____

_____

외모의 형태
- béo/mập 뚱뚱하다
- gầy/ốm 마르다
- thon thả 날씬하다
- sành điệu 스타일리쉬하다

❸ 교수님 외모 2

Thầy/Cô 외모 1 và 외모 2.
선생님은 _____하며 _____합니다.

_____

_____

성격
- thẳng thắn 솔직하다
- hoạt bát 활발하다
- nghiêm khắc 엄격하다
- thân thiện 친절하다
- khó tính 까다롭다
- cục cằn/khô khan 무뚝뚝하다
- vui tính 유쾌하다

❹ 교수님 성격 1

Thầy/Cô là người 성격 1 và 성격 2.
선생님은 _____한 사람이며 _____한 성격이십니다.

_____

_____

❺ 교수님이 가르치는 스타일

Thầy/Cô luôn tận tình giảng dạy cho học sinh.
선생님은 열정적으로 학생들을 가르칩니다.

_____

_____

❻ 나의 생각

Môn 과목 hơi chán nhưng vì gặp được cô nên em đã học rất vui.
지루할 것 같았던 _____ 수업이 선생님을 만나게 되어 즐겁게 공부할 수 있
었습니다.

_____

_____

나만의 답변 완성 노트!

교수님 소개

☐ _____

☐ _____

교수님의 첫인상 및 외모

☐ _____

☐ _____

교수님 성격

☐ _____

☐ _____

교수님 수업에 대한 나의 생각

☐ _____

☐ _____

04
하루 일과

Hãy nói về công việc trong một ngày của bạn.
Bạn thường thức dậy lúc mấy giờ và công việc từ sáng đến chiều như thế nào?
Hãy cho biết ngày phải đi học và ngày không phải đi học khác nhau như thế nào.

당신의 하루 일과에 대해서 소개해 주세요.
당신은 보통 몇 시에 일어나고, 오전부터 오후 일과가 어떻게 되나요?
수업이 있는 날과 수업이 없는 날이 어떻게 다른지 말해 주세요.

STEP1 내용 구성해 보기

• 아침 일과(기상 시간, 학교 갈 준비, 등교)
• 등교 후 일과(오전 수업, 점심 시간, 오후 수업)
• 하교 후 일과(자유 시간, 아르바이트, 공부 등)
• 하루 일과에 대한 나의 느낌

STEP 2 관련 표현 떠올려 보기

오전 일과	tỉnh giấc/thức dậy 기상하다　　tắm 샤워하다　　gội đầu 머리를 감다 ăn sáng 아침 식사를 하다　　chuẩn bị đến trường 학교 갈 준비를 하다 đi tàu điện ngầm 지하철을 이용하다
등교 후 일과	học tiết buổi sáng 오전 수업을 듣다　　ăn trưa 점심을 먹다　　học ở thư viện 도서관에서 공부하다
하교 후 일과	làm thêm 아르바이트하다　　dạy kèm 과외를 하다　　dọn dẹp nhà 집 청소를 하다 đi tập thể dục 운동하러 가다　　dành thời gian cho bản thân 개인 시간을 보 내다　　nghe nhạc ở phòng của mình 내 방에서 음악을 듣다
하루 일과에 대한 느낌	việc vừa học vừa làm thêm rất vất vả 공부하면서 아르바이트하는 것은 힘들다 mỗi ngày đều bận nhưng hài lòng với công việc trong một ngày của mình 매일 바쁘지만 나의 하루 일과에 만족한다

STEP 3 포인트 문장 떠올려 보기

• Ngay sau khi thức dậy em 활동 1, 활동 2 và chuẩn bị đến trường.
　기상하자마자 _____한 후, _____하고 학교 갈 준비를 합니다.

• Từ 시간 1 giờ đến 시간 2 giờ em học tiết buổi sáng.
　오전 _____시부터 _____시까지 오전 수업을 듣습니다.

• Sau khi 활동 1 em dành thời gian cho bản thân như 활동 2 hoặc 활동 3.

_____가 끝나면 _____하거나 _____하면서 개인 시간을 보냅니다.

• Việc vừa hoạt động 1 vừa hoạt động 2 rất vất vả nhưng em hài lòng với công việc trong một ngày của mình.

_____하면서 _____하는 것이 힘들지만 제 하루 일과에 만족합니다.

STEP 4 최종 답변하기

① 아침 일과

Ngày phải đi học thì em thức dậy lúc 7 giờ sáng, ngày không phải đi học thì em thức dậy lúc 9 giờ. Ngay sau khi thức dậy em ăn sáng, tắm và chuẩn bị đến trường. Từ nhà đến trường mất 30 phút đi bằng tàu điện ngầm và đổi chuyến một lần.

② 등교 후 일과

Từ 9 giờ đến 11 giờ rưỡi em học tiết buổi sáng. Sau đó, em ăn trưa trong căn tin của trường cùng với các bạn. Buổi chiều nếu có lớp thì học còn không có thì em học ở thư viện.

③ 하교 후 일과

Em vừa học vừa làm thêm. Trước đây em làm thêm ở một quán cà phê nhưng dạo này em đang dạy kèm tiếng Anh cho học sinh cấp ba. Sau khi làm việc em dành thời gian cho bản thân như tập thể dục hoặc dọn dẹp nhà.

④ 하루 일과에 대한 나의 느낌

Việc vừa học vừa làm thêm rất vất vả nhưng em hài lòng với công việc trong một ngày của mình.

....

해석 | ① 학교 수업이 있는 날에는 오전 7시에 기상하고, 수업이 없는 날에는 9시에 기상합니다. 기상하자마자 아침을 먹고, 씻고 학교 갈 준비를 합니다. 집에서부터 학교까지 지하철로 30분 정도 걸리고, 한 번 환승합니다.
② 오전 9시부터 11시 반까지 오전 수업을 듣습니다. 그리고 나서 친구들과 학교 구내식당에서 점심을 먹습니다. 오후 수업이 있으면 수업을 듣고, 없으면 도서관에서 공부를 합니다.
③ 저는 대학교를 다니면서 알바를 하고 있습니다. 예전에는 카페에서 알바를 했지만 요즘에는 고등학생에게 영어를 가르치는 과외를 하고 있습니다. 일이 끝나면 운동을 하거나 집 청소를 하면서 개인 시간을 보냅니다.
④ 공부하면서 아르바이트를 하는 것이 힘들지만 제 하루 일과에 만족합니다.

표현 | ngày (không) phải đi học 학교 가는(가지 않는) 날   ngay ~하자마자   mất 걸리다   đổi chuyến 환승하다
làm thêm 아르바이트하다   dạy kèm 과외하다   như ~와 같이, 이처럼

꼬마이의 **체크 포인트!**

*vừa A vừa B A하면서 B하다 (동시 동작을 말할 때 활용하세요!)
 Em vừa dọn dẹp nhà vừa nghe nhạc. 저는 청소하면서 음악을 들어요.

*Từ A(장소 1) đến B(장소 2) mất khoảng C(시간) tiếng đi bằng D(수단).
 A부터 B까지 D를 타고 C가 걸리다.
 Từ nhà đến trường mất khoảng 1 giờ/tiếng đi bằng xe buýt.
 집에서 학교까지 버스로 대략 1시간이 걸려요.

*trước khi ~하기 전 / sau khi ~한 후
 Trước khi/Sau khi học tiết buổi sáng em thường uống một cốc/ly cà phê.
 오전 수업을 듣기 전에/오전 수업을 듣고 난 후에 저는 커피 한 잔을 마셔요.

04
하루 일과

활동
- uống một cốc/ly nước 물을 한 잔 마시다
- trang điểm 화장하다
- tập thể dục 운동하다
- đi vệ sinh 화장실에 가다
- dọn giường 침대를 정리하다
- dọn chăn/mền 이불 정리를 하다

교통수단
- tàu điện ngầm 지하철
- xe buýt 버스

공부하는 장소
- thư viện 도서관
- quán cà phê 카페
- nhà 집
- trường 학교
- chỗ yên tĩnh 조용한 곳

❶ 등교 준비

Ngay sau khi thức dậy em 활동 1, 활동 2 và chuẩn bị đến trường.

기상하자마자 _____한 후, _____하고 학교 갈 준비를 합니다.

_____

_____

❷ 등교

Từ nhà đến trường mất 시간 phút(giờ/tiếng) đi bằng 교통 수단 và đổi chuyến 횟수 lần.

집에서부터 학교까지 _____로 _____분(시간) 정도 걸리고, _____ 번 환승합니다.

_____

_____

❸ 등교 후

Từ 시간 1 giờ đến 시간 2 giờ em học tiết buổi sáng.

오전 _____시부터 _____시까지 오전 수업을 듣습니다.

_____

_____

❹ 수업 마친 후

Buổi chiều nếu có lớp thì học còn không có thì em học ở 공부하는 장소.

오후 수업이 있으면 수업을 듣고, 없으면 _____에서 공부를 합니다.

_____

_____

⑤ 하교 후

Sau khi 활동 1 em dành thời gian cho bản thân như 활동 2 hoặc 활동 3.
_____가 끝나면 _____하거나 _____하면서 개인 시간을 보냅니다.

_____

_____

⑥ 나의 생각

Việc vừa học vừa 활동 rất vất vả nhưng em hài lòng với công việc trong một ngày của mình.
공부하면서 _____하는 것이 힘들지만 제 하루 일과에 만족합니다.

_____

_____

활동
- làm thêm 아르바이트하다
- dạy kèm 과외를 하다
- học thi 시험 공부를 하다
- dọn dẹp nhà 집 청소를 하다
- học ở trung tâm đào tạo 학원에 가다

나만의 답변 완성 노트!

등교 전
- ☐ _____
- ☐ _____

등교 후
- ☐ _____
- ☐ _____

하교 후
- ☐ _____
- ☐ _____

하루 일과에 대한 나의 생각
- ☐ _____
- ☐ _____

CHAPTER 2

직장 생활

한눈에 보는 질문 유형

Q1. Bây giờ sẽ bắt đầu phỏng vấn nhé. Mời bạn giới thiệu về bản thân.
이제 인터뷰를 시작하겠습니다. 당신에 대해 소개해 주세요.

Q2. Hãy giới thiệu về công ty bạn đang làm. Bạn đang làm ở bộ phận nào, chức vụ là gì? Bạn đã làm việc ở công ty đấy được bao lâu và hãy nói về công việc chủ yếu của bạn trong công ty.
당신이 일하고 있는 회사에 대해서 소개해 주세요. 당신은 어느 부서에서 근무하며, 직급은 무엇인가요? 당신은 그 회사에서 얼마나 근무했는지, 회사에서 당신의 주요 업무가 무엇인지 말해 주세요.

Q3. Hãy giới thiệu về cấp trên hoặc đồng nghiệp của bạn. Bạn gặp cấp trên/đồng nghiệp lần đầu khi nào và ấn tượng đầu tiên như thế nào? Hãy miêu tả cụ thể ngoại hình, tính cách của cấp trên/đồng nghiệp.
당신의 상사나 동료를 소개해 주세요. 당신이 상사/동료를 처음 만난 건 언제이며, 첫인상은 어땠나요? 상사/동료의 외모, 성격 등을 자세히 묘사해 주세요.

Q4. Bạn thường dùng phương tiện giao thông nào để đi làm? Trước khi đi làm, ở công ty và sau khi tan làm bạn thường làm gì? Hãy nói chi tiết về công việc trong một ngày của bạn.
당신은 어떤 교통수단을 이용해서 출퇴근하시나요? 회사 가기 전, 회사에서 그리고 퇴근 후에 당신은 보통 무엇을 하나요? 당신의 하루 일과에 대해서 자세하게 말해 주세요.

Q5. Bạn đã từng tiến hành một dự án nào đó ở công ty chưa? Chủ đề dự án đó là gì? Bạn hãy nói rõ hơn về dự án mà bạn đã làm ở công ty.
당신은 회사에서 프로젝트를 진행한 적이 있나요? 그 프로젝트의 주제는 무엇이었나요? 당신이 회사에서 진행한 프로젝트에 대해서 설명해 주세요.

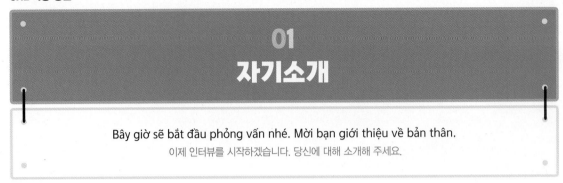

01
자기소개

Bây giờ sẽ bắt đầu phỏng vấn nhé. Mời bạn giới thiệu về bản thân.
이제 인터뷰를 시작하겠습니다. 당신에 대해 소개해 주세요.

STEP1 **내용 구성해 보기**

- 인사말, 개인 정보 말하기(이름, 나이)
- 소속 및 신분 말하기
- 성향 말하기(여가 활동 및 성격)
- 사는 곳, 취미 말하기

STEP 2 **관련 표현 떠올려 보기**

개인 정보	tên 이름 tuổi 나이 kết hôn được 3 năm 결혼한 지 3년이 되다 có một con trai và một con gái 딸 하나와 아들 하나가 있다
회사 및 부서	công ty điện tử 전자 회사 công ty vận tải 운송 회사 công ty thời trang 패션 회사 công ty xây dựng 건설 회사 công ty thực phẩm 식품 회사 công ty thương mại 무역 회사 bộ phận sản xuất 생산부 bộ phận nhân sự 인사부 bộ phận tiếp thị 마케팅부 bộ phận kinh doanh 영업부
직급	nhân viên 사원 trợ lý 대리 trưởng phòng 과장 trưởng bộ phận 차장 phó tổng quản lý 부장 quản lý 관리자 phó giám đốc 부사장
성향 및 여가 활동	tỉ mỉ 꼼꼼한 chăm chỉ 열심히 thật thà cần mẫn 근면 성실한 tập thể dục 운동하기 đánh gôn 골프 치기 đi cắm trại 캠핑 가기 leo núi 등산하기 làm từ thiện/hoạt động tình nguyện 봉사 활동 하기

STEP 3 **포인트 문장 떠올려 보기**

- Tôi sinh năm 년도 năm nay 나이 tuổi.
  저는 _____년생이고 올해 _____살입니다.

- Hiện tại tôi đang làm việc ở công ty 업종 và là 직급 của bộ phận 부서.
  저는 현재 _____ 회사에서 일하고 있고, _____부 _____(직급)입니다.

- Tôi có tính cách 성격 và làm việc 업무 성향.
  저는 _____하게 일하고 _____한 성격입니다.

- Khi có thời gian rảnh rỗi, tôi 여가 활동.
  저는 시간이 나면 _____(활동)을 합니다.

최종 답변하기

① 개인 정보 말하기

Chào cô. Tên của tôi là "Kim Yeon Jin" và tên tiếng Việt của tôi là "Thảo". Tôi sinh năm 75, năm nay 48 tuổi. Tôi kết hôn được 10 năm rồi và có một con trai và một con gái.

② 소속 및 신분 말하기

Hiện tại tôi đang làm việc ở công ty điện tử và là phó tổng quản lý của bộ phận sản xuất.

③ 성향 말하기

Tôi thích đi leo núi với gia đình vào cuối tuần. Và thỉnh thoảng đi làm từ thiện. Tôi có tính cách tỉ mỉ và làm việc thật thà cần mẫn.

④ 사는 곳, 취미 말하기

Tôi và gia đình đang sống ở Thành Phố Seoul. Khi có thời gian rảnh rỗi, tôi học tiếng Việt.

Xin cảm ơn.

해석 │ ① 안녕하세요. 제 이름은 '김연진'이고 베트남어 이름은 '타오'입니다. 저는 75년생이고 올해 48살입니다. 저는 결혼한 지 10년이 되었고, 아들 하나, 딸 하나가 있습니다.
② 저는 현재 전자 회사에서 일하고 있고, 생산부 부장입니다.
③ 저는 주말에 가족과 함께 등산 가는 것을 좋아합니다. 그리고 때때로 봉사 활동도 합니다. 저는 근면 성실하고 꼼꼼한 성격입니다.
④ 저는 가족과 함께 서울에 거주하고 있습니다. 저는 시간이 나면 베트남어를 공부합니다. 감사합니다.

표현 │ tên tiếng việt 베트남어 이름   sinh năm 년생   năm nay 올해   kết hôn 결혼하다   được ~한 지   hiện tại 현재   đi leo núi 등산 가다   vào cuối tuần 주말에   thỉnh thoảng 때때로   đi làm từ thiện 봉사 활동을 하다   khi có thời gian rảnh rỗi (여유로운) 시간이 있을 때

꼬마이의 체크 포인트!

*em vs. tôi

베트남어에서는 나이에 따라 다른 대명사를 사용하는데, '나'를 지칭하는 단어도 다르게 사용해요. 따라서 자기소개 시 '나'를 지칭할 때 학생 신분은 em(상대방보다 내가 더 어릴 경우 사용)으로, 직장인 신분은 tôi(상대방과 비슷한 또래일 경우)로 사용했어요.

*베트남어 이름이 없다면 이렇게 말해 보세요.

Tôi chưa có tên tiếng Việt. 아직 베트남어 이름이 없어요.

(혹은 베트남어 이름에 대한 언급을 하지 않아도 괜찮아요.)

01
자기소개(직장인)

추가 표현(결혼 여부)
- còn độc thân 아직 미혼이다
- mới vừa kết hôn
  이제 막 결혼했다
- đã kết hôn lâu rồi
  결혼한 지 오래 되었다
- kết hôn không được bao lâu
  결혼한 지 얼마 안 됐다
- kết hôn được 3 năm
  결혼한 지 3년 되었다
- chưa có con 아직 아이가 없다
- có một con trai và một con
  gái 딸 하나와 아들 하나가 있다

부서, 직급
- bộ phận kinh doanh 영업부
- bộ phận kinh doanh quốc tế
  해외 영업부
- bộ phận quản lý chất lượng
  품질 관리부
- nhân viên 사원
- trợ lý 대리
- trưởng phòng 과장
- trưởng bộ phận 차장
- quản lý 관리자

업무 성향
- tích cực 적극적인
- chăm chỉ 열심히 하는
- chậm chạp 느긋한
- siêng năng 부지런한
- tỉ mỉ 꼼꼼한

성격
- tham vọng 욕심이 많은
- nóng vội 성격이 급한
- chậm chạp 느긋한
- nhút nhát 소심한
- lạc quan 낙천적인
- cẩn thận 꼼꼼한, 주의깊은

❶ 이름 말하기

Chào cô. Tên của tôi là '한국어 이름' và tên tiếng Việt của tôi là '베트남어 이름'.

안녕하세요. 제 이름은 '_____'이고 베트남어 이름은 '_____'입니다.

_____

_____

❷ 출생 년도 및 나이 말하기

Tôi sinh năm 년도 năm nay 나이 tuổi.

저는 _____년생이고 올해 _____살입니다.

_____

_____

❸ 신분 말하기

Hiện tại tôi đang làm việc ở công ty 업종 và là 직급 của bộ phận 부서.

저는 현재 _____ 회사에서 일하고 있고, _____부 _____(직급)입니다.

_____

_____

❹ 업무 성향 말하기

Tôi có tính cách 성격 và làm việc 업무 성향.

저는 _____하게 일하고 _____한 성격입니다.

_____

_____

❺ 사는 곳 말하기

Tôi và gia đình đang sống ở 거주지.
저는 가족과 함께 _____에 거주하고 있습니다.

_____

_____

❻ 여가 활동 말하기

Khi có thời gian rảnh rỗi, tôi 여가 활동.
저는 시간이 나면 _____(활동)을 합니다.

_____

_____

여가 활동
• tập thể dục 운동을 하다
• đánh gôn 골프를 치다
• đi cắm trại 캠핑하러 가다
• đi leo núi 등산하러 가다
• làm từ thiện/hoạt động tình
  nguyện 봉사 활동을 하다

나만의 답변 완성 노트!

개인 정보

☐ _____

☐ _____

소속 및 신분

☐ _____

☐ _____

성향

☐ _____

☐ _____

사는 곳 및 취미

☐ _____

☐ _____

02
회사 및 업무 소개

Hãy giới thiệu về công ty bạn đang làm.
Bạn đang làm ở bộ phận nào, chức vụ là gì?
Bạn đã làm việc ở công ty đấy được bao lâu và hãy nói về công việc chủ yếu của bạn trong công ty.

당신이 일하고 있는 회사에 대해서 소개해 주세요.
당신은 어느 부서에서 근무하며, 직급은 무엇인가요?
당신은 그 회사에서 얼마나 근무했는지, 회사에서 당신의 주요 업무가 무엇인지 말해 주세요.

STEP1　내용 구성해 보기

- 회사 종류
- 근무 부서 및 직급
- 일한 기간 및 담당 업무
- 회사 위치 및 사무실 환경

STEP 2　관련 표현 떠올려 보기

회사 종류	công ty điện tử 전자 회사 　　công ty chế tạo/sản xuất 제조/생산 회사 công ty tài chính 금융 회사 　　công ty xuất nhập khẩu 수출입 회사
부서	bộ phận sản xuất 생산부 　　bộ phận phát triển dự án 프로젝트 개발부 bộ phận nghiên cứu 연구부 　　bộ phận thiết kế 디자인부
업무	sản xuất sản phẩm 제품 생산 　　phát triển sản phẩm 상품 개발 　　phát triển dự án 프로젝트 개발 　　chăm sóc khách hàng 고객 응대 　　kế toán 회계
회사 위치 및 사무실 환경	trung tâm thành phố Seoul 서울 시내 중심 　　khu ngoại ô Seoul 서울 외곽 ngăn nắp 정돈이 잘 되어 있다 　　thoải mái/dễ chịu 쾌적하다

STEP 3　포인트 문장 떠올려 보기

- Tôi đang làm việc ở một 회사 종류 quy mô lớn nhất tại Hàn Quốc.
  저는 한국에서 규모가 제일 큰 _____ 회사에 다니고 있습니다.

- Tôi đang làm việc ở 부서 và chức vụ hiện tại là 직급.
  제가 일하고 있는 부서는 _____부이고, 현재 직급은 _____입니다.

- Tôi phụ trách công việc liên quan đến 업무.
  저는 _____ 관련 업무를 맡고 있습니다.

• Văn phòng tôi đang làm việc luôn 환경 1 và 환경 2.
제가 일하고 있는 사무실(환경)은 항상 _____하고 _____합니다.

최종 답변하기

① 회사 종류

Sau đây tôi xin giới thiệu về công ty mà tôi đang làm việc. Tôi đang làm việc ở một công ty điện tử quy mô lớn nhất tại Hàn Quốc.

② 근무 부서 및 직급

Tôi đang làm việc ở bộ phận sản xuất và chức vụ hiện tại là phó tổng quản lý.

③ 업무 기간 및 담당 업무

Tôi làm việc ở công ty này được khoảng 10 năm. Tôi phụ trách công việc liên quan đến sản xuất sản phẩm. Công ty của tôi không lâu trước đây đã ký kết hiệp ước MOU với một công ty Việt Nam nên tôi cũng đang theo dõi dây chuyền sản xuất ở Việt Nam.

④ 회사 위치 및 사무실 환경

Công ty của tôi nằm ở trung tâm thành phố Seoul, mỗi khu vực có nhiều chi nhánh. Văn phòng tôi đang làm việc luôn ngăn nắp và thoải mái. Tôi luôn cảm thấy hài lòng với công việc của mình.

해석 | ① 지금부터 제가 다니고 있는 회사에 대해 소개하겠습니다. 저는 한국에서 규모가 가장 큰 전자 회사에 다니고 있습니다.
② 제가 일하고 있는 부서는 생산부이고, 현재 직급은 부장입니다.
③ 제가 이 회사에서 근무한 지는 약 10년 정도입니다. 저는 제품 생산 관련 업무를 맡고 있습니다. 저희 회사는 얼마 전 베트남 회사와 MOU협약을 맺게 되어 베트남 생산 라인도 함께 확인하고 있습니다.
④ 저희 회사는 서울 시내에 있고, 지역별로 지사가 많습니다. 제가 일하고 있는 사무실은 항상 정돈되어 있고, 쾌적합니다. 저는 제 업무에 항상 만족을 느낍니다.

표현 | chức vụ 직급   phụ trách 담당하다   sản xuất 생산하다   sản phẩm 상품, 제품   không lâu trước đây
얼마 전   ký kết 체결하다   hiệp ước 협약하다   theo dõi ~에 따라, ~와 함께   dây chuyền (sản xuất)
(생산) 라인   mỗi 각각의, 매   khu vực 구역, 지역   chi nhánh 지사   cảm thấy 느끼다

꼬마이의 체크 포인트!

*장소를 나타내어 '~에서'의 뜻을 갖는 ở 와 tại의 차이점!

강조하고픈 장소 앞에 tại를 사용해요.

Tôi đang làm việc ở một công ty điện tử tại Hàn Quốc. (한국에서 일하는 것을 강조)

Tôi đang làm việc tại một công ty điện tử ở Hàn Quốc. (전자 회사에서 일하는 것을 강조)

저는 한국에서 전자 회사에 다녀요.

*liên quan đến ~와 연관된

Tôi làm việc liên quan đến Việt Nam. 저는 베트남과 연관된 업무를 하고 있어요.

*hài lòng với ~에 대해서 만족하다

Tôi hài lòng với chế độ công ty của mình. 저는 제 회사 제도에 대해 만족해요.

02
회사 및 업무 소개

회사 종류
- hãng hàng không 항공사
- ngân hàng 은행
- công ty du lịch 여행사
- công ty thương mại 무역 회사
- công ty thời trang 패션 회사
- công ty chứng khoán 증권 회사
- công ty bảo hiểm 보험 회사

부서
- bộ phận chăm sóc khách hàng 고객 응대부
- bộ phận thu mua 물품 구매부
- bộ phận kế toán/tài chính 회계부, 경리부

직급
- nhân viên 사원
- trợ lý 대리
- trưởng phòng 과장
- trưởng bộ phận 차장
- quản lý 관리자

업무
- tài chính quốc tế 외환
- đặt hàng 제품 발주
- thu mua hàng 제품 구매
- quản lý nguyên vật liệu 자재 관리
- quản lý kho 재고 관리

① **회사 종류**

Tôi đang làm việc ở một 회사 종류 quy mô lớn nhất tại Hàn Quốc.
저는 한국에서 규모가 제일 큰 _____ 회사에 다니고 있습니다.

_____

_____

② **부서와 직급**

Tôi đang làm việc ở 부서 và chức vụ hiện tại là 직급.
제가 일하고 있는 부서는 _____부이고, 현재 직급은 _____입니다.

_____

_____

③ **근무 기간**

Tôi làm việc ở công ty này được khoảng 근무 기간 năm.
제가 이 회사에서 근무한 지는 약 _____년 정도입니다.

_____

_____

④ **담당 업무**

Tôi phụ trách công việc liên quan đến 업무.
저는 _____ 관련 업무를 맡고 있습니다.

_____

_____

❺ 회사 위치

Công ty của tôi nằm ở 위치, mỗi khu vực có nhiều chi nhánh.

우리 회사는 _____ 에 있고, 지역별로 지사가 많습니다.

_____

_____

회사 위치
- trung tâm thành phố Seoul 서울 시내 중심
- khu ngoại ô Seoul 서울 외곽
- tỉnh lẻ 지방
- nước ngoài 해외

❻ 사무실 환경

Văn phòng tôi đang làm việc luôn 환경 1 và 환경 2.

제가 일하고 있는 사무실(환경)은 항상 _____ 하고, _____ 합니다.

_____

_____

사무실 환경
- sạch sẽ 깨끗하다
- gọn gàng 깔끔하다
- hơi bừa bộn 약간 지저분하다
- nhiều nhân viên 직원이 많다
- thoải mái/dễ chịu 쾌적하다, 편안하다

나만의 답변 완성 노트!

회사 종류

☐ _____

☐ _____

근무 부서 및 직급

☐ _____

☐ _____

근무 기간 및 담당 업무

☐ _____

☐ _____

회사 위치 및 사무실 환경

☐ _____

☐ _____

03
동료 및 상사 소개

Hãy giới thiệu về cấp trên hoặc đồng nghiệp của bạn.
Bạn gặp cấp trên/đồng nghiệp lần đầu khi nào và ấn tượng đầu tiên như thế nào?
Hãy miêu tả cụ thể ngoại hình, tính cách của cấp trên/đồng nghiệp.

당신의 상사나 동료를 소개해 주세요.
당신이 상사/동료를 처음 만난 건 언제이며,
첫인상은 어땠나요? 상사/동료의 외모, 성격 등을 자세히 묘사해 주세요.

STEP1 내용 구성해 보기

• 상사/동료 소개(이름, 나이)
• 처음 만난 시기
• 첫인상
• 나와의 관계

STEP 2 관련 표현 떠올려 보기

상사/동료 소개	đồng nghiệp 동료 cấp trên 상사 cấp dưới 부하 người quản lý trực tiếp 사수 nam/đàn ông 남성 con trai 남자 nữ/phụ nữ 여성 con gái 여자
처음 본 시기	ngày phỏng vấn 면접 본 날 khi mới vào làm việc 처음 회사에 입사했을 때 khi đi công tác 출장 갔을 때
첫인상, 느낌	có vẻ hơi lạnh lùng 다소 차가워 보이다 có vẻ khó gần 친해지기 어려워 보이다 có vẻ làm việc tận tâm 일하는 모습이 열정적이다
나와의 관계	như bạn bè 친구처럼 지내다 như gia đình 가족처럼 지내다 tận hưởng những sở thích vào cuối tuần 주말에도 함께 취미를 즐기다 thỉnh thoảng cùng nhau uống rượu vào buổi tối 저녁에도 가끔 술 한잔하다

STEP 3 포인트 문장 떠올려 보기

• Sau đây tôi xin giới thiệu về 동료/상사 của tôi.
  지금부터 저의 _____ 에 대해서 소개하겠습니다.

• Tôi gặp 그/그녀 lần đầu tiên vào 만난 시기.
  저는 _____ 에 _____ 를 처음 만났습니다.
  (vào와 khi는 함께 쓰지 않아서 '출장 갈 때, 입사했을 때'와 같은 표현에 khi가 쓰였다면 vào는 생략해요.)

- Thật ra, ấn tượng đầu tiên tôi thấy 그/그녀 인상 1 và 인상 2.
  솔직히 _____의 첫인상은 _____ 하고 _____ 했습니다.
- Hiện tại tôi và anh ấy có khi 관계 1 và có khi 관계 2.
  현재는 저와 때로는 _____처럼, 때로는 _____처럼 아주 잘 지내고 있습니다.

STEP 4 최종 답변하기

① 상사 소개

Sau đây tôi xin giới thiệu về cấp trên của tôi. Tên của anh ấy là Gong Yoo, năm nay 38 tuổi.

② 처음 본 시기

Tôi gặp anh ấy lần đầu tiên vào ngày phỏng vấn, anh ấy là người quản lý trực tiếp khi tôi mới bắt đầu làm việc.

③ 상사의 첫인상, 느낌

Anh ấy cao to, đẹp trai và rất sành điệu. Thật ra, ấn tượng đầu tiên tôi thấy anh ấy hơi lạnh lùng và khó gần. Nhưng khi làm việc với anh ấy tôi học được nhiều thứ. Anh ấy là một người làm việc tận tâm.

④ 나와의 관계

Chính vì thế, hiện tại tôi và anh ấy có khi thân thiết như bạn bè và có khi thân thiết như gia đình. Buổi tối thỉnh thoảng cùng nhau uống rượu và cuối tuần cùng nhau đi câu cá.

해석 | ① 지금부터 저의 직장 상사에 대해서 소개하겠습니다. 그의 이름은 공유이고, 올해 38살입니다.
② 저는 면접 본 날 그분을 처음 만났고, 일을 처음 시작할 때 제 사수였습니다.
③ 그는 키가 크고 잘생겼고 매우 스타일리쉬합니다. 솔직히 그의 첫인상은 다소 차가워 보여서 친해지기 어려울 것 같았습니다. 하지만 그와 함께 일하면서 세가 많이 배웠습니다. 그는 자신의 업무를 열정적으로 하는 사람입니다.
④ 그래서 현재는 저와 때로는 친구처럼, 때로는 가족처럼 아주 잘 지내고 있습니다. 저녁에 가끔 술 한잔하기도 하고, 주말에 함께 낚시도 갑니다.

표현 | mới 이제 막   bắt đầu 시작하다   sành điệu 스타일리쉬한   thật ra 솔직히   thân thiết 친한, 친밀한   lạnh lùng 차가운   khó gần 친해지기 어려운   nhiều thứ 많은 것   chính vì thế 그래서   có khi 때로는   như bạn bè 친구처럼   như gia đình 가족처럼   thỉnh thoảng 때때로   cùng nhau 서로 함께 ~하다

꼬마이의 체크 포인트!

*'~처럼 지내다'를 표현할 땐 như 뒤에 어떠한 관계로 지내는지 말하면 돼요!
có khi như bạn bè 때로는 친구처럼 → có khi thân thiết như bạn bè 때로는 친구처럼 지내다
có khi như gia đình 때로는 가족처럼 → có khi thân thiết như gia đình 때로는 가족처럼 지내다
혹은 비슷한 표현으로 đối xử(대하다, 대처하다)를 붙여서 표현할 수 있어요.
đối xử như bạn bè 친구같이 지내다

*친구, 동료, 상사를 소개할 때 기억해야 하는 포인트는 '만난 시기, 첫인상, 외모, 성격, 내가 생각하는 그 사람이 어떤 지' 등을 키워드로 차례대로 생각하고 이야기하면 훨씬 수월해요!

03
동료 및 상사 소개

❶ **소개말**

Sau đây tôi xin giới thiệu về 동료/상사 của tôi.
지금부터 저의 _____에 대해서 소개하겠습니다.

_____

_____

만난 시기

*vào 생략할 때
- khi mới vào làm việc
  처음 회사에 입사했을때
- khi đi công tác 출장 갔을 때

*vào 생략하지 않을 때
- ngày phỏng vấn 면접 본 날
- một năm trước 1년 전
- mấy tháng trước 몇 개월 전
- mấy năm trước 몇 년 전

❷ **처음 본 시기**

Tôi gặp 그/그녀 ấy lần đầu tiên vào 만난 시기.
저는 _____에 _____를 처음 만났습니다.

_____

_____

첫인상
- có vẻ hơi lạnh lùng
  다소 차가워 보이다
- có vẻ khó gần
  친해지기 어려워 보이다
- có vẻ bất lịch sự
  예의가 없어 보이다
- có thần thái lãnh đạo
  카리스마가 넘치다
- có vẻ cục cằn/thô lỗ
  까칠해 보이다
- có vẻ hiền lành 착해 보이다
- có vẻ trí thức 지적으로 보이다
- có vẻ làm việc tận tâm
  일하는 모습이 열정적이다

❸ **첫인상**

Thật ra, ấn tượng đầu tiên tôi thấy 그/그녀 인상 1 và 인상 2.
솔직히 _____의 첫인상은 _____하고 _____했습니다.

_____

_____

❹ **상사/동료에 대한 나의 생각**

Nhưng khi làm việc với 그/그녀 tôi học được nhiều thứ.
하지만 _____와 함께 일하면서 제가 많이 배웠습니다.

_____

_____

❺ 친교 활동 1

Hiện tại tôi và anh ấy có khi 활동 1, và có khi 활동 2.

현재는 저와 때때로 _____하고 _____도 하면서 잘 지내고 있습니다.

_____

_____

친교 활동
- lắng nghe khó khăn của nhau
  서로 고민을 들어 주다
- nói chuyện thường xuyên
  자주 통화하다
- tận hưởng những sở thích
  vào cuối tuần cùng nhau
  주말에도 함께 취미를 즐기다
- thân thiết với gia đình của
  nhau 가족들과도 서로 친하다
- uống rượu 술을 마시다
- đi câu cá 낚시하러 가다

❻ 친교 활동 2

Buổi tối thỉnh thoảng cùng nhau 활동 1 và cuối tuần cùng nhau 활동 2.

저녁에 가끔 _____하기도 하고, 주말에 함께 _____도 합니다.

_____

_____

나만의 답변 완성 노트!

소개(이름, 나이)

☐ _____

☐ _____

처음 본 시기

☐ _____

☐ _____

첫인상, 느낌

☐ _____

☐ _____

나와의 관계

☐ _____

☐ _____

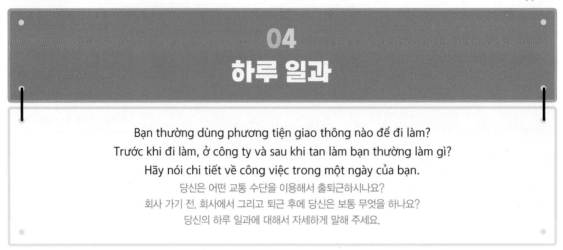

04
하루 일과

Bạn thường dùng phương tiện giao thông nào để đi làm?
Trước khi đi làm, ở công ty và sau khi tan làm bạn thường làm gì?
Hãy nói chi tiết về công việc trong một ngày của bạn.

당신은 어떤 교통 수단을 이용해서 출퇴근하시나요?
회사 가기 전, 회사에서 그리고 퇴근 후에 당신은 보통 무엇을 하나요?
당신의 하루 일과에 대해서 자세하게 말해 주세요.

STEP1 **내용 구성해 보기**

- 출근 전 일과
- 출퇴근 방법(교통수단 및 출퇴근 시간)
- 회사에서의 일과
- 퇴근 후 일과

STEP 2 **표현 떠올려 보기**

출근 전	tắm 샤워하다 gội đầu 머리를 감다 đánh răng 양치하다 rửa mặt 세수하다 mặc đồ/quần áo thoải mái 편한 옷을 입다 mặc đồ/quần áo lịch sự/công sở 정장을 입다
출퇴근	mất khoảng 1 giờ/tiếng đi bằng xe riêng 자가용으로 약 1시간 걸리다 mất khoảng 40 phút đi bằng tàu điện ngầm 지하철로 약 40분 걸리다 mất 30 phút đi bằng xe buýt 버스로 30분 걸리다
회사에서의 일과	bật máy tính 컴퓨터를 켜다 kiểm tra lịch làm việc ngày hôm đó 그날 일정을 확인하다 tham gia chương trình đào tạo nội bộ công ty 사내 교육 프로그램에 참여하다
퇴근 후 일과	phát triển bản thân 자기 개발을 하다 học ngoại ngữ 외국어 공부를 하다 làm việc nhà 집안일을 하다 dọn dẹp nhà 집청소를 하다

STEP 3 **포인트 문장 떠올려 보기**

- Ngay khi thức dậy tôi 활동 1 và 활동 2.
  일어나자마자 저는 _____ 하고 _____ 합니다.

- Từ nhà đến công ty mất khoảng 시간 giờ/tiếng đi bằng 교통 수단.
  집에서 회사까지 _____ 로 약 _____ 시간 정도 걸립니다.

- Tôi vừa đến công ty thì 활동 1 ngay rồi 활동 2.
  출근하자마자 _____ 하고 _____ 합니다.

- Dạo này tôi thấy việc 활동 rất thích.
  요즘에는 _____ 하는 게 좋습니다.

STEP 4 최종 답변하기

① 출근 전 일과

Tôi thường thức dậy vào lúc 6 giờ sáng. Ngay khi thức dậy tôi tắm và gội đầu. Ngày không có họp tôi mặc đồ thoải mái, ngày có họp tôi mặc đồ lịch sự. Tôi ăn ngũ cốc đơn giản thay cho cơm sáng.

② 출퇴근 방법

Vì tôi thấy bất tiện nếu dùng phương tiện giao thông công cộng nên tôi đi làm bằng xe riêng. Từ nhà đến công ty mất khoảng 1 tiếng.

③ 회사에서의 일과

Tôi vừa đến công ty thì bật máy tính ngay rồi kiểm tra lịch làm việc của ngày hôm đó. Nếu có chương trình đào tạo nội bộ công ty hay thì tôi đều tranh thủ tham gia. Buổi trưa thì tôi chủ yếu ăn ở công ty, buổi chiều thì tôi chủ yếu đi làm việc bên ngoài.

④ 퇴근 후 일과

Tôi thích phát triển bản thân. Dạo này tôi thấy học tiếng Việt rất thích. Vừa đi làm vừa học hơi vất vả nhưng tôi hài lòng với công việc trong một ngày của mình.

해석 | ① 저는 보통 오전 6시에 기상합니다. 일어나자마자 샤워를 하고 머리를 감습니다. 회의가 없는 날에는 편한 옷으로 입고, 회의가 있는 날에는 정장을 입습니다. 아침밥 대신 간단하게 시리얼을 먹습니다.
② 저는 대중 교통 수단을 이용하면 불편하기 때문에 자가용으로 출퇴근을 합니다. 집에서 회사까지 약 1시간 정도 걸립니다.
③ 출근하자마자 컴퓨터를 켜고, 그날 일정을 확인합니다. 사내 좋은 교육 프로그램이 있으면 최대한 참여합니다. 점심은 주로 회사에서 먹고, 오후에는 주로 외근을 하러 갑니다.
④ 저는 자기 개발하는 것을 좋아합니다. 요즘에는 베트남어 공부하는 게 너무 좋습니다. 일하면서 공부하는 게 조금 힘들 때도 있지만 저는 제 하루 일과에 아주 만족합니다.

표현 | thức dậy 기상하다   ngay khi ∼하자마자   họp 회의   mặc đồ 옷을 입다   thoải mái 편하게   lịch sự 예의 있는   đơn giản 간단한   thay 대신하여   bất tiện 불편한   xe riêng 자가용   kiểm tra 확인하다   chương trình đào tạo 교육 프로그램   nội bộ 내부   tranh thủ tham gia 최대한 참여하다   chủ yếu 주로

꼬마이의 체크 포인트!

*khi(∼할 때)를 활용한 다양한 표현!
ngay khi ∼하자마자 → ngay khi bật máy tính 컴퓨터를 켜자마자
trong khi ∼하는 동안에 → trong khi họp 회의하는 동안에
trước khi ∼하기 전에 → trước khi họp 회의하기 전에
sau khi ∼한 후에 → sau khi tan làm 퇴근 후에
mỗi khi ∼할 때마다 → mỗi khi đi làm việc bên ngoài 외근을 나갈 때마다

04
하루 일과

기상 후 일과
- tắm 샤워하다
- gội đầu 머리를 감다
- đánh răng 양치하다
- rửa mặt 세수하다
- mặc đồ/quần áo thoải mái
  편한 옷을 입다
- mặc đồ/quần áo lịch sự
  정장을 입다
- chuẩn bị hồ sơ/tài liệu
  서류를 챙기다
- ăn ngũ cốc 시리얼을 먹다
- uống một cốc/ly sữa 우유
  한 잔을 마시다

소요 시간
- 1 giờ/tiếng 1시간
- 30 phút 30분

교통 수단
- tàu điện ngầm 지하철
- xe buýt 버스
- xe riêng 자가용

추가 표현
- nếu đi tàu điện ngầm thì đổi
  chuyến 1 lần 지하철을 타면 한 번
  환승하다

회사에서의 일과
- kiểm tra email 이메일을 확인하다
- họp khoảng 1 giờ/tiếng 회의를
  약 1시간 정도 하다
- làm việc ở bên ngoài 외근을 가다
- đi công tác 출장을 가다

❶ 기상 시간

Tôi thường thức dậy lúc 시간 giờ sáng.
저는 보통 오전 _____시에 기상합니다.

_____

_____

❷ 기상 후 일과

Ngay khi thức dậy tôi 활동 1 và 활동 2.
일어나자마자 _____하고, _____합니다.

_____

_____

❸ 교통 수단 및 소요 시간

Từ nhà đến công ty mất khoảng 시간 giờ/tiếng đi bằng 교통수단.
집에서 회사까지 _____로 약 _____시간 정도 걸립니다.

_____

_____

❹ 회사에서의 일과

Tôi vừa đến công ty thì 활동 1 ngay rồi 활동 2.
출근하자마자 _____하고, _____합니다.

_____

_____

❺ 퇴근 후 일과

Dạo này tôi thấy việc 활동 rất thích.
요즘에는 _____ 하는 게 너무 좋습니다.

_____

_____

❻ 하루 일과에 대한 느낌

Tôi hài lòng với công việc trong một ngày của mình.
저는 제 하루 일과에 아주 만족합니다.

_____

_____

퇴근 후 일과
- học ngoại ngữ
  외국어 공부를 하다
- phát triển bản thân
  자기 개발을 하다
- học chỉnh sửa video
  영상 편집 공부를 하다
- làm việc nhà 집안일을 하다
- dọn dẹp nhà 집 청소를 하다
- mua sắm online 인터넷 쇼핑을 하다
- chăm sóc con 아이들을 돌보다
- đi ăn với đồng nghiệp cùng công ty 회식을 하다

나만의 답변 완성 노트!

출근 전 일과
- ☐ _____
- ☐ _____

출퇴근 방법
- ☐ _____
- ☐ _____

회사에서의 일과
- ☐ _____
- ☐ _____

퇴근 후 일과
- ☐ _____
- ☐ _____

05
프로젝트 경험

Bạn đã từng tiến hành một dự án nào đó ở công ty chưa?
Chủ đề dự án đó là gì? Bạn hãy nói rõ hơn về dự án mà bạn đã làm ở công ty.

당신은 회사에서 프로젝트를 진행한 적이 있나요?
그 프로젝트의 주제는 무엇이었나요? 당신이 회사에서 진행한 프로젝트에 대해서 설명해 주세요.

STEP1 내용 구성해 보기

- 프로젝트 진행 시기 및 목적
- 프로젝트 주제
- 프로젝트 진행
- 프로젝트 결과

STEP 2 관련 표현 떠올려 보기

프로젝트 목적	để đào tạo nhân viên mới 신입 사원 교육을 위해서 để khảo sát/điều tra thị trường 시장 조사를 위해서 để cải tiến sản phẩm 제품 향상을 위해서
프로젝트 주제	chương trình khảo sát ý kiến người tiêu dùng 소비자 의견 조사 프로그램 dự án quảng cáo ra mắt sản phẩm mới 신제품 출시 홍보 프로젝트 dự án hoạch định mô hình phát triển mới 신규 개발 모델 확정 프로젝트
프로젝트 진행	tiến hành khảo sát mức độ hài lòng của khách hàng 고객 만족도 수요 조사를 진행하다 khảo sát/điều tra thị trường 시장 조사를 하다 điều tra thị trường/khảo sát thực tế 현장 조사를 하다 phát biểu/trình bày/thuyết trình 발표하다
프로젝트 결과	mối quan hệ với các thành viên trong nhóm ngày càng trở nên thân thiết 팀원들과 사이가 더욱 돈독해지다 nhận được tràng pháo tay 박수를 받다

STEP 3 포인트 문장 떠올려 보기

- 기간 trước tôi được giao một dự án ở công ty 목적.
  _____ 전 저는 회사에서 _____를 위해서 프로젝트를 맡게 되었습니다.

- Dự án đó là 프로젝트 주제 및 설명.
  그 프로젝트는 _____이었습니다.

• Nhóm của chúng tôi có tổng nhân viên người, 인원 1 người được giao đi khảo sát thị trường, 인원 2 người làm PPT, còn tôi được phân công trình bày dự án.

우리 팀은 총 _____ 명이어서 _____ 명은 현장 조사를 맡았고, _____ 명은 PPT를 만들고, 제가 발표를 하게 되었습니다.

• Nhóm của chúng tôi làm việc rất ăn ý, sau khi kết thúc dự án 결과.

저희 팀은 화합이 좋았고 프로젝트 후 _____ 해졌습니다.

STEP 4 최종 답변하기

① 프로젝트 진행 시기 및 목적

Một năm trước tôi được giao một dự án ở công ty. Đó là một dự án rất quan trọng để được thăng chức.

② 프로젝트 주제

Dự án đó là tiến hành khảo sát nhu cầu và trình bày lý do tại sao người Việt Nam ưa chuộng sản phẩm Hàn Quốc. Vì công ty chúng tôi đang làm rất nhiều việc liên quan đến Việt Nam nên dự án này là rất cần thiết.

③ 프로젝트 진행

Nhóm của chúng tôi có 4 người, 2 người được giao đi khảo sát thị trường, 1 người làm PPT, còn tôi được phân công trình bày dự án. Nhóm khảo sát thị trường thì phỏng vấn người Việt Nam và điều tra nhu cầu, tôi thì dựa vào tài liệu đó và chuẩn bị thuyết trình.

④ 프로젝트 결과

Nhóm của chúng tôi làm việc rất ăn ý, sau khi kết thúc dự án mối quan hệ ngày càng thân thiết hơn. Kết quả dự án thành công ngoài mong đợi và tôi cũng đã được thăng chức.

해석 | ① 1년 전 저는 회사에서 한 프로젝트를 맡게 되었습니다. 그 프로젝트는 승진이 걸린 매우 중요한 프로젝트였습니다.
② 그 프로젝트는 바로 베트남 사람들이 왜 한국 상품을 선호하는지에 대해 수요 조사를 진행하고 발표하는 것이었습니다. 우리 회사는 베트남과 관련된 많은 업무를 하고 있기 때문에 이 프로젝트는 필수 프로젝트였습니다.
③ 우리 팀은 총 4명이어서 2명은 현장 조사를 맡았고, 1명은 PPT를 만들고, 제가 발표를 하게 되었습니다. 현장 조사팀은 베트남인들을 만나서 수요 조사를 진행했고, 저는 해당 자료를 보면서 발표 준비를 했습니다.
④ 우리 팀은 화합이 좋았고, 프로젝트 후 더욱 사이가 돈독해졌습니다. 프로젝트 결과는 기대 이상으로 성공적이었고, 승진도 할 수 있게 되었습니다.

표현 | được giao ~를 맡다   nhu cầu 수요   trình bày 나열/배열하다   ưa chuộng 선호하다   cần thiết 필수   phân công 일을 배분하다   dựa vào ~를 바탕으로/근거하여   tài liệu 자료   làm việc rất ăn ý/hợp rơ 손발이 척척 맞다   mối quan hệ 관계   thành công ngoài mong đợi 기대보다 성공적이다

꼬마이의 체크 포인트!

*학생 신분으로 프로젝트 경험을 말할 수 있는 표현도 살펴볼까요?

Em đã điều tra về tỉ lệ xin được việc rồi chuẩn bị dự án.
한국의 취업률을 조사하고 프로젝트를 준비했습니다.

Em đã điều tra về thị trường nhóm nhạc thần tượng của Hàn Quốc rồi chuẩn bị dự án.
한국의 아이돌 시장에 대해서 조사하고 프로젝트를 준비했습니다.

Em đã điều tra về các doanh nghiệp Hàn Quốc thành công tại Việt Nam rồi chuẩn bị dự án.
베트남에서 성공한 한국 기업들에 대해서 조사하고 프로젝트를 준비했습니다.

05
프로젝트 경험

프로젝트 주제

- dự án quảng cáo ra mắt sản phẩm mới
  신제품 출시 홍보 프로젝트
- dự án hoạch định mô hình phát triển mới
  신규 개발 모델 확정 프로젝트
- chương trình đào tạo nhân viên mới
  신입 사원 교육 프로그램
- chương trình khảo sát ý kiến người tiêu dùng
  소비자 의견 조사 프로그램
- chương trình phòng chống quấy rối tình dục nơi làm việc
  직장 내 성희롱 방지 프로그램

프로젝트 진행 업무

- khảo sát/điều tra thị trường
  시장 조사하다
- điều tra thị trường/khảo sát thực tế 현장 조사하다
- khảo sát qua phiếu khảo sát/ phiếu thăm dò 설문지 조사하다
- thu thập tài liệu 자료를 수집하다
- chuẩn bị bài thuyết trình 프레젠테이션을 준비하다
- làm/tạo PPT PPT를 만들다
- phát biểu/trình bày/thuyết trình 발표하다

① **프로젝트를 맡은 시기**

시기 trước tôi được giao một dự án ở công ty.

_____(년, 월, 일) 전에 저는 회사에서 한 프로젝트를 맡게 되었습니다.

_____

_____

② **프로젝트 설명**

Dự án đó là 프로젝트 주제 및 설명.

그 프로젝트는 _____이었습니다.

_____

_____

③ **프로젝트 진행 1**

Nhóm của chúng tôi có 총인원 người, 인원 1 người được giao đi khảo sát thị trường, 인원 2 người làm PPT, còn tôi được phân công trình bày dự án.

우리 팀은 총 _____명이어서 _____명은 현장 조사를 맡았고, _____명은 PPT를 만들고, 저는 발표를 하게 되었습니다.

_____

_____

④ **프로젝트 진행 2**

Tôi thì dựa vào tài liệu và chuẩn bị thuyết trình.

저는 자료를 보면서 발표 준비를 했습니다.

_____

_____

❺ 프로젝트 결과 1

Kết quả dự án thành công ngoài mong đợi.
프로젝트 결과는 기대 이상으로 성공적이었습니다.

_____

_____

❻ 프로젝트 결과 2

Sau khi kết thúc dự án, kết quả là _____ 결과.
프로젝트가 끝나고 결과는 _____이었어요.

_____

_____

프로젝트 결과
- nhận được tràng pháo tay
  박수를 받다
- nhận được kỳ nghỉ phép
  휴가를 받다
- nhận được tiền thưởng
  보너스를 받다
- nhận được lời khen 칭찬을 받다
- mối quan hệ với các thành
  viên trong nhóm ngày càng
  thân thiết 팀원들과 사이가 더욱
  돈독해지다
- thất bại 실패하다
- không ai hưởng ứng
  아무도 호응해 주지 않다
- mối quan hệ với các thành
  viên trong nhóm xấu đi
  팀원들과 사이가 안 좋아지다

나만의 답변 완성 노트!

프로젝트 진행 시기 및 목적

☐ _____

☐ _____

프로젝트 주제

☐ _____

☐ _____

프로젝트 진행

☐ _____

☐ _____

프로젝트 결과

☐ _____

☐ _____

CHAPTER 3

가족 및 집

한눈에 보는 질문 유형

Q1. Hãy giới thiệu về gia đình của bạn. Gia đình bạn có mấy người? Hãy giới thiệu về tuổi, nghề nghiệp, tính cách của các thành viên trong gia đình.
당신의 가족에 대해 소개해 주세요. 당신의 가족은 총 몇 명인가요? 가족 구성원의 나이, 직업, 성격 등을 소개해 주세요.

Q2. Mỗi ngày bạn có làm việc nhà không? Bạn và gia đình thường làm việc nhà gì? Và hãy nói cụ thể về việc nhà mà từng thành viên trong gia đình bạn phụ trách.
당신은 매일 집안일을 하시나요? 당신과 당신 가족은 보통 어떤 집안일을 하시나요? 그리고 가족 구성원이 각자 담당하는 집안일에 대해서 구체적으로 말해 주세요.

Q3. Khu phố bạn sống có những cơ sở tiện ích gì? Trong nhà, bạn thích chỗ nào nhất và tại sao, hãy nói cảm nghĩ của bạn về ngôi nhà. Hãy giới thiệu chi tiết về khu phố và nơi bạn đang sống.
당신이 사는 동네에는 어떤 편의 시설이 있나요? 집에서 당신이 가장 좋아하는 장소와 이유, 집에 대한 느낌을 이야기해 주세요. 당신이 살고 있는 거주지와 동네에 대해서 자세히 소개해 주세요.

01
가족 구성원 소개

Hãy giới thiệu về gia đình của bạn. Gia đình bạn có mấy người?
Hãy giới thiệu về tuổi, nghề nghiệp, tính cách của các thành viên trong gia đình.
당신의 가족에 대해 소개해 주세요. 당신의 가족은 총 몇 명인가요?
가족 구성원의 나이, 직업, 성격 등을 소개해 주세요.

STEP1 내용 구성해 보기

- 가족 구성원 소개
- 가족 구성원의 직업 및 나이
- 가족 구성원의 성격
- 가족 활동 및 분위기

STEP 2 관련 표현 떠올려 보기

구성원 및 띠	bố/ba/cha 아버지 mẹ/má 어머니 anh trai 오빠/형 chị gái 언니/누나 em trai 남동생 em gái 여동생 tý/chuột 자/쥐 sửu/trâu 축/물소 dần/hổ/cọp 인/호랑이 mẹo/mèo 묘/토끼(한국)/고양이(베트남) thìn/rồng 진/용 tị/rắn 사/뱀 ngọ/ngựa 오/말 mùi/dê 미/양(한국)/염소(베트남) thân/khỉ 신/원숭이 dậu/gà 유/닭 tuất/chó 술/개 hợi/lợn/heo 해/돼지
직업	thương gia 사업가 công viên chức nhà nước 공무원 đạo diễn truyền hình 방송국 PD sinh viên 대학생
성격	vui vẻ 유쾌한 cởi mở 털털한, 소탈한 thận trọng 신중한 nghiêm khắc 엄격한 chu đáo 자상한 cục cằn, thô lỗ 까칠한 hay thích đùa 장난끼가 많은 sang chảnh/chảnh/lạnh lùng 시크한
가족 활동	tổng vệ sinh 대청소하다 ăn ngoài 외식하다

STEP 3 포인트 문장 떠올려 보기

- Gia đình tôi có 인원 người là 구성원 1, 구성원 2, 구성원 3, và tôi.
  우리 가족은 _____, _____, _____, 그리고 저 이렇게 총 _____명입니다.

- Mẹ tôi sinh năm 년도 và tuổi 띠. Mẹ tôi là 직업.
  어머니는 _____년생 _____띠입니다. 어머니는 _____입니다.

- Mẹ tôi rất 성격 1 và 성격 2.
  어머니는 매우 _____하고, _____합니다.

• Cuối tuần, gia đình tôi thường cùng nhau 활동 1 hoặc 활동 2.

우리 가족은 주말이 되면 다 같이 _____ 하거나, _____ 합니다.

최종 답변하기

① 가족 구성원 소개

Sau đây tôi xin giới thiệu về gia đình của mình. Gia đình tôi có 5 người là bố, mẹ, anh trai, em gái và tôi.

② 가족 구성원의 직업 및 나이

Bố tôi sinh năm 58 và tuổi chó. Bố tôi hiện tại đang kinh doanh một công ty thương mại. Mẹ tôi sinh năm 64 và tuổi rồng. Mẹ tôi là công viên chức nhà nước. Anh trai tôi sinh năm 86 và tuổi hổ. Anh trai tôi là đạo diễn truyền hình. Em gái tôi sinh năm 94 và tuổi chó. Em gái tôi hiện tại đang chuẩn bị đi du học.

③ 가족 구성원의 성격

Bố tôi ngày thường rất vui vẻ nhưng khi làm việc thì cực kỳ thận trọng và nghiêm khắc. Mẹ tôi rất chu đáo và thân thiện. Anh trai tôi hay cười và thích đùa. Em gái tôi tính tình hơi chảnh một chút nhưng trong mắt tôi thì rất dễ thương.

④ 가족 활동 및 분위기

Cuối tuần, gia đình tôi thường cùng nhau tổng vệ sinh hoặc đi ăn ngoài. Vì ai cũng bận công việc riêng nên không thể thường xuyên nói chuyện với nhau thế nhưng gia đình tôi rất hòa thuận.

해석 | ① 지금부터 우리 가족을 소개하겠습니다. 우리 가족은 아버지, 어머니, 오빠, 여동생, 그리고 저 이렇게 총 5명입니다.

② 아버지는 58년 개띠입니다. 아버지는 현재 무역 관련 사업을 하십니다. 어머니는 64년 용띠입니다. 어머니는 공무원입니다. 오빠는 86년 호랑이띠입니다. 오빠는 방송국 PD로 일합니다. 여동생은 94년 개띠입니다. 제 여동생은 현재 유학을 준비하고 있습니다.

③ 아버지는 평소에 굉장히 유쾌하시지만, 일할 때는 굉장히 신중하고 엄격하십니다. 어머니는 매우 자상하고, 친절하십니다. 오빠는 웃음이 많고, 장난끼도 많습니다. 여동생은 약간 시크하지만 제 눈엔 매우 귀엽습니다.

④ 우리 가족은 주말이 되면 다 같이 대청소를 하거나, 함께 외식을 합니다. 각자 일이 바빠서 자주 이야기는 못하지만 우리 가족은 매우 화목합니다.

표현 | trong mắt tôi 내 눈에   dễ thương 귀여운   cùng nhau 함께   ai cũng 누구든   bận công việc riêng 각자 일이 바쁜   không thể ~할 수 없는   thường xuyên 자주   thế nhưng 하지만   hoà thuận 화목한

꼬마이의 체크 포인트!

*앞서 자기소개 시 학생 신분일 경우엔 자신을 em이라 칭하고, 직장인 신분일 경우엔 tôi로 칭했어요. 가족을 소개할 때도 신분에 맞게 자기 자신을 지칭하면 됩니다.

*베트남에서는 나이를 말할 때 생년이나 띠를 자주 언급하니 알아 두면 좋아요!
가족 구성원의 나이를 말할 때에도 Mẹ em 60 tuổi.(저희 어머니는 60세입니다.)와 같이 이야기해도 괜찮아요. 그리고 중요한 점은 나이를 말할 땐 절대 là(~이다)를 넣지 않아요. 참고로 베트남에서는 나이를 말할 때 출생 연도와 띠를 종종 이야기해요.

01
가족 구성원 소개

❶ 소개말

Sau đây tôi xin giới thiệu về gia đình của mình.
지금부터 우리 가족을 소개하겠습니다.

_____

_____

직업
- tác giả 작가
- cảnh sát/công an 경찰
- lính cứu hỏa 소방관
- người mẫu 모델
- diễn viên 연예인
- nhân viên công ty 직장인
- người làm việc tự do 프리랜서
- nhân viên bán hàng 판매원
- nhà thiết kế 디자이너
- nhà tạo mẫu tóc 헤어 디자이너
- nội trợ 주부

❷ 가족 구성원 및 인원

Gia đình tôi có 총인원 người là 구성원 1, 구성원 2, 구성원 3, và tôi.
우리 가족은 _____, _____, _____, 그리고 저 이렇게 총 _____ 명입니다.

_____

_____

❸ 구성원의 생년 및 띠

구성원 tôi sinh năm 년도 và tuổi 띠. 구성원 tôi là 직업.
_____는 _____년생 _____띠입니다. _____는 _____입니다.

_____

_____

성격
- ít nói 말이 없는
- nhiều chuyện/nói nhiều
  수다스러운(말이 많은)
- ngay thẳng/thật thà 정직한
- lịch thiệp 예의 바른
- tốt bụng/hiền lành 착한
- ngoan ngoãn 온순한

❹ 구성원의 성격

구성원 tôi rất 성격 1 và 성격 2.
_____는 매우 _____하고, _____합니다.

_____

_____

⑤ 가족 활동

Cuối tuần, gia đình tôi thường cùng nhau 활동 1 hoặc 활동 2.

우리 가족은 주말이 되면 다 같이 _____를 하거나, _____를 합니다.

활동
- đi du lịch 여행 가다
- họp gia đình 가족 회의를 하다
- chơi game 게임을 하다
- nấu ăn cùng nhau 함께 요리하다

_____

_____

⑥ 가족 분위기

Vì ai cũng bận công việc riêng nên không thể thường xuyên nói chuyện với nhau thế nhưng gia đình em rất 분위기.

각자 일이 바빠서 자주 이야기는 못하지만 우리 가족은 매우 _____합니다.

가족 분위기
- hòa thuận 화목하다
- yêu thương nhau 서로 사랑하다
- quan tâm lẫn nhau
  서로에게 관심을 갖다

_____

_____

나만의 답변 완성 노트!

가족 구성원 소개

☐ _____

☐ _____

가족 구성원의 직업 및 나이

☐ _____

☐ _____

가족 구성원의 성격

☐ _____

☐ _____

가족 활동 및 분위기

☐ _____

☐ _____

02
가족 구성원의 집안일

Mỗi ngày bạn có làm việc nhà không? Bạn và gia đình thường làm việc nhà gì?
Và hãy nói cụ thể về việc nhà mà từng thành viên trong gia đình bạn phụ trách.

당신은 매일 집안일을 하시나요? 당신과 당신 가족은 보통 어떤 집안일을 하시나요?
그리고 가족 구성원이 각자 담당하는 집안일에 대해서 구체적으로 말해 주세요.

STEP1 **내용 구성해 보기**

- 집안일을 하는 주기
- 부모님이 주로 하시는 집안일
- 나와 형제가 주로 하는 집안일
- 집안일에 대한 나의 생각 및 느낌

STEP 2 **관련 표현 떠올려 보기**

집안일 주기	một tuần một lần 일주일에 한 번 　 mỗi ngày 매일 　 mỗi cuối tuần 주말마다
부모님 담당	thay bóng đèn 전구를 교체하다 　 phân loại thu gom 분리수거하다 　 chuyển/ dời đồ nặng 무거운 짐을 옮기다 　 nấu ăn 요리하다 　 đi chợ 장보다 　 giặt đồ 세탁하다 　 rửa bát/chén 설거지하다
나와 동생이 담당	phơi quần áo/đồ 빨래를 널다 　 gấp/xếp quần áo/đồ 빨래를 개다 　 cho thú cưng ăn 반려동물에게 밥을 주다 　 dọn phân thú cưng 반려동물의 배변을 치우다
나의 생각	phải cùng nhau làm việc nhà 집안일은 다 같이 해야 한다 phải cố gắng làm việc nhà 집안일을 하려고 꼭 노력하다

STEP 3 **포인트 문장 떠올려 보기**

- Gia đình tôi tổng vệ sinh 주기 횟수.
  우리 가족은 ＿＿＿＿＿에 ＿＿＿＿＿번 대청소를 합니다.

- Bố chủ yếu 집안일 1 hay 집안일 2.
  아버지는 주로 ＿＿＿＿＿하시거나, ＿＿＿＿＿하십니다.

- 집안일 thì tôi và em trai/em gái của tôi thay phiên nhau.
  ＿＿＿＿＿는 저와 남/여동생이 번갈아 가면서 합니다.

- Ai cũng bận nhưng luôn nghĩ 집안일에 대한 생각.
  각자 너무 바쁘지만 ＿＿＿＿＿라고 생각합니다.

최종 답변하기

① 집안일을 하는 주기

Gia đình tôi tổng vệ sinh một tuần một lần. Thường thì mỗi người sẽ cố gắng tự dọn phòng của mình mỗi ngày.

② 부모님이 주로 하시는 집안일

Bố tôi bận nhưng luôn cố gắng làm việc nhà cùng cả nhà. Bố chủ yếu phân loại thu gom hoặc là thay bóng đèn, bố cũng giúp tôi khi phải chuyển đồ nặng. Mẹ tôi là người chịu trách nhiệm tất cả việc nhà. Đa số việc nhà mẹ đều làm nhưng hầu như mẹ sẽ phụ trách đi chợ và nấu ăn.

③ 나와 동생이 주로 하는 집안일

Tôi và em của tôi luôn cố gắng giúp mẹ. Chủ yếu là phơi đồ, gấp đồ. Và em của tôi thì phụ trách cho cún ăn, dọn phân. Dọn dẹp nhà vệ sinh thì tôi và em của tôi thay phiên nhau.

④ 집안일에 대한 나의 생각 및 느낌

Ai cũng bận nhưng luôn nghĩ nhất định phải cùng nhau làm việc nhà. Chính vì thế dù mệt mỏi nhưng nếu cùng nhau dọn dẹp thì tâm trạng ai cũng tốt và vui vẻ.

....

해석 | ① 우리 가족은 일주일에 한 번 대청소를 합니다. 보통 각자 방은 최대한 매일 정리하려고 노력합니다.

② 아버지는 일이 바쁘시지만 최대한 함께 집안일을 하려고 노력하십니다. 아버지는 주로 분리수거를 하시거나, 전구를 교체하시거나, 무거운 짐을 옮겨야 할 때 도와주십니다. 어머니는 우리집 집안일의 총책임자입니다. 대부분의 집안일을 어머니가 하시지만 장보기와 요리하기는 어머니가 담당하십니다.

③ 저와 동생은 최대한 어머니를 도와 드리려고 노력합니다. 주로 저는 빨래를 널거나, 빨래를 개는 일을 많이 합니다. 그리고 동생은 강아지 밥을 주고, 배변 치우는 일을 담당합니다. 화장실 청소는 저와 동생이 번갈아 가면서 합니다.

④ 각자 너무 바쁘지만 집안일은 다 같이 꼭 해야 한다고 생각합니다. 그래서 힘들더라도 다 함께 청소하고 나면 매우 상쾌하고 기분이 좋습니다.

표현 | **tổng vệ sinh** 대청소   **mỗi người** 각자   **cố gắng** 노력하다   **tự** 스스로   **dọn phòng** 방을 정리하다   **làm việc nhà** 집안일   **cả nhà** 가족 전체   **chủ yếu** 주로   **người chịu trách nhiệm** 책임자   **tất cả** 모든   **đa số** 다수의, 대부분   **hầu như** 거의   **mệt mỏi** 힘든   **cún** 강아지   **tâm trạng** 기분   **vui vẻ** 유쾌한, 상쾌한

꼬마이의 체크 포인트!

*dù A nhưng B = tuy/mặc dù A nhưng B 비록 A하지만 B하다

Tôi thấy tuy phiền phức nhưng tôi vẫn cố gắng làm việc nhà.

저는 비록 귀찮지만 집안일을 하려고 노력해요.

*상태/행위+nhau 서로 ～하다

thay phiên nhau 서로 번갈아 가면서 ～하다   cùng nhau 서로/함께 ～하다   giống nhau 서로 같다   khác nhau 서로 다르다   gặp nhau 서로 만나다

02
가족 구성원의 집안일

주기
- **một tháng một lần** 한 달에 한 번 (lần은 '번, 회'라는 뜻으로 횟수를 넣을 때만 사용)
- **mỗi thứ bảy** 토요일마다
- **mỗi khi có thời gian** 시간이 있을 때마다

집안일
- **nấu ăn** 요리하다
- **giặt đồ** 세탁하다
- **rửa bát/chén** 설거지를 하다
- **đi chợ** 장보다
- **hút bụi** 청소기를 돌리다
- **chuyển đồ nội thất** 가구를 옮기다
- **lau nhà** 바닥을 닦다
- **là/ủi đồ(quần áo)** 다리미질을 하다
- **chăm vườn** 정원을 관리하다
- **quét nhà** 바닥을 쓸다
- **gấp/xếp quần áo/đồ** 빨래를 개다
- **phơi quần áo/đồ** 빨래를 널다
- **lau bàn ăn** 식탁을 치우다
- **sắp xếp giày dép** 신발을 정리하다
- **lau cửa kính** 유리창을 닦다
- **dọn phân thú cưng** 반려동물의 배변을 치우다
- **cho thú cưng ăn** 반려동물에게 밥을 주다

❶ 대청소를 하는 주기

Gia đình tôi tổng vệ sinh 주기 횟수.
우리 가족은 _____에 _____번 대청소를 합니다.

_____

_____

❷ 아버지가 주로 하시는 집안일

Bố chủ yếu 집안일 1 hoặc là 집안일 2.
아버지는 주로 _____하시거나, _____하십니다.

_____

_____

❸ 어머니가 주로 하시는 집안일

Đa số việc nhà mẹ đều làm nhưng hầu như mẹ sẽ phụ trách 집안일 1 và 집안일 2.
대부분의 집안일을 어머니가 하시지만 _____와 _____는 어머니가 담당하십니다.

_____

_____

❹ 나와 형제가 하는 집안일

집안일 thì tôi và em trai/em gái của tôi thay phiên nhau.
_____는 저와 남/여동생이 번갈아 가면서 합니다.

_____

_____

⑤ 집안일에 대한 나의 생각

Ai cũng bận nhưng luôn nghĩ 집안일에 대한 생각.

각자 너무 바쁘지만 _____라고 생각합니다.

_____

_____

⑥ 집안일을 하고 난 느낌

Chính vì thế dù mệt mỏi nhưng nếu cùng nhau dọn dẹp thì tâm trạng ai cũng 느낌.

그래서 힘들더라도 다 함께 청소하고 나면 매우 _____합니다.

_____

_____

집안일을 하고 난 느낌
- tốt và vui vẻ/tốt và thoải mái
  상쾌하고 기분이 좋다
- hứng khởi và vui vẻ
  즐겁고 신나다

나만의 답변 완성 노트!

집안일을 하는 주기

☐ _____

☐ _____

부모님이 주로 하시는 집안일

☐ _____

☐ _____

나와 형제가 주로 하는 집안일

☐ _____

☐ _____

집안일에 대한 나의 생각 및 느낌

☐ _____

☐ _____

03
거주지 및 동네 소개

Khu phố bạn sống có những cơ sở tiện ích gì?
Trong nhà, bạn thích chỗ nào nhất và tại sao, hãy nói cảm nghĩ của bạn về ngôi nhà.
Hãy giới thiệu chi tiết về khu phố và nơi bạn đang sống.

당신이 사는 동네에는 어떤 편의 시설이 있나요?
집에서 당신이 가장 좋아하는 장소와 이유, 집에 대한 느낌을 이야기해 주세요.
당신이 살고 있는 거주지와 동네에 대해서 자세히 소개해 주세요.

STEP1 내용 구성해 보기

- 주거 지역 및 주거 형태
- 주변 편의 시설
- 집 소개(구조, 좋아하는 공간과 이유)
- 집, 동네 분위기

STEP 2 관련 표현 떠올려 보기

주거 지역 및 주거 형태	thành phố Seoul 서울시 quận Kwangjin 광진구 thành phố lớn/đại đô thị 대도시 chung cư 아파트 phòng đơn 원룸 nhà phố/nhà riêng 주택 biệt thự 대저택 ký túc xá 기숙사 officetel 오피스텔
주변 편의 시설	bệnh viện 병원 phòng tập gym 헬스장 nhà hàng/quán ăn 식당 hiệu sách/nhà sách 서점 ga tàu điện ngầm 지하철역 trạm xa buýt 버스 정류장
집 구조, 좋아하는 공간과 이유	phòng khách 거실 phòng ngủ chính 안방 nhà tắm 욕실 nhà vệ sinh 화장실 phòng ngủ 침실 phòng của tôi 내 방 có thể nghỉ ngơi 휴식을 즐길 수 있다 có thể ngắm cảnh qua cửa sổ 창문을 통해 풍경을 볼 수 있다
집, 동네 분위기	ấm cúng 아늑하다 yên bình 편안하다 tĩnh mịch 조용하고 어두컴컴하다 yên ắng 조용하다 náo nhiệt 시끌벅적하다 hỗn tạp 혼잡하다 phức tạp/đông đúc 복잡하다

STEP 3 포인트 문장 떠올려 보기

- Tôi đang sống ở quận 구 thành phố 시 và cách 기준 위치 시간 phút.
  저는 _____에서 _____분 거리에 있는 _____시 _____구에 살고 있습니다.
- Ở khu phố có nhiều cơ sở tiện ích như 시설 1, 시설 2, 시설 3 v.v.
  동네에는 _____, _____, _____ 등 많은 편의시설이 갖추어져 있습니다.

- Trong nhà, tôi thích nhất là 공간.

  저는 우리집에서 _____을 가장 좋아합니다.

- Nhà tôi rất 분위기 1 và 분위기 2.

  우리집은 굉장히 _____하고 _____합니다.

STEP 4 **최종 답변하기**

① 주거 지역 및 주거 형태

Tôi đang sống ở quận Kwangjin thành phố Seoul và cách công ty 10 phút. Tôi đang sống cùng gia đình ở một ngôi nhà phố.

② 주변 편의 시설

Ở khu phố có nhiều cơ sở tiện ích như bệnh viện, phòng tập gym, quán ăn, nhà sách v.v. Hơn nữa cũng gần ga tàu điện ngầm và trạm xe buýt nên rất tiện lợi.

③ 집 소개(집 구조, 좋아하는 공간과 이유)

Nhà tôi có 3 phòng, 2 nhà vệ sinh. Phòng ngủ chính thì bố mẹ dùng, tôi và em gái mỗi người có một phòng riêng. Trong nhà, tôi thích nhất là phòng của tôi. Bởi vì trong phòng tôi vừa có giường vừa có tivi. Hơn nữa, tôi có thể chơi game bằng điện thoại trong phòng bất cứ lúc nào.Thế nên tôi thấy rất thoải mái.

④ 집, 동네 분위기

Nhà tôi rất ấm cúng và yên bình. Khu phố tôi sống có nhiều cơ sở tiện ích nhưng trái lại rất yên tĩnh và dễ chịu.

해석 | ① 저는 회사에서 10분 거리에 있는 서울시 광진구에 살고 있습니다. 저는 가족과 함께 주택에서 살고 있습니다.
② 동네에는 병원, 헬스장, 식당, 서점 등 많은 편의 시설이 갖추어져 있습니다. 또한 지하철역과 버스 정류장도 가까워서 매우 편리합니다.
③ 우리집은 방 3개, 화장실 2개가 있습니다. 안방은 부모님이 사용하시고, 저랑 동생이 하나씩 방을 사용합니다. 저는 우리 집에서 제 방을 가장 좋아합니다. 왜냐하면 제 방에는 티비도 있고 침대도 있습니다. 또한 언제든지 제 방에서 핸드폰 게임을 할 수 있습니다. 그래서 제가 느끼기에 매우 편합니다.
④ 우리집은 굉장히 아늑하고 편안합니다. 제가 살고 있는 동네 또한 편의 시설이 잘 갖추어져 있는 반면 동네가 조용해서 살기 편합니다.

표현 | cách 간격, 거리   ngôi nhà phố 주택   khu phố 동네   cơ sở tiện tích 편의 시설   v.v/vân vân 기타 등등
hơn nữa 게다가   gần 가까운   tiện lợi 편리한   riêng 개인의   bởi vì 왜냐하면   ấm cúng 아늑한, 따뜻한

꼬마이의 체크 포인트!

*베트남에서는 '휴대폰을 하다/보다'라고 말하지 않고 휴대폰으로 무엇을 하는지 구체적으로 말해요.

Tôi chơi game bằng điện thoại. 저는 휴대폰으로 게임을 해요. / Tôi xem Youtube bằng điện thoại. 저는 휴대폰으로 유튜브를 봐요. / Tôi nghe nhạc bằng điện thoại. 저는 휴대폰으로 음악을 들어요. / Tôi nói chuyện bằng điện thoại. 저는 휴대폰으로 친구와 대화해요. / Tôi mua sắm bằng điện thoại. 저는 휴대폰으로 쇼핑을 해요.

*A(장소 1)+cách+B(장소 2)+(이동 수단)+C(시간) A는 B로부터 (~로) C만큼 떨어져 있다

Nhà tôi cách công ty khoảng 10 phút đi bộ. 우리 집은 회사로부터 걸어서 약 10분 정도 떨어져 있어요.
Công ty tôi cách ga tàu điện ngầm 1 cây số. 우리 회사는 지하철역으로부터 1km 떨어져 있어요.

03
거주지 및 동네 소개

주거 지역
- gần Seoul 서울 근처
- gần Sông Hàn 한강 근처
- ngoại ô Seoul 서울 외곽
- cách trường 10 phút 학교 10분 거리

① 주거 지역

Tôi đang sống ở quận 구 thành phố 시 và cách 기준 위치 시간 phút.

저는 _____에서 _____분 거리에 있는 _____시 _____구에 살고 있습니다.

편의 시설
- cửa hàng tiện lợi 편의점
- tiệm giặt là/ủi 세탁소
- siêu thị lớn 대형 마트
- công viên 공원
- quán cà phê 카페
- trung tâm thương mại 백화점
- văn phòng môi giới bất động sản 부동산 (중개소)

② 주변 편의 시설

Ở khu phố có nhiều cơ sở tiện ích như 시설 1, 시설 2, 시설 3 v.v.

동네에는 _____, _____, _____ 등 많은 편의 시설이 갖추어져 있습니다.

③ 집 구조

Nhà tôi có 갯수 1 phòng, 갯수 2 nhà vệ sinh.

우리집은 방 _____개, 화장실 _____개가 있습니다.

좋아하는 공간
- phòng ăn 다이닝 룸
- nhà bếp 주방
- hành lang/hàng hiên 베란다
- ban công 발코니
- sảnh 현관
- phòng học 서재, 공부방
- phòng của tôi 내 방

④ 가장 좋아하는 공간

Trong nhà, tôi thích nhất là 좋아하는 공간.

저는 우리집에서 _____를 가장 좋아합니다.

⑤ 그 공간을 좋아하는 이유

Bởi vì trong phòng tôi vừa có 물건/가구 vừa có 물건/가구. Thế nên tôi thấy rất thoải mái.

왜냐하면 제 방에는 _____도 있고, _____도 있습니다. 그래서 제가 느끼기에 매우 편합니다.

_____

_____

물건 및 가구
- máy tính xách tay 노트북
- máy vi tính 컴퓨터
- bàn học 책상
- bàn trang điểm 화장대
- ghế mát xa 안마 의자
- gương to 큰 거울
- cửa sổ to 큰 창문

⑥ 집 분위기

Nhà tôi rất 분위기 1 và 분위기 2.

우리집은 굉장히 _____ 하고 _____ 합니다.

_____

_____

분위기
- yên bình 평화롭다
- ấm áp 따뜻하다
- đơn giản 미니멀하다
- sáng sủa 밝다
- tối tăm/u ám 어둡다

나만의 답변 완성 노트!

주거 지역 및 주거 형태

☐ _____

☐ _____

주변 편의 시설

☐ _____

☐ _____

집 구조, 좋아하는 공간과 이유

☐ _____

☐ _____

집, 동네 분위기

☐ _____

☐ _____

CHAPTER 4

여가 활동

📌 한눈에 보는 질문 유형

Q1. Bạn thích thể loại phim nào, không thích thể loại phim nào? Và lý do là gì? Bạn thường xem phim khi nào và với ai? Bạn hãy giới thiệu về phim đã xem gần đây.
당신은 어떤 영화 장르를 좋아하고, 어떤 영화 장르를 싫어하나요? 그리고 그 이유는 무엇인가요? 당신은 보통 언제, 누구와 영화를 보러 가나요? 당신이 최근에 본 영화를 소개해 주세요.

Q2. Bạn thích thể loại biểu diễn nghệ thuật nào? Bạn đã làm thế nào để mua vé xem biểu diễn? Bạn hãy nói về buổi biểu diễn đáng nhớ nhất.
당신은 어떤 공연 장르를 좋아하나요? 그 공연을 보기 위해서 어떻게 예매를 했나요? 당신이 가장 기억에 남는 공연에 대해서 말해 주세요.

Q3. Bạn chủ yếu thích xem môn thể thao nào? Bạn chủ yếu xem thể thao với ai, khi nào và ở đâu? Bạn hãy giới thiệu về đội tuyển hoặc vận động viên thể thao mà bạn yêu thích.
당신은 주로 어떤 스포츠를 즐겨 보나요? 주로 누구와 언제, 어디에서 스포츠를 함께 보나요? 당신이 가장 기억에 남는 공연에 대해서 말해 주세요.

Q4. Bạn chủ yếu đi công viên nào, đi khi nào và với ai? Đến công viên bạn chủ yếu làm những hoạt động gì? Công viên mà bạn hay đến có cái gì, hãy miêu tả về công viên đấy.
당신은 주로 어느 공원에 가고, 언제 누구와 가나요? 공원에 가서 당신은 주로 어떤 활동을 하나요? 당신이 자주 가는 공원에는 무엇이 있는지, 그 공원에 대해 묘사해 주세요.

Q5. Bạn chọn thích đi biển trong bài khảo sát. Hãy nói về việc tại sao bạn thích đi biển, bạn chủ yếu đi biển nào và khi nào. Hãy giới thiệu về bãi biển để lại cho bạn kỷ niệm đáng nhớ.
당신은 해변가는 것을 좋아한다고 설문 조사에서 선택했습니다. 왜 해변 가는 것을 좋아하는지, 주로 어느 해변으로 가고 언제 가는지 말해 주세요. 그리고 기억에 남는 해변이 있다면 소개해 주세요.

Q6. Bạn chủ yếu đi cắm trại khi nào và với ai? Bạn chuẩn bị gì trước khi đi cắm trại? Và bạn hãy nói về những việc bạn làm khi đi cắm trại.
당신은 주로 언제 누구와 함께 캠핑을 가나요? 캠핑 가기 전에 어떤 것들을 준비하나요? 그리고 캠핑에 가서 보통 무엇을 하는지 설명해 주세요.

01
영화 보기

Bạn thích thể loại phim nào, không thích thể loại phim nào?

Và lý do là gì? Bạn thường xem phim khi nào và với ai?

Bạn hãy giới thiệu về phim đã xem gần đây.

당신은 어떤 영화 장르를 좋아하고, 어떤 영화 장르를 싫어하나요?

그리고 그 이유는 무엇인가요? 당신은 보통 언제, 누구와 영화를 보러 가나요?

당신이 최근에 본 영화를 소개해 주세요.

STEP1 내용 구성해 보기

- 좋아하거나 싫어하는 영화 장르 소개 및 이유
- 최근에 본 영화 소개(장르, 내용, 느낌)
- 언제, 누구와 영화를 보러 가는지
- 영화를 즐기는 법

STEP 2 관련 표현 떠올려 보기

영화 장르	thể loại phim 영화 장르　　phim tình cảm 로맨스 영화, 멜로 영화　　phim tình cảm hài 로맨틱 코미디 영화　　phim giả tưởng 판타지 영화　　phim tài liệu 다큐멘터리 영화　　phim hành động 액션 영화　　phim hài 코미디 영화
좋아하는 이유	giải tỏa căng thẳng 스트레스가 풀리다　　tập trung tốt hơn 더 집중이 잘 되다 cảm thấy mãn nguyện thay cho nhân vật xuất hiện trong phim đó 영화 속 등장인물을 통해 대리 만족을 느끼다　　có thể cười nhiều 많이 웃을 수 있다
싫어하는 이유	quá đáng sợ 너무 무섭다　　tàn nhẫn, dã man 잔인하다　　ghê tởm 끔찍하다 ngược lại còn thêm căng thẳng 오히려 스트레스를 받는다
영화 감상 느낌	cứ lẩn quẩn trong đầu 머릿속에 계속 맴돌다　　sợ hãi 무섭다　　gay cấn/hồi hộp 스릴이 있다　　cảm động 감동적이다　　tính giáo dục 교육적이다　　nhàm chán 지루하다　　cốt truyện hay 스토리가 탄탄하다

STEP 3 포인트 문장 떠올려 보기

- Tôi thích nhiều thể loại phim nhưng trong số đó tôi thích 영화 장르.
  저는 다양한 영화 장르를 좋아하지만 그중에서 _____를 좋아합니다.

- Lý do là vì xem 영화 장르 tôi thấy 좋은/싫은 이유.
  그 이유는 _____ 영화를 보면 제가 _____하기 때문입니다.

- Tôi thường đi đến rạp chiếu phim gần 근처 장소 để xem phim một mình hoặc xem với 동행인.
  저는 보통 _____ 근처 영화관을 가서 혼자 영화를 보거나 _____와 (함께) 영화를 봅니다.
- Nếu đi đến rạp chiếu phim thì tôi thường mua 먹을거리 1 và 먹을거리 2 rồi vừa ăn vừa xem.
  영화관을 가면 저는 _____와 _____를 사서 영화를 보면서 먹습니다.

STEP 4   최종 답변하기

① 좋아하거나 싫어하는 영화 장르 소개 및 이유
Tôi thích nhiều thể loại phim nhưng trong số đó tôi thích phim hành động. Lý do là vì xem phim hành động tôi thấy giải tỏa căng thẳng. Và thể loại phim tôi ghét là phim kinh dị. Nếu xem phim kinh dị thì nó cứ lẩn quẩn trong đầu nên rất sợ.

② 최근에 본 영화 소개
Tôi thích phim siêu anh hùng. Gần đây tôi xem lại phim "The Avengers", nội dung về các siêu anh hùng cứu thế giới để lại cho tôi ấn tượng sâu sắc. Cảnh những anh hùng đánh nhau với kẻ ác rất gay cấn và hồi hộp.

③ 언제, 누구와 영화를 보러 가는지
Tôi thường đi đến rạp chiếu phim gần nhà để xem phim một mình hoặc xem với bạn vào cuối tuần. Tuy nhiên dạo này việc xem phim một mình ở nhà cũng rất thích.

④ 영화를 즐기는 법
Nếu đi đến rạp chiếu phim thì tôi thường mua nước và bỏng ngô rồi vừa ăn vừa xem. Nếu xem phim ở nhà thì tôi thường vừa xem vừa uống bia và ăn gà rán. Thế là sẽ có một ngày thật hạnh phúc.

....

해석 | ① 저는 다양한 영화 장르를 좋아하지만 그중에서 액션 영화를 좋아합니다. 그 이유는 액션 영화를 보면 스트레스가 풀리기 때문입니다. 그리고 싫어하는 영화 장르는 공포 영화입니다. 공포 영화를 보면 계속 머릿속에 맴돌아서 너무 무섭습니다.
② 저는 히어로물 영화를 좋아합니다. 최근에 어벤져스를 다시 봤는데 여러 주인공들이 지구를 지키는 내용이 인상 깊었습니다. 영웅들이 악당들과 싸우는 장면이 아주 스릴 있고, 떨렸습니다.
③ 저는 보통 주말에 집 근처 영화관을 가서 혼자 영화를 보거나 친구와 영화를 봅니다. 그런데 요즘은 집에서 혼자 영화를 보는 것도 좋습니다.
④ 영화관을 가면 저는 음료수와 팝콘을 사서 영화를 보면서 먹습니다. 집에서 영화를 본다면 치맥(치킨과 맥주)을 먹으면서 영화를 봅니다. 그러면 하루가 아주 행복합니다.

표현 | là vì ~하기 때문이다   giải toả 해소하다   ghét 싫어하다   siêu anh hùng 슈퍼히어로, 영웅   ấn tượng 인상적인   sâu sắc 깊은, 아주   cảnh 배경, 장면   kẻ ác 악당   đánh nhau 몸싸움하다   hồi hộp 떨리다, 긴장되다   tuy nhiên 하지만   bỏng ngô/bắp rang 팝콘   thế là 그러면

꼬마이의 체크 포인트!

*영화 내용에 따라 활용 가능한 예시 문장을 살펴보세요!
- Tình yêu của hai nhân vật chính để lại ấn tượng sâu sắc. 두 주인공의 사랑 이야기가 인상 깊었다.
- Phim nói về tình bằng hữu của những người bạn. 친구와의 우정을 다룬 영화이다.
- Phim nói về tình yêu và sự quý trọng gia đình. 가족의 소중함과 사랑을 다룬 영화이다.
- Nội dung nói về chính trị xã hội. 사회 정치를 다룬 내용이다.
- Nội dung nói về những vấn đề của xã hội hiện đại. 현대 사회의 문제점을 다룬 내용이다.

01
영화 보기

영화 장르
- phim kinh dị 공포 영화
- phim khoa học viễn tưởng 공상과학 영화, SF 영화
- phim chiến tranh 전쟁 영화
- phim tội phạm hình sự 느와르 영화
- phim thám hiểm 모험 영화
- phim trinh thám 미스터리 영화
- phim hài 코미디 영화
- phim giả tưởng 판타지 영화
- phim tình cảm 로맨스 영화, 멜로 영화

좋아하는 이유
- tập trung tốt hơn 집중이 더 잘 되다
- giải tỏa căng thẳng 스트레스가 풀리다
- có thể cười nhiều 많이 웃을 수 있다

싫어하는 이유
- thời gian chiếu dài 러닝 타임이 길다
- khó chịu 불편하다
- không hiểu 이해가 안 되다
- nội dung khó hiểu 내용이 어렵다
- ngược lại còn thêm căng thẳng 오히려 스트레스를 받다

영화 감상 추가 표현
- nhân vật xuất hiện trong phim rất hay 등장인물이 너무 좋다
- cốt truyện hay 스토리가 탄탄하다
- giật mình/thót tim 깜짝 놀라다 (섬뜩하다)
- yên lặng 잔잔하다
- tính nhân văn 인간적이다
- cảnh trong phim đẹp 영화 속 배경이 아름답다
- cảm động 감동적이다
- tính giáo dục 교육적이다

❶ 좋아하는 영화 장르

Tôi thích nhiều thể loại phim nhưng trong số đó tôi thích 영화 장르.
저는 다양한 영화 장르를 좋아하지만 그중에서 _____를 좋아합니다.

---

❷ 해당 장르를 좋아하는 이유

Lý do là vì xem 영화 장르 tôi thấy 좋아하는 이유.
그 이유는 _____ 영화를 보면 _____하기 때문입니다.

---

❸ 싫어하는 영화 장르

Và thể loại phim tôi ghét là 장르.
그리고 싫어하는 영화 장르는 _____입니다.

---

❹ 해당 장르를 싫어하는 이유

Nếu xem 영화 장르 thì 싫어하는 이유 nên tôi không thích lắm.
만약 _____ 영화를 보면 _____해서 저는 좋아하지 않습니다.

---

❺ 누구와 함께 영화를 보는지

Tôi thường đi đến rạp chiếu phim gần 근처 장소 để xem phim một mình hoặc xem với 동행인.

저는 _____ 근처 영화관을 가서 영화를 보거나 _____와 (함께) 영화를 봅니다.

_____

_____

❻ 영화를 즐기는 법

Nếu đi đến rạp chiếu phim thì tôi thường mua 먹을거리 1 và 먹을거리 2.

영화관을 가면 저는 _____와 _____를 사서 영화를 보면서 먹습니다.

_____

_____

먹을거리
- mực bơ 오징어버터구이
- bim bim 스낵
- hotdog 핫도그
- nước ngọt có ga 탄산음료
- coca 콜라
- nước ép 주스
- cà phê 커피
- nước suối 생수

나만의 답변 완성 노트!

좋아하는 영화 장르와 싫어하는 영화 장르

☐ _____

☐ _____

최근에 본 영화

☐ _____

☐ _____

언제, 누구와 영화를 보러 가는지

☐ _____

☐ _____

영화를 즐기는 법

☐ _____

☐ _____

02
공연 보기

Bạn thích thể loại biểu diễn nghệ thuật nào? Bạn đã làm thế nào để mua vé xem biểu diễn?
Bạn hãy nói về buổi biểu diễn đáng nhớ nhất.

당신은 어떤 공연 장르를 좋아하나요? 그 공연을 보기 위해서 어떻게 예매를 했나요?
당신이 가장 기억에 남는 공연에 대해서 말해 주세요.

STEP1 내용 구성해 보기

- 좋아하는 공연 장르
- 공연 예매 방법
- 기억에 남는 공연(공연을 감상한 느낌)
- 공연을 보고 난 후 활동

STEP 2 관련 표현 떠올려 보기

공연 장르	kịch nói 연극　　nhạc kịch/ca kịch 뮤지컬　　nhạc cổ điển 클래식　　hài kịch 개그, 희극
예매 방법	mua vé trước qua Internet 인터넷 예매　　mua vé trước qua ứng dụng/ app trên điện thoại 휴대폰 앱으로 예매　　trực tiếp đến và mua vé 직접 가서 예매
공연을 감상한 느낌	rất hay/vui 너무 재미있다　　rất cảm động 매우 감동적이다　　kịch tính 짜릿하다 tôi cảm thấy các nghệ sĩ biểu diễn rất tuyệt vời 공연하는 분들이 대단하다고 느 끼다(베트남어로는 '분'보다 '연예인(nghệ sĩ)'이라고 표현)
공연을 보고 난 후 활동	đi ăn cơm với bạn 친구와 밥을 먹으러 가다　　đi uống cà phê với bạn 친구와 커피를 마시러 가다

STEP 3 포인트 문장 떠올려 보기

- Tôi rất thích đi xem biểu diễn. Trong số đó tôi rất thích xem 장르.
  저는 공연 보러 가는 것을 매우 좋아합니다. 그중에서도 특히 _____(장르의) 공연 보는 것을 좋아합니다.

- Thường thì tôi 예매 방법.
  보통 저는 _____합니다.

- Buổi biểu diễn đấy 감상.
  그 공연은 _____했습니다.

- Sau khi xem biểu diễn xong, tôi đã 활동.
  공연을 보고 난 후, 저는 _____했습니다.

① **좋아하는 공연 장르**

Tôi rất thích đi xem biểu diễn. Trong số đó tôi rất thích xem hài kịch. Tôi chủ yếu xem hài kịch ở Daehak-ro hoặc Hong Dae với bạn.

② **공연 예매 방법**

Thường thì tôi đến trực tiếp mua vé nhưng vì mua trước qua Internet thì được giảm giá 10% nên tôi mua vé online nhiều hơn.

③ **기억에 남는 공연**

Dạo này bận nên tôi không hay đi xem nhưng khoảng 2 năm trước tôi đã đi xem biểu diễn hài kịch với bạn. Buổi biểu diễn đấy rất hay và thú vị. Gần đây hài kịch nói về tình yêu hoặc trào phúng những vấn đề xã hội rất vui, vì cười nhiều nên tôi giải tỏa được căng thẳng.

④ **공연을 보고 난 후 활동**

Sau khi xem biểu diễn xong, tôi và bạn thường ăn pizza hay pasta ở quán ăn gần đó. Chúng tôi vừa ăn vừa nói chuyện về buổi hài kịch đã xem ngày hôm ấy. Nếu sau này có cơ hội, tôi muốn đi xem nữa.

해석 │ ① 저는 공연 보러 가는 것을 매우 좋아합니다. 그중에서도 저는 특히 개그 공연 보는 것을 좋아합니다. 주로 대학로나 홍대에서 친구와 함께 개그 공연을 즐깁니다.
② 보통 직접 가서 구매하는 경우도 있지만, 인터넷에서 예매하면 10% 정도 할인하기 때문에 온라인으로 티켓을 구매하는 경우가 더 많습니다.
③ 요즘에는 바빠서 자주 못 가지만 약 2년 전에 친구와 함께 개그 공연을 보러 갔습니다. 그 공연은 매우 유쾌하고 즐거웠습니다. 최근 사회 문제를 풍자하거나, 연애 관련 개그를 하는데 너무 재밌었고, 많이 웃어서 스트레스가 풀렸습니다.
④ 공연을 본 후, 저는 친구와 함께 근처 식당에서 피자와 파스타를 먹었습니다. 먹으면서 우린 그날 본 개그 공연에 대해서 이야기했습니다. 다음에 기회가 된다면 또 보고 싶습니다.

표현 │ biểu diễn 공연(하다)   trong số đó 그중에서   chủ yếu 주로   thường thì 보통은   trực tiếp 직접   vé 표   được 가능하다   giảm giá 할인하다   gần đây 최근에   nói về ~에 대해 말하다   trào phúng 풍자하다   vấn đề 문제   xã hội 사회   cười nhiều 많이 웃다   giải toả 해소하다   căng thẳng 스트레스   cơ hội 기회

p210 참고

꼬마이의 **체크 포인트!**

*buổi를 써서 동사를 명사로 쓸 수 있어요!

biểu diễn은 '공연하다, 연주하다'라는 뜻을 지닌 동사예요. 이 동사 앞에 buổi를 붙여서 buổi biểu diễn이라고 표현하면 '공연, 연주'라는 뜻을 지닌 명사가 된답니다.

biểu diễn (동사) → <u>buổi</u> biểu diễn (명사)

여기서 잠깐! 모든 동사, 형용사 앞에 공통적으로 buổi를 붙인다고 해서 명사가 되는 건 아니에요. 단어마다 명사로 쓸 수 있는 표현이 다르니 주의해야 해요.

02
공연 보기

장르
- múa 무용
- nhảy 춤
- b-boy/b-girl 비보이/비걸
- hip hop 힙합
- nhạc truyền thống 국악
- nhóm nhạc thần tượng 아이돌
- nhạc hội/hòa nhạc/buổi biểu diễn 콘서트
- nhóm nhạc 밴드
- khiêu vũ thể thao 스포츠 댄스

❶ 좋아하는 공연 장르

Tôi rất thích đi xem biểu diễn. Trong số đó tôi rất thích xem 장르.
저는 공연 보러 가는 것을 매우 좋아합니다. 그중에서도 특히 _____ (장르의) 공연 보는 것을 좋아합니다.

_____

_____

예매 방법
- được tặng vé 티켓을 선물 받다
- có vé miễn phí 공짜 티켓이 있다
- mua vé trước qua Internet 인터넷 예매
- mua vé trước qua ứng dụng/ app trên điện thoại 휴대폰 앱으로 예매
- trực tiếp đến và mua vé 직접 가서 예매

❷ 주로 하는 공연 예매 방법

Thường thì tôi 예매 방법.
보통 저는 _____합니다.

_____

_____

❸ 공연 보러 간 경험

Dạo này bận nên tôi không hay đi xem nhưng khoảng 숫자 năm trước tôi đã đi xem 장르 với bạn.
요즘에는 바빠서 자주 못 가지만 약 _____년 전에 친구와 함께 _____ (장르의) 공연을 보러 갔습니다.

_____

_____

감상 느낌
- rất cảm động 매우 감동적이다
- rất hay/vui 너무 재미있다
- kịch tính 짜릿하다
- rất tuyệt vời 매우 대단하다

❹ 공연을 감상한 느낌

Buổi biểu diễn đấy/đó 감상.
그 공연은 _____했습니다.

_____

_____

❺ 공연을 보고 난 후 활동

Sau khi xem biểu diễn xong, tôi đã 활동.

공연을 보고 난 후 저는 _____ 했습니다.

_____

_____

공연 보고 난 후 활동
- đợi để xin chữ ký 사인을 받기 위해 기다리다
- viết bình luận trên trang web 홈페이지에 감상평을 남기다
- đi ăn cơm với bạn 친구와 밥을 먹으러 가다
- đi uống cà phê với bạn 친구와 커피를 마시러 가다

❻ 마무리

Nếu sau này có cơ hội, tôi muốn đi xem nữa.

다음에 기회가 된다면 또 보고 싶습니다.

_____

_____

나만의 답변 완성 노트!

좋아하는 공연 장르

☐ _____

☐ _____

공연 예매 방법

☐ _____

☐ _____

기억에 남는 공연

☐ _____

☐ _____

공연을 보고 난 후 활동

☐ _____

☐ _____

03
스포츠 관람하기

Bạn chủ yếu thích xem môn thể thao nào?
Bạn chủ yếu xem thể thao với ai, khi nào và ở đâu?
Bạn hãy giới thiệu về đội tuyển hoặc vận động viên thể thao mà bạn yêu thích.
당신은 주로 어떤 스포츠를 즐겨 보나요?
주로 누구와, 언제, 어디에서 스포츠를 함께 보나요?
당신아 가장 기억에 남는 공연에 대해서 말해 주세요.

STEP1 내용 구성해 보기

- 좋아하는 스포츠 종목
- 좋아하는 선수 혹은 팀
- 좋아하는 이유
- 경기 관람 방법(직접 가서 보는지, TV로 보는지, 휴대폰으로 보는지)

STEP 2 관련 표현 떠올려 보기

스포츠 종목	bóng chuyền 배구 bóng đá 축구 bóng rổ 농구 bóng chày 야구 bơi 수영 trượt băng nghệ thuật 피겨 스케이트 nâng tạ 역도 đấu kiếm 펜싱
좋아하는 선수, 팀	cầu thủ bóng đá 축구 선수 cầu thủ bóng chày 야구 선수 cầu thủ bóng rổ 농구 선수 vận động viên trượt băng nghệ thuật 피겨 스케이트 선수 đại diện quốc gia 국가 대표 đội tuyển 팀 cá nhân 개인
좋아하는 이유	thích nhìn dáng vẻ luôn chăm chỉ 항상 열심히 하는 모습이 보기 좋다 quản lý bản thân triệt để 자기 관리를 철저히 하다 tinh thần làm việc nhóm rất tốt 팀워크가 매우 좋다 ghi bàn tốt 골을 잘 넣다
경기 관람 방법	xem truyền hình trực tiếp trên tivi TV 생방송으로 보다 xem phát lại trên tivi TV 재방송으로 보다 xem trên Internet/Youtube 인터넷/유튜브로 본다

STEP 3 포인트 문장 떠올려 보기

- Môn thể thao mà tôi thấy thú vị nhất chính là 종목.
  가장 재미있는 (스포츠) 종목은 _____입니다.

- Trong số nhiều cầu thủ tôi thích nhất là cầu thủ 선수 이름.
  여러 선수들 중에서 저는 _____를 가장 좋아합니다.

- Tôi thích nhìn dáng vẻ luôn chăm chỉ của cầu thủ 선수 이름.

  _____ 선수는 항상 열심히 하는 모습이 너무 보기 좋습니다.

- Tôi thường 경기 관람 방법 1 hoặc là 경기 관람 방법 2.

  저는 보통 _____ 하거나 _____ 합니다.

STEP 4 최종 답변하기

① 좋아하는 스포츠 종목

Tôi thích xem nhiều môn thể thao đa dạng như bóng đá, bóng chày, bóng rổ. Trong số đó, môn thể thao mà tôi thấy thú vị nhất chính là bóng chuyền.

② 좋아하는 선수

Trong số các cầu thủ, tôi thích nhất là cầu thủ bóng chuyền Kim Yeon Kyeong.

③ 좋아하는 이유

Tôi thích nhìn dáng vẻ luôn chăm chỉ của cầu thủ Kim Yeon Kyeong. Đặc biệt, cô ấy không những vượt trội về năng lực cá nhân mà còn dẫn dắt đồng đội rất tuyệt, đáp ứng sự kỳ vọng của người hâm mộ với thành tích tốt trong từng trận đấu. Vì thế, hầu hết người Hàn Quốc đều thích cầu thủ Kim Yeon Kyeong. Ngoài ra, dạo này cầu thủ Kim Yeon Kyeong thường xuyên xuất hiện ở các chương trình giải trí trên tivi. Cô ấy làm mọi người thích thú bằng tài nói chuyện dí dỏm của mình.

④ 경기 관람 방법

Tôi thường xem trận đấu được truyền hình trực tiếp trên tivi hoặc xem trên Youtube. Một ngày nào đó nếu có cơ hội, tôi muốn được tận mắt chứng kiến trận đấu của cầu thủ Kim Yeon Kyeong.

....

해석 | ① 저는 축구, 야구, 농구와 같이 다양한 스포츠 보는 것을 좋아합니다. 그중에서 가장 재미있는 종목은 바로 배구입니다.
② 여러 선수들 중에서 저는 배구 김연경 선수를 가장 좋아합니다.
③ 김연경 선수는 항상 열심히 하는 모습이 너무 보기 좋습니다. 특히 개인 역량이 뛰어날 뿐만 아니라 팀을 잘 이끌어서 매 경기마다 좋은 성적으로 팬들의 기대에 부응합니다. 그래서 한국인들은 대부분 김연경 선수를 좋아합니다. 또한 요새 김연경 선수는 TV 예능 프로그램에도 자주 나옵니다. 그녀는 재치 있는 말솜씨로 사람들을 즐겁게 합니다.
④ 저는 보통 TV 생방송으로 경기를 보거나, 유튜브로 보기도 합니다. 언젠가 기회가 된다면 김연경 선수의 경기를 직접 꼭 보고 싶습니다.

표현 | môn thể thao 스포츠 종목   đa dạng 다양한   chính là 바로 ~이다   đặc biệt 특히, 특별히   vượt trội 뛰어난   năng lực 능력   dẫn dắt 이끌다, 안내하다   người hâm mộ 팬   xuất hiện 출연하다   chương trình giải trí 예능 프로그램   một ngày nào đó 언젠가   tận mắt 직접 눈으로   chứng kiến ~를 보다

p211 참고

꼬마이의 체크 포인트!

*cầu thủ는 '구기 종목 선수'를 말하며 vận động viên 는 일반적인 '스포츠 선수'를 말해요.

*trong số đó(그중에서)를 익혀 두면 말할 때 수월하게 활용할 수 있어요!

Tôi ngưỡng mộ tất cả các cầu thủ. Trong số đó A là tôi ngưỡng mộ nhất.
저는 모든 선수들을 존경해요. 그중에서 A를 가장 존경해요.

03
스포츠 관람하기

스포츠 종목
- bóng bàn 탁구
- gôn 골프
- chạy marathon 마라톤
- đấu kiếm 펜싱
- điền kinh 육상
- đấu vật 격투기
- thể dục dụng cụ 체조
- bắn cung 양궁

① 좋아하는 스포츠 종목

Môn thể thao mà tôi thấy thú vị nhất chính là 종목.
가장 재미있는 (스포츠) 종목은 _____ 입니다.

_____

_____

② 좋아하는 선수

Trong số nhiều cầu thủ tôi thích nhất là cầu thủ 선수 이름.
여러 선수들 중에서 저는 _____를 가장 좋아합니다.

_____

_____

좋아하는 이유
- có tài năng vượt trội
  뛰어난 실력을 가지고 있다
- luôn tỏ ra chăm chỉ
  항상 열심히 하는 모습을 보이다
- luôn siêng năng
  항상 부지런하다
- luôn tâm huyết 항상 열정적이다
- quản lý bản thân triệt để
  자기 관리를 철저히 하다
- ghi bàn tốt 골을 잘 넣다

③ 좋아하는 이유 1

Tôi thích nhìn dáng vẻ luôn chăm chỉ của cầu thủ 선수 이름.
_____ 선수는 항상 열심히 하는 모습이 너무 보기 좋습니다.

_____

_____

④ 좋아하는 이유 2

Đặc biệt, anh/cô ấy không những vượt trội về năng lực cá nhân mà còn dẫn dắt đồng đội rất tuyệt.
특히 그/그녀는 개인 역량이 뛰어날 뿐만 아니라 팀을 잘 이끕니다.

_____

_____

❺ 경기 관람 방법

Tôi thường 경기 관람 방법 1 hoặc là 경기 관람 방법 2.
저는 보통 _____ 하거나 _____ 합니다.

_____

_____

경기 관람

· đến xem trực tiếp/tận mắt
  chứng kiến 직접 가서 보다
· xem truyền hình trực tiếp
  trên tivi TV 생방송으로 보다
· xem phát lại trên tivi TV
  재방송으로 보다
· xem trên Internet/Youtube
  인터넷/유튜브로 보다
· xem trên điện thoại
  휴대폰으로 보다

❻ 마무리

Một ngày nào đó nếu có cơ hội, tôi muốn được tận mắt chứng kiến
trận đấu của cầu thủ 선수 이름.
언젠가 기회가 된다면 _____ 선수의 경기를 직접 꼭 보고 싶습니다.

_____

_____

나만의 답변 완성 노트!

좋아하는 스포츠 종목

☐ _____

☐ _____

좋아하는 선수

☐ _____

☐ _____

좋아하는 이유

☐ _____

☐ _____

경기 관람 방법

☐ _____

☐ _____

04
공원 가기

Bạn chủ yếu đi công viên nào, đi khi nào và với ai?
Đến công viên bạn chủ yếu làm những hoạt động gì?
Công viên mà bạn hay đến có cái gì, hãy miêu tả về công viên đấy.

당신은 주로 어느 공원에 가며, 언제 누구와 가나요?
공원에 가서 당신은 주로 어떤 활동을 하나요?
당신이 자주 가는 공원에는 무엇이 있는지, 그 공원에 대해 묘사해 주세요.

STEP1　내용 구성해 보기

- 자주 가는 공원(언제, 누구와)
- 공원에서 하는 활동
- 공원 내 편의 시설
- 공원에서의 느낌

STEP 2　관련 표현 떠올려 보기

자주 가는 공원	công viên gần nhà 집 근처 공원　　công viên gần sông Hàn 한강 근처 공원 công viên gần núi 산 근처 공원　　công viên gần chung cư 아파트 근처 공원
활동	dắt cún/chó đi dạo 강아지 산책 시키다　　tập thể dục 운동하다　　ngắm nhìn người qua lại 사람 구경하다　　chạy xe đạp 자전거 타다　　đi bộ nhanh 빨리 걷다
편의 시설	vườn thú/sở thú 동물원　　thiết bị trò chơi 놀이 기구　　sân bóng đá 축구장 nhà hóng mát, vọng lâu 정자　　cửa hàng tiện lợi 편의점　　băng ghế 벤치
느낌	giải tỏa căng thẳng/xả stress 스트레스가 풀리다　　thoải mái/dễ chịu 상쾌하다

STEP 3　포인트 문장 떠올려 보기

- 때, tôi cùng 사람 đến công viên 공원 이름.
  _____(때)에 _____와 함께 _____ 대공원에 갑니다.
- Khi tôi đi đến công viên cùng 사람 vào 언제, tôi thường 활동 1 hoặc là 활동 2.
  _____(때)에 _____와 함께 공원에 갈 때는 _____하거나 _____합니다.
- Trong công viên 공원 이름 không những có 시설 1 mà còn 시설 2 v.v nên mọi người có thể thoải mái vui chơi trong công viên.
  _____ 안에는 _____뿐만 아니라 _____ 등이 있어서 사람들이 자유롭게 공원에서 즐길 수 있습니다.

• Nếu hít thở bầu không khí trong lành ở công viên thì cảm thấy vừa 느낌 1 vừa 느낌 2.

공원에서 맑은 공기를 쐬면 _____ 하면서 _____ 합니다.

STEP 4 **최종 답변하기**

① **자주 가는 공원(언제, 누구와)**

Thường thì tôi thích đi đến công viên gần nhà một mình vào buổi tối. Và mỗi cuối tuần, tôi đến công viên dành cho thiếu nhi cùng với gia đình. Công viên gần nhà tôi có tên là "Công viên thiếu nhi".

② **공원에서 하는 활동**

Khi tôi đi đến công viên một mình, vừa đi bộ vừa nghe nhạc và ngắm nhìn người qua lại, tôi cảm thấy đầu óc rất thư giãn. Khi tôi đi đến công viên cùng gia đình vào cuối tuần, tôi thường dắt chó đi dạo hoặc là tập thể dục, trò chuyện cùng gia đình. Đặc biệt, tôi thích nhất là chạy xe đạp cùng bố.

③ **공원 내 편의 시설**

Có khá nhiều công trình tiện ích ở công viên mà tôi hay đến. Ở công viên thiếu nhi không những có vườn thú và thiết bị trò chơi mà còn có sân bóng đá và nhà hóng mát v.v nên mọi người có thể thoải mái vui chơi trong công viên. Ngoài ra còn có các cửa hàng tiện lợi ở khắp mọi nơi nên rất thuận tiện.

④ **공원에서의 느낌**

Nếu hít thở bầu không khí trong lành ở công viên thì cảm thấy vừa sảng khoái vừa xả stress. Vì thế, khi có thời gian tôi thường đi đến công viên.

해석 | ① 저는 보통 저녁에 혼자서 집 근처 공원에 가는 것을 좋아합니다. 그리고 주말마다 가족과 함께 어린이 대공원에 갑니다. 집 근처에 있는 공원이 바로 '어린이 대공원'입니다.

② 혼자 공원에 갈 땐 음악을 들으면서 걷고, 사람들을 구경하면 머리가 맑아져요. 주말에 가족과 함께 공원에 갈 때는 강아지 산책을 시키거나, 가족들과 함께 운동도 하고 대화도 나눕니다. 특히 아버지와 함께 자전거를 타는 것이 가장 좋습니다.

③ 제가 자주 가는 공원 안에는 꽤나 다양한 편의 시설이 있습니다. 어린이 대공원 안에는 동물원, 놀이 기구가 있을 뿐만 아니라 축구장, 정자 등이 있어서 사람들이 자유롭게 공원에서 즐길 수 있습니다. 또한 곳곳에 편의점이 있어서 매우 편리합니다.

④ 공원에서 맑은 공기를 쐬면 기분이 상쾌하면서 스트레스가 풀립니다. 그래서 저는 시간이 날 때 자주 공원에 갑니다.

표현 | **thường thì** 보통은   **nhà hóng mát** 정자   **vào buổi tối** 저녁에   **mỗi cuối tuần** 주말에   **trò chuyện** 이야기하다   **công trình tiện ích** 편의 시설   **đầu óc** 머리, 두뇌   **thư giãn** 긴장을 풀다, 힐링하다

p211 참고

꼬마이의 체크 포인트!

*một cách+두 음절로 된 형용사 ~하게

  một cách dễ dàng 쉽게 / một cách thuận tiện 편리하게

*dành cho+명사 ~를 위한

  dành cho thiếu nhi 어린이용 / dành cho người lớn tuổi 어르신을 위한

04
공원 가기

공원
- công viên lớn nhất Seoul
  서울에서 가장 큰 공원
- công viên gần ga tàu
  역 근처 공원
- công viên có sân bóng đá
  축구장이 있는 공원
- công viên có nhiều cây xanh
  나무들이 많은 공원
- công viên trang bị đầy đủ
  công trình tiện ích
  편의 시설이 잘 갖춰진 공원

공원에서의 활동
- đọc sách 독서하다
- dựng lều và chơi 텐트 치고 놀다
- đi dạo 산책하다
- chạy bộ 조깅하다
- chơi thể thao 체조하다
- chạy nhảy 뛰다
- chơi đá bóng 축구하다
- suy nghĩ 생각하다
- trải thảm cắm trại/trải thảm
  dã ngoại 돗자리를 펴다
- chụp ảnh/hình 사진찍다
- chụp ảnh tự sướng 셀카를 찍다
- mang cơm hộp theo ăn
  도시락을 싸서 먹다

좋아하는 공간
- máy bán nước tự động
  음료 자판기
- đường chạy xe đạp 자전거 트랙
- nơi cho thuê xe đạp
  자전거 대여소
- nơi cho thuê ván trượt
  스케이트 대여소
- bãi đậu xe 주차장
- trụ sở cảnh sát 파출소
- sân bóng chày 야구장
- sân khấu ngoài trời 야외무대
- đài phun nước 분수대

❶ 자주 가는 공원 (언제, 누구와)

때 tôi đến 공원 이름 cùng với 사람.

_____에 _____와 함께 _____ 대공원에 갑니다.

_____

_____

❷ 공원에서 (동행인과) 하는 활동

Khi tôi đi đến công viên cùng 사람 vào 언제, tôi thường 활동 1 hoặc
là 활동 2.

_____에 _____ 함께 공원에 갈 때는 _____ 하거나 _____ 합니다.

_____

_____

❸ 공원에서 (혼자) 하는 활동

Khi tôi đi đến công viên một mình, vừa 활동 1 vừa 활동 2.

혼자 공원에 갈 땐 _____ 하면서 _____ 합니다.

_____

_____

❹ 공원 내 편의 시설

Trong công viên 공원 이름 không những có 시설 1 mà còn 시설 2 v.v
nên mọi người có thể thoải mái vui chơi trong công viên.

_____ 공원 안에는 _____ 가 있을 뿐만 아니라 _____ 등이 있어서
사람들이 자유롭게 공원에서 즐길 수 있습니다.

_____

_____

❺ 공원에서의 느낌

Nếu hít thở bầu không khí trong lành ở công viên thì tôi thấy 느낌 1
và 느낌 2.

공원에서 맑은 공기를 쐬면 저는 _____ 하면서 _____ 합니다.

_____

_____

공원에서의 느낌
• tâm trạng tốt 기분이 좋다
• nhẹ lòng 마음이 편하다/가볍다
• đầu óc rất thư giãn
  머리가 맑아지다, 머리를 식히다
• giải tỏa căng thẳng/xả stress
  스트레스가 풀리다
• thoải mái/dễ chịu 상쾌하다

❻ 마무리

Vì thế, khi có thời gian tôi thường đi đến công viên.

그래서 저는 시간이 날 때 자주 공원에 갑니다.

_____

_____

나만의 답변 완성 노트!

자주 가는 공원(언제, 누구와)

☐ _____

☐ _____

공원에서 하는 활동

☐ _____

☐ _____

공원 내 편의 시설

☐ _____

☐ _____

공원에서의 느낌

☐ _____

☐ _____

05
해변 가기

Bạn chọn thích đi biển trong bài khảo sát.
Hãy nói về việc tại sao bạn thích đi biển, bạn chủ yếu đi biển nào và khi nào.
Hãy giới thiệu về bãi biển để lại cho bạn kỷ niệm đáng nhớ.

당신은 해변 가는 것을 좋아한다고 설문 조사에서 선택했습니다.
왜 해변 가는 것을 좋아하는지, 주로 어느 해변으로 가고 언제 가는지 말해 주세요.
그리고 기억에 남는 해변이 있다면 소개해 주세요.

STEP1 내용 구성해 보기

- 자주 가는 해변(언제, 누구와)
- 자주 가는 해변 묘사하기
- 해변을 좋아하는 이유
- 해변에서 하는 활동

STEP 2 관련 표현 떠올려 보기

자주 가는 해변	biển Đông/Đông Hải 동해 biển Tây/Tây Hải 서해 biển Nam/Nam Hải 남해 đảo 섬
해변 묘사	trong xanh 투명하고 파랗다 có bãi cát đẹp 예쁜 모래사장이 있다 có hạt cát lấp lánh 반짝거리는 모래알이 있다 vào mùa hè rất đông người 사람들이 너무 많다 hoàng hôn/mặt trời lặn rất đẹp 노을이 질 때 아름답다
해변을 좋아하는 이유	khi nhìn thấy biển, tâm trạng rất vui và sảng khoái 바다를 보면 마음이 상쾌하고 기분이 좋다 thích ăn hải sản tươi sống gần biển 바다 근처에서 회 먹는 것을 좋아하다 thích đi dạo bãi biển 해변에서 산책하는 것을 좋아하다
해변에서 하는 활동	đi dạo bãi biển 해변에서 산책하다 xây lâu đài cát 모래성을 짓다 ăn hải sản tươi sống gần biển 바다 근처에서 회를 먹다 tắm nắng 일광욕을 즐기다

STEP 3 포인트 문장 떠올려 보기

- 숫자 1 tháng một lần tôi thường đi đến 장소 khoảng 숫자 2 ngày 숫자 3 đêm cùng với 동행인.
  저는 _____ 달에 한 번씩 _____ (해변)에 _____ 박 _____ 일 정도 _____ 와 함께 여행을 갑니다.
- Biển 바다 이름 (rất) 묘사 1 và 묘사 2.
  _____ (해변)은 (아주) _____ 하고 _____ 합니다.

- Lý do tôi thích đi biển là vì 이유 1 và 이유 2.

  제가 해변 가는 것을 좋아하는 이유는 _____하고 _____하기 때문입니다.

- Tất cả cùng nhau ăn cơm rồi 활동 1, thỉnh thoảng 활동 2.

  다 같이 밥을 먹고 _____하거나, 가끔 _____합니다.

STEP 4 최종 답변하기

① 자주 가는 해변(언제, 누구와)

Hai, ba tháng một lần tôi thường đi đến Kangwondo khoảng 3 ngày 2 đêm cùng với gia đình. Trong số những bãi biển ở Hàn Quốc, tôi thích nhất là biển Đông Hải.

② 자주 가는 해변 묘사하기

Ở Hàn Quốc, biển Đông Hải là một trong những bãi biển rất sạch và trong xanh. Vào mùa hè, người đến biển Đông Hải nghỉ mát rất đông còn vào mùa đông thì biển Đông Hải có bầu không khí rất lãng mạn.

③ 해변을 좋아하는 이유

Lý do tôi thích đi biển là vì khi nhìn thấy biển tâm trạng tôi tốt hơn và cảm thấy rất sảng khoái. Đặc biệt là mỗi khi tôi ngắm cảnh hoàng hôn cái mà không thể nào thấy được ở thành phố làm tôi rất hạnh phúc.

④ 해변에서 하는 활동

Gia đình tôi trực tiếp chọn hải sản tươi sống ở chợ thủy sản gần biển và cùng ăn ở nhà nghỉ gia đình. Tất cả cùng nhau ăn cơm rồi đi dạo gần bãi biển hoặc là xây lâu đài cát. Và nhất định phải chụp ảnh toàn thể gia đình.

해석 | ① 저는 2~3달에 한 번씩 강원도에 2박 3일 정도 가족과 함께 여행을 갑니다. 저는 한국의 바다 중에서 동해 바다를 가장 좋아합니다.

② 한국에서 동해 바다는 물이 아주 깨끗하고 파란 바다 중 하나이다. 여름 동해 바다는 피서를 오는 사람들로 아주 붐비고, 겨울 동해 바다는 분위기가 매우 낭만적입니다.

③ 제가 해변 가는 것을 좋아하는 이유는 바다를 보면 마음이 너무 상쾌하고 기분이 좋기 때문입니다. 특히 도시에서는 볼 수 없는 노을이 지는 풍경을 볼 때마다 너무 행복합니다.

④ 우리 가족은 바다 근처 수산 시장에서 직접 회를 떠서 펜션에서 먹습니다. 다 같이 밥을 먹고 해변 근처를 산책하거나, 모래성을 만들기도 합니다. 그리고 반드시 단체 사진도 찍습니다.

표현 | nghỉ mát 피서, 휴양   bầu không khí 공기, 분위기   lãng mạn 낭만적인   mỗi khi ~할 때마다   trực tiếp 직접   nhà nghỉ gia đình 펜션   nhất định phải 반드시 ~해야 한다   chụp ảnh 사진을 찍다

p212 참고

꼬마이의 체크 포인트!

*'보다'의 뜻을 가진 표현들의 뉘앙스 차이는?

- xem/coi → 집중적으로 보는 것을 의미해요. (영어의 watch와 같은 뉘앙스)
- (nhìn/trông) thấy → 우연히 보게 되는 것을 의미해요. (영어의 see와 같은 뉘앙스)
- nhìn → 주시하고, 의식을 갖고 보는 것을 의미해요. (영어의 look과 같은 뉘앙스)
- ngắm/chiêm ngưỡng → '구경하다, 감상하다'라는 의미예요.

*'보이다'라는 뜻의 표현은?

- nhìn과 thấy는 문맥에 따라 '보이다'라고 해석!   • trông+(주어)+có vẻ+상태 ~처럼 보이다

05
해변 가기

해변 묘사

- có nhiều chim mòng biển bay
  갈매기가 날아다니다
- có bãi cát rất sạch sẽ
  모래사장이 아주 깨끗하다
- có bãi biển rất rộng
  해변이 아주 넓다
- vào màu hè có nhiều ô che
  nắng cắm trên cát 여름에는
  모래에 파라솔이 많이 꽂혀 있다
- có khu cắm trại 캠핑장이 있다
- có bến tàu 선착장이 있다
- có đê chắn sóng 방파제가 있다
- có đường đi dạo gần biển
  바다 근처 산책로가 있다
- có hạt cát lấp lánh
  모래알이 반짝거린다
- trong xanh 아주 투명하고 파랗다
- hoàng hôn/mặt trời lặn rất
  đẹp 노을이 질 때 아름답다
- bình minh rất đẹp
  일출이 아름답다

❶ 자주 가는 해변 (언제, 누구와)

숫자 1 tháng một lần tôi thường đi đến 장소 khoảng 숫자 2 ngày 숫자 3 đêm cùng với 동행인.

저는 _____ 달에 한 번씩 _____ (해변)에 _____ 박 _____ 일 정도 _____ 와 함께 여행을 갑니다.

_____

_____

❷ 좋아하는 해변

Trong số những biển ở Hàn Quốc, tôi thích nhất là biển 장소.

저는 한국의 바다 중에서 _____ 바다를 가장 좋아합니다.

_____

_____

❸ 해변 묘사

Biển 해변 이름 (rất) 묘사 1 và 묘사 2.

_____ (해변)은 (아주) _____ 하고 _____ 합니다.

_____

_____

해변을 좋아하는 이유

- khi nhìn thấy biển, tâm trạng
  rất vui và sảng khoái 바다를
  보면 마음이 상쾌하고 기분이 좋다
- gió biển mát
  바닷바람이 시원하다
- lái xe thật thích
  드라이브 하러 가기 좋다

❹ 해변을 좋아하는 이유 1

Lý do tôi thích đi biển là vì 이유 1 và 이유 2.

제가 해변 가는 것을 좋아하는 이유는 _____ 하고 _____ 하기 때문입니다.

_____

_____

⑤ 해변을 좋아하는 이유 2

Đặc biệt là tôi 이유 1 ngoài ra tôi 이유 2.
특히 저는 _____을 좋아할 뿐만 아니라 _____까지 좋아합니다.

_____

_____

해변을 좋아하는 이유
- thích ngâm chân dưới biển 바다에 발을 담그는 것을 좋아하다
- thích đi trên bãi cát 모래사장에서 걷는 것을 좋아하다
- thích lướt sóng 서핑하는 것을 좋아하다

⑥ 해변에서 하는 활동

Tất cả cùng nhau ăn cơm rồi 활동 1, thỉnh thoảng 활동 2.
다 같이 밥을 먹고 _____하거나, 가끔 _____합니다.

_____

_____

해변에서의 활동
- tắm nắng 일광욕을 즐기다
- đi dạo bãi biển 해변에서 산책하다
- xây lâu đài cát 모래성을 짓다
- ăn hải sản tươi sống gần biển 바다 근처에서 회를 먹다

나만의 답변 완성 노트!

자주 가는 해변(언제, 누구와)

☐ _____

☐ _____

자주 가는 해변 묘사하기

☐ _____

☐ _____

해변을 좋아하는 이유

☐ _____

☐ _____

해변에서 하는 활동

☐ _____

☐ _____

06
캠핑 가기

Bạn chủ yếu đi cắm trại khi nào và với ai? Bạn chuẩn bị gì trước khi đi cắm trại?
Và bạn hãy nói về những việc bạn làm khi đi cắm trại.
당신은 주로 언제 누구와 함께 캠핑을 가나요? 캠핑 가기 전에 어떤 것들을 준비하나요?
그리고 캠핑에 가서 보통 무엇을 하는지 설명해 주세요.

STEP1　내용 구성해 보기

- 언제, 누구와, 어떻게 캠핑을 가는지
- 캠핑 준비하기
- 캠핑장에서 하는 활동
- 캠핑 마무리하기

STEP 2　관련 표현 떠올려 보기

캠핑 가는 때	mỗi khi có thời gian 시간이 날 때마다　　mỗi khi có thể 가능할 때마다　　mỗi khi bị stress/bị căng thẳng 스트레스 받을 때마다　　mỗi khi suy nghĩ phức tạp/nhiều 생각이 복잡할 때마다　　mỗi khi mua đồ dùng cắm trại mới 캠핑 용품을 새로 살 때마다　　mỗi cuối tuần 주말마다
캠핑 준비물	lều 텐트　　dụng cụ bếp 주방 도구　　túi ngủ 침낭　　đèn pin cầm tay 휴대용 조명　　áo mưa 우비　　chăn điện 전기 장판　　thuốc diệt/chống muỗi 모기약
캠핑장에서 하는 활동	dựng lều 텐트 치다　　trực tiếp nấu đồ ăn 직접 음식을 해 먹다　　thư giãn thoải mái 충분히 휴식 취하다　　chia sẻ tâm sự 깊은 대화를 나누다
캠핑 마무리	gấp lều 텐트를 접다　　tháo gỡ thu gom 분리수거하다　　vứt đồ ăn 음식물을 따로 버리다　　dọn dẹp nơi cắm trại 캠핑장을 정리하다

STEP 3　포인트 문장 떠올려 보기

- Tôi rất thích đi cắm trại nên 때 tôi thường đi cắm trại với 동행인.
  저는 캠핑을 좋아해서 _____와 _____ 때 함께 캠핑을 갑니다.

- Trước khi đi cắm trại tôi chuẩn bị nhiều thứ như 준비물 v.v.
  캠핑을 가기 전에 _____ 등 여러 가지 준비물을 챙깁니다.

- Ở nơi cắm trại tôi cùng các bạn dựng lều, 활동 1 và 활동 2.
  캠핑장에 가서 친구와 함께 텐트를 치고, _____하고 _____합니다.

• Trước khi rời nơi cắm trại nhất định phải 활동 1 và 활동 2.
캠핑장을 떠나기 전에 반드시 _____하고 _____한 후 돌아옵니다.

최종 답변하기

① 언제, 누구와, 어떻게 캠핑을 가는지
Tôi rất thích đi cắm trại nên mỗi khi có thời gian tôi thường đi cắm trại với những người bạn thân. Khi đi cắm trại tôi thường tìm địa điểm rất kỹ trên Internet rồi dùng xe riêng đi đến đấy.

② 캠핑 준비하기
Trước khi đi cắm trại, tôi chuẩn bị nhiều thứ như lều, dụng cụ bếp, đèn pin cầm tay, túi ngủ v.v. Vào mùa hè thì nhất định phải có thuốc chống muỗi, áo mưa còn mùa đông thì phải có chăn điện.

③ 캠핑장에서 하는 활동
Ở nơi cắm trại, tôi cùng các bạn dựng lều, nướng rau củ và thịt trên vỉ nướng. Sau đó vừa uống rượu vừa tâm sự với bạn làm tôi thấy rất thư giãn và thoải mái.

④ 캠핑 마무리하기
Việc đi cắm trại cũng quan trọng nhưng việc dọn dẹp cũng quan trọng không kém. Trước khi rời nơi cắm trại nhất định phải gom rác và dọn dẹp sạch sẽ rồi mới đi về.

해석 | ① 캠핑을 좋아해서 친한 친구들과 시간이 날 때마다 함께 캠핑을 갑니다. 캠핑을 갈 때는 장소를 인터넷에서 잘 찾아보고, 자가용을 이용해서 그 장소에 갑니다.
② 캠핑을 가기 전에 텐트, 주방 도구, 휴대용 조명, 침낭, 등 여러 가지 준비물을 챙깁니다. 여름에는 모기약, 우비가 필수이고, 겨울에는 전기 장판이 꼭 필수입니다.
③ 캠핑장에 가서 친구와 함께 텐트를 치고, 그릴에 고기와 야채를 굽습니다. 그리고 나서 친구와 술을 마시며 깊은 대화를 나누고, 충분히 휴식을 취합니다.
④ 캠핑을 하는 것도 중요하지만, 정리하는 것도 매우 중요합니다. 캠핑장을 떠나기 전에 반드시 쓰레기를 치우고 깨끗하게 정리한 후 돌아옵니다.

표현 | những người bạn thân 친한 친구들   dụng cụ bếp 주방 용품   đèn pin cầm tay 휴대용 랜턴   túi ngủ 침낭   nơi cắm trại 캠핑장   nướng 구운   rau củ 채소   thịt 고기   vỉ nướng 그릴   không kém 못지 않게   rời 떠나다   gom rác 쓰레기를 수거하다   dọn dẹp 정리하다

p213 참고

꼬마이의 **체크 포인트!**

*A thì 서술 còn B thì 서술 A는 ~하고, B는 ~하다
• Vào mùa hè thì nhất định phải có thuốc chống muỗi, áo mưa còn mùa đông thì phải có chăn điện.
여름에는 모기약, 우비가 필수이고, 겨울에는 전기 장판이 꼭 필수입니다.
• Dạo này sự chênh lệch nhiệt độ trong ngày rất lớn. Buổi sáng sớm thì lạnh còn buổi trưa thì nóng.
요즘 일교차가 매우 커요. 이른 아침엔 춥고 점심에는 더워요.

06
캠핑 가기

준비물
- dao 칼
- kéo 가위
- bếp ga mini 휴대용 가스 버너
- nồi 냄비
- chảo 프라이팬
- thìa/muỗng 숟가락
- đũa 젓가락
- cốc/ly dùng một lần 일회용 컵
- khăn giấy ướt 물티슈
- khăn giấy 휴지
- ô/dù 우산
- máy sưởi di động 휴대용 난로
- các loại thực phẩm 각종 음식 재료

❶ 언제, 누구와 캠핑을 가는지

Tôi rất thích đi cắm trại nên mỗi khi 때 tôi thường đi cắm trại với 동행인.

저는 캠핑을 좋아해서 _____와 _____ (때)마다 함께 캠핑을 갑니다.

_____

_____

❷ 어떻게 캠핑을 가는지

Khi đi cắm trại tôi thường tìm địa điểm rất kỹ trên Internet rồi dùng 교통수단 đi đến đấy.

캠핑을 갈 때는 장소를 인터넷에서 잘 찾아보고, _____을 이용해서 그 장소에 갑니다.

_____

_____

❸ 캠핑 준비하기

Trước khi đi cắm trại tôi chuẩn bị nhiều thứ như 준비물 v.v.

캠핑을 가기 전에 _____ 등 여러 가지 준비물을 챙깁니다.

_____

_____

활동
- đọc sách 독서하기
- nghe nhạc 음악 듣기
- thiền 명상하기
- ngẩn ngơ 멍때리기
- thư giãn thoải mái 충분히 휴식 취하기
- chia sẻ tâm sự 깊은 대화 나누기
- kết bạn với những người đi cắm trại 캠핑 온 사람들과 친해지기
- ngắm lửa trại 불을 감상하기
- trực tiếp nấu đồ ăn 직접 음식 해 먹기

❹ 캠핑장에서 하는 활동

Ở nơi cắm trại tôi cùng các bạn dựng lều, 활동 1 và 활동 2.

캠핑장에 가서 친구와 함께 텐트를 치고, _____하고 _____합니다.

_____

_____

⑤ 캠핑장 마무리하기 1

Việc đi cắm trại cũng quan trọng nhưng việc dọn dẹp cũng quan trọng không kém.
캠핑을 하는 것도 중요하지만, 정리하는 것도 매우 중요합니다.

_____

_____

⑥ 캠핑 마무리하기 2

Trước khi rời nơi cắm trại nhất định phải 활동 1, và 활동 2.
캠핑장을 떠나기 전에 반드시 _____하고 _____한 후 돌아옵니다.

_____

_____

캠핑 마무리
- gấp lều 텐트 접기
- tháo gỡ thu gom 분리수거하기
- vứt đồ ăn 음식물 따로 버리기
- dọn dẹp nơi cắm trại
  캠핑장 정리하기

나만의 답변 완성 노트!

언제, 누구와, 어떻게 캠핑을 가는지

☐ _____

☐ _____

캠핑 준비하기

☐ _____

☐ _____

캠핑장에서 하는 활동

☐ _____

☐ _____

캠핑 마무리하기

☐ _____

☐ _____

CHAPTER 5

취미와 관심사

📌 한눈에 보는 질문 유형

Q1. Bạn thích thể loại nhạc/gu âm nhạc nào và không thích thể loại nhạc/gu âm nhạc nào? Ca sĩ bạn thích là ai và tại sao bạn thích ca sĩ đấy? Bạn chủ yếu nghe nhạc khi nào và hãy cho biết dạo này bạn hay nghe nhạc gì.

당신이 좋아하는 음악 장르/음악 취향과 싫어하는 음악 장르/음악 취향은 어떻게 되나요? 좋아하는 가수는 누구이고 그 가수를 왜 좋아하나요? 당신은 언제 주로 음악을 듣고, 요즘 자주 듣는 음악이 무엇인지 말해 주세요.

Q2. Bạn có hay tự nấu ăn không? Chủ yếu bạn nấu món gì và khi nào? Và bạn hãy nói về món ăn mà bạn nấu ngon nhất.

당신은 주로 직접 요리를 하시나요? 당신은 주로 어떤 요리를 언제 하나요? 그리고 당신이 가장 잘하는 요리에 대해서 설명해 주세요.

Q3. Bạn có thích đọc sách không? Thể loại sách bạn thích là gì? Bạn hãy cho biết quyển sách bạn đọc gần đây nhất là gì và nó như thế nào.

당신은 책 읽는 것을 좋아하시나요? 혹시 좋아하는 장르는 무엇인가요? 가장 최근에 읽은 책이 무엇인지, 어땠는지 말해 주세요.

Q4. Bạn đã chọn nuôi thú cưng trong bài khảo sát. Thú cưng của bạn là con gì, mấy tuổi, trông như thế nào và hãy miêu tả về thú cưng của bạn. Ngoài ra, bạn hãy cho biết ưu điểm và nhược điểm khi nuôi thú cưng.

당신은 반려동물을 기른다고 설문 조사에 체크했습니다. 당신의 반려동물은 무엇이고, 몇 살이며, 어떻게 생겼는지 당신의 반려동물에 대해서 묘사해 주세요. 또한 반려동물을 기를 때의 장점과 단점을 말해 주세요.

01
음악 감상하기

Bạn thích thể loại nhạc/gu âm nhạc nào và không thích thể loại nhạc/gu âm nhạc nào?
Ca sĩ bạn thích là ai và tại sao bạn thích ca sĩ đấy?
Bạn chủ yếu nghe nhạc khi nào và hãy cho biết dạo này bạn hay nghe nhạc gì.
당신이 좋아하는 음악 장르/음악 취향과 싫어하는 음악 장르 취향은 어떻게 되나요?
좋아하는 가수는 누구이고 그 가수를 왜 좋아하나요?
당신은 언제 주로 음악을 듣고, 요즘 자주 듣는 음악이 무엇인지 말해 주세요.

STEP 1　　**내용 구성해 보기**

- 음악 취향
- 좋아하는 가수(노래)와 이유
- 요즘 자주 듣는 음악
- 음악 감상 느낌

STEP 2　　**관련 표현 떠올려 보기**

음악 장르	nhạc dance/sàn 댄스　　nhạc ballad 발라드　　nhạc hiphop 힙합 nhạc rock 락　　dân ca 민요　　nhạc trot 트로트　　ca dao 가요
가수 유형	ca sĩ solo 솔로 가수　　nhóm nhạc 그룹 가수　　ca sĩ idol 아이돌 가수 ca sĩ nhạc trot 트로트 가수　　ca sĩ hát song ca 듀엣 가수
좋아하는 이유	đẹp trai và hát hay 잘생기고 노래를 잘하다　　hát hay và nhảy cũng đẹp 노래를 잘하고 춤도 잘 추다　　chất giọng cuốn hút 목소리가 매력적이다 chất giọng truyền cảm 감성적인 목소리가 좋다　　đồng cảm với lời bài hát 가사가 매우 공감이 가다
음악 감상 느낌	vui và phấn khích 즐겁고 신나다　　thấy dễ chịu, bình yên 편안해지다 dễ ngủ 잠이 오다　　được an ủi 위로가 되다　　được động viên 용기를 얻다

STEP 3　　**포인트 문장 떠올려 보기**

- Thể loại nhạc tôi thích nhất là 장르.
  가장 좋아하는 음악 장르는 _____입니다.
- Lý do tôi thích nhạc của ca sĩ 가수 1 và 가수 2 là vì 좋아하는 이유 1 và tôi thấy 좋아하는 이유 2.
  _____와 _____를 좋아하는 이유는 _____하고 _____하기 때문입니다.
- Khi 활동 1 hoặc 활동 2, khi 활동 3 tôi đều phải nghe nhạc.
  _____하거나 _____할 때, _____할 때는 꼭 음악을 듣습니다.

• Mỗi khi nghe nhạc, tôi thấy 감상 느낌.
음악을 들을 때마다 저는 _____합니다.

STEP 4　최종 답변하기

① 음악 취향
Tôi rất thích nghe nhạc. Thể loại nhạc tôi thích nhất là nhạc ballad. Nhưng tôi có thể nghe nhiều thể loại nhạc khác trừ nhạc rock, dân ca và nhạc trot.

② 좋아하는 가수(노래)와 이유
Trước đây tôi thích những ca sĩ idol đẹp trai và nhảy đẹp nhưng dạo này tôi thích ca sĩ hát nhạc ballad truyền cảm. Chính vì thế, tôi thích những bài hát của ca sĩ Beak Ji Young hoặc ca sĩ Seong Si Kyeong. Lý do tôi thích nhạc của ca sĩ Beak Ji Young và Seong Si Kyeong là vì giai điệu rất hay và tôi thấy đồng cảm với lời bài hát.

③ 요즘 자주 듣는 음악
Khi đi làm hoặc tan làm, khi tập thể dục tôi đều phải nghe nhạc. Tôi nghe nhạc thịnh hành mới ra để bắt kịp xu hướng nhạc gần đây.

④ 음악 감상 느낌
Tôi chọn nghe nhạc theo tâm trạng. Khi tâm trạng không tốt tôi nghe nhạc sôi động, khi chia tay hoặc khi buồn tôi nghe nhạc ballad. Mỗi khi nghe nhạc, tôi thấy rất bình yên.

해석 | ① 저는 음악 듣기를 매우 좋아합니다. 가장 좋아하는 음악 장르는 발라드입니다. 하지만 락, 민요, 트로트를 제외한 다른 음악 장르들은 골고루 자주 듣습니다.
② 예전에는 잘생기고 춤을 잘 추는 아이돌 가수가 좋았지만 요새는 감성적인 발라드를 잘 부르는 가수가 좋습니다. 그래서 저는 성시경이나 백지영 노래를 좋아합니다. 성시경과 백지영의 노래를 좋아하는 이유는 가사가 매우 공감이 가고, 멜로디가 좋기 때문입니다.
③ 출퇴근할 때, 운동할 때는 꼭 음악을 듣습니다. 최신 음악 트렌드를 따라가기 위해서 저는 최신 유행하는 노래를 듣습니다.
④ 기분에 따라 음악 선곡을 합니다. 기분이 좋지 않을 때는 신나는 음악을 듣고, 이별했거나 기분이 우울할 땐 발라드를 듣습니다. 음악을 들을 때마다 저는 매우 편안해집니다.

표현 | truyền cảm 감성적인　đồng cảm 공감하다　lời bài hát 가사　liên tục 연속적으로, 계속해서　nhẩm 흥얼거리다　giai điệu nhạc 멜로디　mới ra 최신　xu hướng 경향　bắt kịp 따라잡다　chia tay 이별하다

p213 참고

꼬마이의 **체크 포인트!**

*trừ와 ngoài의 차이점!

• trừ ~ 빼고, 제외하고
Tôi có thể nghe nhiều thể loại nhạc khác trừ nhạc rock, dân ca và nhạc trot.
락, 민요, 트로트를 제외한 다른 음악 장르들은 골고루 자주 듣습니다.

• ngoài ~ 이외에 → 문장 끝에 nữa(강조 부사)를 붙여서 의미를 강조할 수 있어요.
Ngoài nhạc sàn, tôi thích nhạc rock nữa.
댄스 음악 외에 저는 락 음악도 좋아합니다.

01
음악 감상하기

음악 장르
- nhạc jazz 재즈
- nhạc cổ điển 클래식
- nhạc idol 아이돌 음악
- nhạc sôi động 신나는 음악
- nhạc nhẹ/êm dịu 잔잔한 음악, 조용한 음악
- nhạc acapella 아카펠라
- nhạc đại chúng/dân gian 대중음악
- ca dao 가요
- nhạc dance/sàn 댄스
- nhạc ballad 발라드
- nhạc hiphop 힙합
- nhạc rock 락

❶ 좋아하는 음악 장르

Thể loại nhạc tôi thích nhất là 장르.
가장 좋아하는 음악 장르는 _____ 입니다.

_____

_____

❷ 좋아하는 가수

Dạo này tôi thích ca sĩ hát nhạc ballad truyền cảm. Chính vì thế, tôi thích những bài hát của ca sĩ 가수 1 hoặc ca sĩ 가수 2.
요새는 감성적인 발라드를 잘 부르는 가수가 좋습니다. 그래서 저는 _____ 나 _____의 노래를 좋아합니다.

_____

_____

좋아하는 이유
- hát hay và diễn cũng hay 노래를 잘하고 연기도 잘하다
- chất giọng ngọt ngào 달달한 목소리이다
- chất giọng khỏe 터프한 목소리이다
- giai điệu hay 멜로디가 좋다
- cô/anh ấy tự sáng tác 그녀/그는 작곡을 직접 한다
- cô/anh ấy tự viết lời bài hát 그녀/그는 작사를 직접 한다
- dành nhiều tình cảm cho fan/ người hâm mộ 팬들에게 다정다감하다
- chất giọng khàn 허스키한 목소리이다
- chất giọng trầm 저음 목소리이다(→ 동굴 보이스이다)

❸ 가수(노래)를 좋아하는 이유

Lý do tôi thích nhạc của ca sĩ 가수 1 và 가수 2 là vì 좋아하는 이유 1 và tôi thấy 좋아하는 이유 2.
_____ 와 _____ 를 좋아하는 이유는 _____ 하고 _____ 하기 때문 입니다.

_____

_____

❹ 언제 음악을 듣는지

Khi 활동 1 hoặc 활동 2, khi 활동 3 tôi đều phải nghe nhạc.
_____ 하거나 _____ 할 때, _____ 할 때는 꼭 음악을 듣습니다.

_____

_____

❺ 음악 선곡

Tôi chọn nghe nhạc theo tâm trạng.
기분에 따라 음악 선곡을 합니다.

_____

_____

❻ 음악 감상 느낌

Mỗi khi nghe nhạc, tôi thấy 감상 느낌.
음악을 들을 때마다 저는 _____합니다.

_____

_____

음악 감상 느낌
• vui và thích thú 신나고 즐겁다
• thấy dễ chịu, bình yên 편안해지다
• dễ ngủ 잠이 오다
• được an ủi 위로가 되다
• được động viên 용기를 얻다
• thêm sức mạnh 힘이 나다
• nhớ về ngày xưa 옛 생각이 나다
• nhớ về thời đi học 학창 시절을 회상하다

나만의 답변 완성 노트!

음악 취향

☐ _____

☐ _____

좋아하는 가수(노래)와 이유

☐ _____

☐ _____

요즘 자주 듣는 음악

☐ _____

☐ _____

음악 감상 느낌

☐ _____

☐ _____

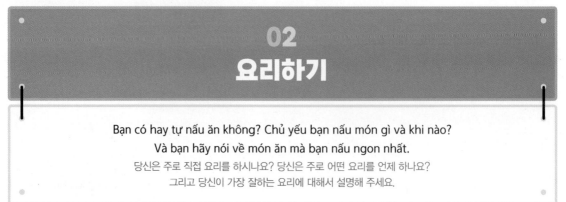

02
요리하기

Bạn có hay tự nấu ăn không? Chủ yếu bạn nấu món gì và khi nào?
Và bạn hãy nói về món ăn mà bạn nấu ngon nhất.
당신은 주로 직접 요리를 하시나요? 당신은 주로 어떤 요리를 언제 하나요?
그리고 당신이 가장 잘하는 요리에 대해서 설명해 주세요.

STEP1　내용 구성해 보기

- 직접 요리하는지 여부
- 주로 언제, 어떤 요리를 하는지
- 잘하는 요리와 조리법
- 마무리(요리 후 맛있게 먹는 법)

STEP 2　관련 표현 떠올려 보기

요리 종류 및 조리법	canh hầm xương 탕　　canh 국　　lẩu 찌개　　món xào 볶음 요리　　xào 볶다 trộn 무치다/비비다　　luộc 삶다　　hấp 찌다　　rán/chiên 튀기다　　nướng 굽다
요리 이름	sườn om/ram 갈비찜　　bánh gạo cay/tokbukki 떡볶이　　canh kim chi 김치찌개　　cơm rang/chiên kim chi 김치볶음밥　　miến xào thập cẩm 잡채 canh đậu tương 된장찌개　　cơm trộn 비빔밥
요리 재료	các loại rau củ 각종 야채　　cà rốt 당근　　hành pa-ro 대파　　hành tây 양파 tỏi 마늘　　khoai tây 감자　　ớt 고추　　đậu tương 된장　　tương ớt 고추장 thịt (thịt lợn/heo, thịt bò, thịt gà, thịt vịt) 고기 (돼지고기, 소고기, 닭고기, 오리고기) cá 생선　　rau chân vịt/rau bina 시금치　　giá đỗ 콩나물　　gia vị 조미료
맛	ngọt 달다　　mặn 짜다　　ngọt mặn 달고 짜다　　ngon 맛있다　　không ngon/dở 맛이 없다　　cay 맵다　　chua 시다　　nhạt/lạt 싱겁다　　đắng 쓰다　　bùi 고소하다

STEP 3　포인트 문장 떠올려 보기

- Tôi không thật sự thích nấu ăn lắm nhưng hầu như phải tự nấu.
  저는 요리하는 것을 그다지 좋아하지 않지만 대부분의 요리를 직접 합니다.

- Tôi thường nấu ăn vào 때 1 hoặc là vào 때 2.
  보통 저는 _____(때)나 _____(때)에 요리를 합니다.

- Chủ yếu tôi thích 요리 1 hoặc là 요리 2.
  주로 _____ 요리나 _____ 요리를 좋아합니다.

• 요리 ăn cùng cơm mới nấu rất ngon.
　갓 지은 밥에 _____를 (곁들여) 먹으면 아주 맛있습니다.

STEP 4 최종 답변하기

① 직접 요리하는지 여부

　Tôi không thật sự thích nấu ăn lắm nhưng vì sống một mình nên hầu như phải tự nấu. Ngày nào cảm thấy lười thì tôi gọi đồ ăn giao đến nhưng nếu có thể thì tôi vẫn cố gắng tự nấu ăn.

② 주로 언제, 어떤 요리를 하는지

　Tôi thường nấu ăn vào buổi tối hay vào cuối tuần. Chủ yếu tôi thích canh xương hầm hoặc là món xào.

③ 잘하는 요리와 조리법

　Tôi nấu canh kim chi hoặc là canh đậu tương rất ngon. Thật ra, các món canh là đơn giản nhất. Trước tiên cho đậu tương vào nước dùng rồi trong khi đun thì cắt nấm, đậu phụ, hành tây v.v. Và khi nước dùng sôi thì bỏ các loại rau củ vào và tiếp tục đun. Vì thích ăn cay nên tôi cho thêm ớt băm vào.

④ 마무리

　Canh đậu tương ăn cùng cơm mới nấu rất ngon. Vì đồ ăn gọi giao đến đa số vị cay, ngọt, mặn hơi quá lố nên tôi luôn cố gắng ăn cơm nhà.

··

해석 | ① 저는 요리하는 것을 그다지 좋아하지는 않지만 혼자 살기 때문에 대부분의 요리를 직접 합니다. 너무 귀찮은 날에는 배달을 시켜 먹지만, 웬만하면 직접 요리하려고 노력합니다.
② 저는 보통 저녁 때나 주말에 요리를 합니다. 주로 탕 요리나, 볶음 요리를 좋아합니다.
③ 저는 김치찌개나 된장찌개를 매우 잘 끓입니다. 사실 국물 요리가 제일 간단한 것 같습니다. 우선 육수에 된장을 풀고 끓는 동안 버섯, 두부, 양파 등을 썰어 줍니다. 그리고 국물이 끓으면 각종 채소를 넣고 계속 끓여 줍니다. 저는 매콤한 것을 좋아해서 다진 고추를 넣습니다.
④ 갓 지은 밥에 된장찌개를 곁들여 먹으면 아주 맛있습니다. 아주 맵고, 달고 짠 배달 음식은 대부분 자극적이기 때문에 집밥을 먹으려고 노력합니다.

표현 | hầu như 대다수　　gọi đồ ăn giao đến 배달 음식을 시키다　　nước dùng 육수　　cắt 썰다, 자르다　　sôi 끓다
　　bỏ 넣다　　đun 끓이다　　cho thêm 추가하다　　băm 다지다　　quá lố 과도한, 지나친　　đậu phụ/đậu hũ 두부

p214 참고

꼬마이의 체크 포인트!

*여러 가지 뜻을 가진 bỏ

① 버리다

　Máy tính bảng này đã bị hỏng/bị hư hoàn toàn rồi mà tại sao không bỏ luôn?
　이 태블릿 pc는 완전 고장났는데 왜 안 버려요?

② 넣다

　Anh/Chị/Em bỏ đường vào nữa đi. 설탕을 좀 더 넣어 봐.

③ 포기하다

　Anh/Chị/Em ơi, cố lên. Anh/Chị/Em đừng từ bỏ nhé. 힘내요. 포기하지 마세요.

02
요리하기

직접 요리하는 이유
- tốn tiền 돈이 들어서
- ăn ngoài không hợp khẩu vị
  외부 음식이 입에 맞지 않아서

① 직접 요리하는지 여부

Tôi không thật sự thích nấu ăn lắm nhưng (vì 이유) nên hầu như phải tự nấu.

저는 요리하는 것을 그다지 좋아하지 않지만 (_____하기 때문에) 대부분의 요리를 직접 합니다.

_____

_____

② 언제 요리하는지

Tôi thường nấu ăn vào 때 1 hoặc là 때 2.

보통 저는 _____(때)나 _____(때)에 요리를 합니다.

_____

_____

요리 종류 및 요리명
- canh hầm xương 탕
- canh 국
- lẩu 찌개
- món xào 볶음 요리
- sườn om/ram 갈비찜
- bánh gạo cay/tokbukki 떡볶이
- canh kim chi 김치찌개
- cơm rang/chiên kim chi 김치
  볶음밥
- miến xào thập cẩm 잡채
- canh đậu tương 된장찌개
- cơm trộn 비빔밥

③ 좋아하는 요리

Chủ yếu tôi thích 요리 1 hoặc là 요리 2.

주로 _____ 요리나, _____ 요리를 좋아합니다.

_____

_____

④ 잘하는 요리

Tôi nấu 요리 1 hoặc là 요리 2 rất ngon. Thật ra, 잘 하는 요리 là đơn giản nhất.

저는 _____나 _____를 매우 잘합니다. 사실 _____가 (요리하기에 는) 제일 간단한 것 같습니다.

_____

_____

❺ 조리법

Khi nước dùng sôi thì bỏ các loại rau củ vào và tiếp tục đun.
국물이 끓으면 각종 채소를 넣고 계속 끓여 줍니다.

_____

_____

❻ 요리 후 맛있게 먹는 법

요리 ăn cùng cơm mới nấu rất ngon.
금방 지은 밥에 _____를 (곁들여) 먹으면 아주 맛있습니다.

_____

_____

조리법 및 요리 재료
- xào 볶다
- trộn 무치다
- luộc 삶다
- hấp 찌다
- rán/chiên 튀기다
- nướng 굽다
- gia vị 조미료
- bột ớt 고춧가루
- đậu tương 된장
- tương ớt 고추장
- miến 당면
- bánh gạo 떡
- thịt (thịt lợn/heo, thịt bò, thịt gà, thịt vịt) 고기 (돼지고기, 소고기, 닭고기, 오리고기)
- cá 생선

나만의 답변 완성 노트!

직접 요리하는지 여부

☐ _____

☐ _____

주로 언제, 어떤 요리를 하는지

☐ _____

☐ _____

잘하는 요리와 조리법

☐ _____

☐ _____

마무리

☐ _____

☐ _____

03 독서하기

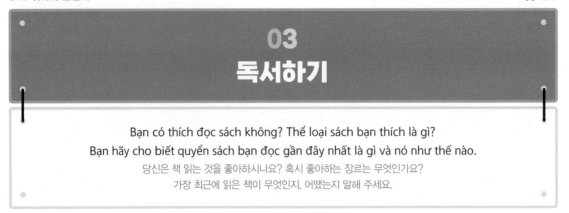

Bạn có thích đọc sách không? Thể loại sách bạn thích là gì?
Bạn hãy cho biết quyển sách bạn đọc gần đây nhất là gì và nó như thế nào.

당신은 책 읽는 것을 좋아하시나요? 혹시 좋아하는 장르는 무엇인가요?
가장 최근에 읽은 책이 무엇인지, 어땠는지 말해 주세요.

STEP1 내용 구성해 보기

- 책 분야(좋아하거나 싫어하는 분야)
- 책 읽기를 좋아하는 이유
- 최근에 읽은 책(책 정보 및 내용)
- 책을 읽은 느낌

STEP 2 관련 표현 떠올려 보기

책 분야	tiểu thuyết 소설 tiểu thuyết trinh thám 추리 소설 tiểu thuyết tình yêu 연애 소설 sách phát triển bản thân 자기개발서 tùy bút, tản văn 수필 truyện tranh 만화 lịch sử 역사 kinh tế 경제 chính trị 정치
책 읽기를 좋아하는 이유	có thể tích lũy kiến thức 지식을 쌓을 수 있다 tiếp thu tri thức từ cuộc sống 삶의 지혜를 얻을 수 있다 có thể tưởng tượng phong phú và đa dạng 다양하고 풍부한 상상을 할 수 있다
책 내용	nội dung về truy tìm tội phạm/thủ phạm 범인을 찾는 내용이다 nội dung về cuộc phiêu lưu của nhân vật chính 주인공이 모험을 하는 내용이다 nội dung về tìm kiếm lý do và mục đích của cuộc sống 살아가는 이유와 목적을 찾아가는 내용이다
느낌	cảm động 감동적이다 thú vị, hứng thú 흥미진진하다 kịch tính 짜릿하다 hay 재미있다 buồn 슬프다

STEP 3 포인트 문장 떠올려 보기

- Tôi thích nhất là thể loại 분야.
  제가 가장 좋아하는 책 분야는 _____입니다.

- Vừa đọc sách vừa 이유 nên tôi rất thích đọc sách.
  책을 읽으면서 _____할 수 있어서 저는 책 읽기가 좋습니다.

- 책 이름 nổi tiếng trên toàn thế giới ai cũng biết nên là sách bán chạy nhất.
  _____는 전 세계인들이 알 정도로 매우 유명하고, 베스트셀러입니다.

• Tôi thấy rất 감상 khi đọc.

책을 읽는 동안 매우 _____ 했습니다.

STEP 4 **최종 답변하기**

① 책 분야(좋아하거나 싫어하는 분야)

Mỗi khi có thời gian, tôi đều cố gắng đọc sách. Tôi thích nhất là thể loại tiểu thuyết trinh thám và những thể loại không được ưa chuộng lắm như sách liên quan đến kinh tế.

② 책 읽기를 좋아하는 이유

Dạo này mọi người đều bị cuốn vào điện thoại thông minh/smartphone. Chính vì thế, ngược lại tôi thấy Analog có vẻ tốt hơn. Vừa đọc sách vừa tưởng tượng nhiều thứ nên tôi rất thích đọc sách. Hơn nữa, nếu đọc sách thì kiến thức của tôi dường như trở nên phong phú hơn.

③ 최근에 읽은 책(책 정보 및 내용)

Dạo gần đây tôi đọc lại sách Sherlock Holmes. Sherlock Holmes là sách có nội dung về truy tìm tội phạm. Sự thật là lúc nhỏ tôi đã đọc nhiều lần rồi nhưng dù cho đọc nhiều lần thì vẫn thấy rất thú vị. Sherlock Holmes nổi tiếng trên toàn thế giới ai cũng biết nên là sách bán chạy nhất.

④ 책을 읽은 느낌

Sherlock Holmes cũng làm cả phim nhưng đọc sách vẫn hay hơn. Tôi thấy rất hứng thú khi đọc. Lúc bắt thủ phạm thật là kịch tính.

해석 | ① 저는 시간이 날 때마다 독서하려고 노력합니다. 제가 가장 좋아하는 책 장르는 추리 소설이고, 선호하지 않는 장르는 경제 관련 지식 책입니다.

② 요즘에는 모두가 휴대폰에만 빠져 있습니다. 그래서 저는 오히려 아날로그가 좋습니다. 책을 읽으면서 다양한 상상을 할 수 있어서 저는 책 읽는 것이 좋습니다. 또한 책을 읽으면 제 지식이 풍부해지는 것 같아서 좋습니다.

③ 저는 최근에 셜록 홈즈를 다시 읽었습니다. 셜록 홈즈는 범인을 찾는 내용입니다. 사실 어렸을 때 이미 여러 번 읽었지만 여러 번 읽어도 너무 재밌습니다. 셜록 홈즈는 전 세계인들이 알 정도로 매우 유명하고, 베스트셀러입니다.

④ 셜록 홈즈는 영화로도 나왔는데 저는 책으로 본 게 더 재밌었습니다. 책을 읽는 동안 매우 흥미진진했습니다. 범인을 잡을 때는 짜릿했습니다.

표현 | ưa chuộng 선호하다   bị cuốn vào ~에 빠지다   ngược lại 반대로, 오히려   tưởng tượng 상상하다
kiến thức 지식   dù cho ~라 할지라도   trên toàn thế giới 전 세계적으로   bán chạy nhất 잘 팔리는

p215 참고

꼬마이의 체크 포인트!

*trở nên+형용사 ~이 되(어지)다
Nếu đọc sách thì kiến thức của tôi dường như trở nên phong phú hơn.
책을 읽으면 제 지식이 풍부해지는 것 같아서 좋습니다.

*동사+lại와 lại+동사의 차이점!
học lại 똑같은 과목을 또 공부하기, 재수강 / lại học 과목에 상관없이 또 공부하기
ăn lại 똑같은 음식을 또 먹기 / lại ăn 무언가를 또 먹기
đọc lại 똑같은 책을 또 읽기 / lại đọc 무언가를 또 읽기

03 독서하기

책 분야
- tự truyện/hồi ký 자서전
- du lịch 여행
- tiếng nước ngoài 외국어
- thơ 시
- tiểu thuyết 소설
- tiểu thuyết trinh thám 추리소설
- tiểu thuyết tình yêu 연애소설
- sách phát triển bản thân 자기 개발서
- tùy bút/tản văn 수필
- truyện tranh 만화
- lịch sử 역사
- kinh tế 경제
- chính trị 정치

책을 좋아하는 이유
- có thể trải nghiệm gián tiếp 간접 경험을 할 수 있다
- nâng cao vốn từ vựng 어휘력을 높일 수 있다
- tiếp thu tri thức từ cuộc sống 삶의 지혜를 얻을 수 있다
- có thể tưởng tượng phong phú và đa dạng 다양하고 풍부한 상상을 할 수 있다
- có thể tích lũy kiến thức 지식을 쌓을 수 있다

❶ 좋아하는 분야의 책

Tôi thích nhất là thể loại 분야.

제가 가장 좋아하는 책 분야는 _____입니다.

_____

_____

❷ 좋아하지 않는 분야의 책

Thể loại không được ưa chuộng lắm như sách liên quan đến 분야.

선호하지 않는 분야는 _____ 관련 (지식) 책입니다.

_____

_____

❸ 책 읽기를 좋아하는 이유

Vừa đọc sách vừa 이유 nên tôi rất thích đọc sách.

책을 읽으면서 _____할 수 있어서 저는 책 읽기가 좋습니다.

_____

_____

❹ 최근에 읽은 책 1

Sự thật là lúc nhỏ tôi đã đọc nhiều lần rồi nhưng dù cho đọc nhiều lần thì vẫn thấy rất thú vị.

사실 어렸을 때 이미 여러 번 읽었지만 여러 번 읽어도 너무 재미있습니다.

_____

_____

❺ **최근에 읽은 책 2**

책 이름 nổi tiếng trên toàn thế giới ai cũng biết nên là sách bán chạy
nhất.

_____은 전 세계인들이 알 정도로 매우 유명하고, 베스트셀러입니다.

_____

_____

❻ **책을 읽은 느낌**

Tôi thấy rất 감상 khi đọc.

책을 읽는 동안 매우 _____했습니다.

_____

_____

책을 읽은 느낌
- cảm động 감동적이다
- hứng thú 흥미진진하다
- kịch tính 찌릿하다
- hay 재미있다
- thú vị 즐겁다
- buồn 슬프다
- hồi hộp 긴장되다
- đồng cảm 공감하다

나만의 답변 완성 노트!

책 분야(좋아하거나 싫어하는 분야)

☐ _____

☐ _____

책 읽기를 좋아하는 이유

☐ _____

☐ _____

최근에 읽은 책

☐ _____

☐ _____

책을 읽은 느낌

☐ _____

☐ _____

04
반려동물 기르기

Bạn đã chọn nuôi thú cưng trong bài khảo sát.
Thú cưng của bạn là con gì, mấy tuổi, trông như thế nào và hãy miêu tả về thú cưng của bạn.
Ngoài ra, bạn hãy cho biết ưu điểm và nhược điểm khi nuôi thú cưng.

당신은 반려동물을 기른다고 설문 조사에 체크했습니다.
당신의 반려동물은 무엇이고, 몇 살이며, 어떻게 생겼는지 당신의 반려동물에 대해서 묘사해 주세요.
또한 반려동물을 기를 때의 장점과 단점을 말해 주세요.

STEP 1   내용 구성해 보기

- 기르는 반려동물(종류, 나이 등)
- 반려동물 묘사(외형, 습성 등)
- 반려동물 기르기 장점
- 반려동물 기르기 단점

STEP 2   관련 표현 떠올려 보기

반려동물 종류	cún/chó 강아지 mèo 고양이 chuột hamster 햄스터 cá 물고기 vẹt 앵무새
반려동물 묘사	dễ thương 귀엽다 đáng yêu 사랑스럽다 làm nũng, tỏ ra dễ thương 애교가 많다 nghịch ngợm 짓궂다 nghe lời, khôn 말을 잘 듣다 ngoan/hiền 온순하다 rất hay sủa 많이 짖다
반려동물 기르기 장점	không cô đơn 외롭지 않다 luôn được đón mừng 항상 반겨 주다 giúp mình có trách nhiệm hơn 책임감이 생기다 có thể chia sẻ đồng cảm 감정을 공유할 수 있다
반려동물 기르기 단점	phải chăm sóc thường xuyên 항상 보살펴 줘야 한다 mất tự do 자유롭지 못하다 phải cho ăn đúng giờ 시간 맞춰 밥을 줘야 한다 hay cắn đồ 물건을 자주 문다

STEP 3   포인트 문장 떠올려 보기

- Tôi đang nuôi một 동물 종류.
  저는 _____ 한 마리를 기르고 있습니다.

- Cún của tôi có lông 털 길이 màu 털 색, mắt to tròn, đuôi hay ngoe nguẩy rất dễ thương.
  우리 강아지는 _____색깔의 (길이가) _____한 털과, 크고 동그란 눈, 살랑거리는 꼬리가 아주 귀엽습니다.

• Ưu điểm của việc nuôi động vật là 장점.

_____를 기를 때 장점은 _____입니다.

• Nhược điểm của việc nuôi động vật là 장점.

_____를 기를 때 단점은 _____입니다.

STEP 4 **최종 답변하기**

① 반려동물 소개(종류, 나이 등)

Tôi đang nuôi một chú cún Maltese. Nó tên là Barbie năm nay 5 tuổi.

② 반려동물 묘사(외형, 습성 등)

Cún của tôi có lông ngắn màu trắng, mắt to tròn, đuôi hay ngoe ngoẩy rất dễ thương. Barbie khi muốn ăn thường hay làm nũng. Ngày thường nó rất hiền nhưng khi nghe tiếng chuông cửa thì sủa rất to. Nó thích đi dạo và hạnh phúc nhất khi các thành viên trong gia đình đều ở nhà.

③ 반려동물 기르기 장점

Điều tôi cảm nhận khi nuôi Barbie là tôi không thấy cô đơn. Thực sự, cả hai dường như chia sẻ đồng cảm với nhau. Ưu điểm của việc nuôi cún là mỗi khi về nhà nó luôn đón mừng tôi. Chính vì thế, tôi rất thương nó và cảm thấy có trách nhiệm hơn.

④ 반려동물 기르기 단점

Nhưng nhược điểm của việc nuôi cún là phải thường xuyên chăm sóc nó nên hơi mất tự do. Đi đâu cũng muốn nhanh về nhà vì lo lắng cho Barbie. Thế nhưng tôi thấy so với nhược điểm thì ưu điểm nhiều hơn hẳn.

해석 | ① 저는 몰티즈 한 마리를 키우고 있습니다. 우리 강아지 이름은 바비이고 올해 5살입니다.
② 우리 강아지는 하얀색 짧은 털과, 크고 동그란 눈, 살랑거리는 꼬리가 아주 귀엽습니다. 바비는 간식을 먹고 싶을 때 애교를 엄청 부립니다. 평소에는 아주 온순한데 초인종 소리가 들릴 때는 엄청 크게 짖습니다. 우리 강아지는 산책 나가기를 좋아하고, 집에 온 가족이 있을 때 제일 행복해합니다.
③ 바비를 키우다 보니 느낀 점은 외롭지 않다는 점입니다. 실제로 서로 감정을 공유하는 것 같습니다. 강아지를 키울 때 장점은 집에 들어갈 때 항상 반겨 줍니다. 그래서 정도 많이 들고, 책임감이 생깁니다.
④ 하지만 강아지를 키울 때 단점은 항상 보살펴 줘야 하므로 자유롭지는 못합니다. 어딜 가도 바비 걱정에 빨리 집에 들어가고 싶습니다. 그렇지만 제 생각엔 단점보다 장점이 훨씬 많습니다.

표현 | đa số 대다수   cả hai 둘 다   chia sẻ 공유하다   có trách nhiệm 책임감이 생기다   chăm sóc 돌보다
thường xuyên 항상   mất 잃다   tự do 자유   lo lắng 걱정하다   nhược điểm 단점   ưu điểm 장점

p215 참고

꼬마이의 체크 포인트!

*반려동물을 정감 있게 부를 때 사용하는 표현이에요.

em chó/chú chó 강아지 / chú mèo 고양이 / bé chuột 햄스터

*반려동물을 설명할 수 있는 다양한 표현들을 살펴볼까요?

Khịt mũi và đánh hơi. 코를 킁킁거리며 냄새를 맡아요. / Chủ yếu chơi ở nhà của mèo. 캣타워에서 주로 놀아요. /
Không thích xích vòng cổ. 목줄 하는 것을 싫어해요. / Rất ghét tắm. 목욕하는 것을 매우 싫어해요. /
Rên hừ hừ khi đói bụng. 배고플 때 낑낑거려요.

04
반려동물 기르기

동물 종류
- cún/chó 강아지
- mèo 고양이
- chuột hamster 햄스터
- cá 물고기
- thỏ 토끼
- rắn 뱀
- vẹt 앵무새

① 동물 종류

Tôi đang nuôi một 동물 종류.
저는 _____ 한 마리를 기르고 있습니다.

_____

_____

② 동물 묘사(강아지)

Cún của tôi có lông 털 길이 màu 털 색, mắt to tròn, đuôi hay ngoe
ngoẩy rất dễ thương.
우리 강아지는 _____색깔의 (길이가) _____한 털과, 크고 동그란 눈, 살
랑거리는 꼬리가 아주 귀엽습니다.

_____

_____

반려동물 기르기 장점
- không cô đơn 외롭지 않다
- luôn được đón mừng
  항상 반겨 주다
- có thể chia sẻ đồng cảm
  감정을 공유할 수 있다
- giúp mình có trách nhiệm
  hơn 책임감이 생기다
- có tính trung thành 순종적이다
- nghe lời/khôn 말을 잘 듣다

③ 반려동물 기르기의 장점 1

Ưu điểm của việc nuôi 동물 là 장점.
_____를 기를 때 장점은 _____입니다.

_____

_____

④ 반려동물 기르기의 장점 2

Điều tôi cảm nhận khi nuôi 동물 종류 là tôi không thấy cô đơn.
_____를 기르다 보니 느낀 점은 외롭지 않다는 점입니다.

_____

_____

⑤ 반려동물 기르기 단점

Nhược điểm của việc nuôi 동물 là 단점.
_____를 기를 때 단점은 _____ 입니다.

_____

_____

반려동물 기르기 단점
- phải cho ăn đúng giờ
  시간 맞춰 밥을 줘야 한다
- rụng lông nhiều 털이 많이 빠지다
- tốn nhiều tiền 돈이 많이 들다
- phải dắt đi dạo thường xuyên
  산책을 자주 시켜야 한다
- không nghe lời 말을 잘 안 듣다
- thỉnh thoảng hay cắn 가끔 문다
- tấn công người 사람을 공격하다
- có tính công kích 공격성이 있다

⑥ 마무리

Thế nhưng tôi thấy so với nhược điểm thì ưu điểm nhiều hơn hẳn.
그렇지만 제 생각엔 단점보다 장점이 훨씬 많습니다.

_____

_____

나만의 답변 완성 노트!

반려동물 소개(종류, 나이 등)

☐ _____

☐ _____

반려동물 묘사(외형, 습성 등)

☐ _____

☐ _____

반려동물 기르기 장점

☐ _____

☐ _____

반려동물 기르기 단점

☐ _____

☐ _____

CHAPTER 6

운동

한눈에 보는 질문 유형

Q1. Bạn chủ yếu chạy bộ/đi bộ khi nào và với ai? Bạn nghĩ chạy bộ/đi bộ có ưu điểm và nhược điểm gì?

당신은 주로 언제, 누구와 조깅/걷기를 하나요? 당신이 생각했을 때 조깅/걷기의 장점과 단점이 무엇인가요?

Q2. Bạn biết chạy xe đạp từ khi nào và tại sao bạn thích chạy xe đạp? Bạn chủ yếu chạy xe đạp khi nào với ai và ở đâu? Bạn hãy miêu tả sơ lược về chiếc xe đạp của bạn.

당신은 언제부터 자전거를 탔고, 왜 자전거를 타기를 좋아하나요? 당신은 주로 언제 누구와 어디에서 자전거를 타나요? 당신의 자전거에 대해서 간단히 묘사해 주세요.

Q3. Bạn bắt đầu tập yoga/tập gym khi nào? Tại sao bạn tập yoga/tập gym? Khi tập yoga/tập gym điều gì bạn thấy vất vả nhất? Bạn có huấn luyện viên yoga/gym không? Nếu có, bạn hãy giới thiệu sơ lược về huấn luyện viên.

당신은 언제 처음 요가/헬스를 시작했나요? 당신은 왜 요가/헬스 하나요? 당신이 요가/헬스를 할 때 가장 힘든 점은 무엇인가요? 당신은 요가/헬스 트레이너가 있나요? 있다면 트레이너에 대해서 간단히 소개해 주세요.

Q4. Bạn biết bơi được bao lâu rồi? Tại sao bạn học bơi? Khi bơi bạn thấy như thế nào? Trước và sau khi bơi bạn thường làm gì?

당신은 수영을 한 지 얼마나 되었나요? 왜 수영을 배우기 시작했나요? 수영을 할 때 (느낌이) 어땠나요? 수영을 하기 전후에 보통 무엇을 하나요?

Q5. Tại sao bạn thích bóng đá/bóng chày/bóng rổ? Bạn thường chơi bóng đá/bóng chày/bóng rổ ở đâu, khi nào và với ai? Trước khi chơi bóng đá/bóng chày/bóng rổ bạn thường làm gì?

당신은 왜 축구/야구/농구를 좋아하시나요? 당신은 보통 어디에서, 언제 그리고 누구와 축구/야구/농구를 하나요? 축구/야구/농구를 하기 전후에 당신은 보통 무엇을 하나요?

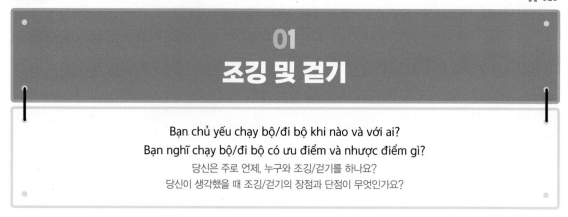

01
조깅 및 걷기

Bạn chủ yếu chạy bộ/đi bộ khi nào và với ai?
Bạn nghĩ chạy bộ/đi bộ có ưu điểm và nhược điểm gì?
당신은 주로 언제, 누구와 조깅/걷기를 하나요?
당신이 생각했을 때 조깅/걷기의 장점과 단점이 무엇인가요?

STEP1 내용 구성해 보기

- 조깅/걷기 장소, 시간, 누구와 하는지
- 조깅/걷기를 하는 법
- 조깅/걷기의 장점 및 목적
- 조깅/걷기의 단점

STEP 2 관련 표현 떠올려 보기

누구와 하는지	chạy bộ/đi bộ một mình xung quanh nhà 혼자 집 주변을 조깅하다/걷다 chạy bộ/đi bộ với bạn 친구와 조깅하다/걷다 chạy bộ/đi bộ với gia đình 가족과 조깅하다/걷다
어떻게 하는지	nghe nhạc 음악을 듣다　　sắp xếp lại công việc phải làm trong đầu 해야 할 일들을 머릿속으로 정리하다　　hát một mình hay huýt sáo 혼자 노래부르거나 휘파람을 불다
장점 및 목적	giảm cân 다이어트를 하다　　tăng cường thể lực 체력을 기르다 duy trì sức khỏe 건강을 유지하다　　giải toả căng thẳng 스트레스를 해소하다
단점	bị ảnh hưởng bởi thời tiết 날씨에 영향을 받다 chỉ có thể tập thể dục ở những nơi an toàn 안전한 장소로만 다녀야 한다

STEP 3 포인트 문장 떠올려 보기

- Tôi thường chạy bộ/đi bộ một mình ở 장소 vào 때.
  저는 주로 _____ (때)에 _____ 에서 혼자 조깅합니다/걷습니다.
- Tôi thường vừa chạy bộ/đi bộ vừa 활동.
  저는 보통 조깅/걷기를 하면서 _____합니다.
- Tôi chạy bộ/đi bộ để 목적 và duy trì sức khỏe.
  저는 _____하기 위해서, 그리고 건강을 유지하기 위해서 조깅/걷기를 합니다.

• Chạy bộ/Đi bộ bị ảnh hưởng bởi thời tiết nên 날씨 1 hoặc là 날씨 2 thì không thể tập thể dục ngoài trời.

조깅/걷기는 날씨에 영향을 받는데 _____하거나 _____할 때는 야외에서 운동을 할 수 없습니다.

STEP 4 최종 답변하기

① 조깅/걷기하는 장소, 시간, 누구와 하는지

Tôi thường chạy bộ/đi bộ một mình ở công viên gần nhà vào buổi tối. Mỗi ngày luyện tập thì tốt nhất nhưng khi không khỏe tôi cũng nghỉ ngơi.

② 조깅/걷기를 하는 법

Tôi thường vừa chạy bộ/đi bộ vừa nghe nhạc. Nếu chạy bộ/đi bộ mà không nghe nhạc thì rất chán. Tôi vừa chạy bộ/đi bộ vừa sắp xếp lại trong đầu việc đã làm hôm nay và việc sẽ làm ngày mai.

③ 조깅/걷기의 장점

Không tốn tiền và vì có thể chạy bộ/đi bộ thoải mái một mình gần nhà nên không cần lo lắng gì cả. Chính vì thế, tôi rất thích đi bộ/ chạy bộ. Tôi chạy bộ/đi bộ để tăng cường thể lực và duy trì sức khỏe.

④ 조깅/걷기의 단점

Thế nhưng vào ngày có nhiều bụi mịn tôi phải đeo khẩu trang nên rất bất tiện. Hơn nữa, chạy bộ/đi bộ bị ảnh hưởng bởi thời tiết nên khi trời mưa hoặc là trời tuyết thì không thể tập thể dục ngoài trời. Thực sự thì chạy bộ/đi bộ dường như không có nhược điểm lớn.

해석 | ① 저는 주로 저녁에 집 근처 공원에서 혼자 조깅/걷기를 합니다. 매일 하는 게 가장 좋지만 컨디션이 좋지 않을 때에는 쉴 때도 있습니다.
② 저는 보통 조깅/걷기를 하면서 음악을 듣습니다. 음악을 듣지 않고 조깅/걷기를 하면 너무 지루하기 때문입니다. 저는 조깅/걷기를 하면서 오늘 있었던 일, 내일 할 일 등을 머릿속으로 정리하면서 운동을 합니다.
③ 따로 비용이 들지도 않고, 집 근처에서 혼자 편하게 조깅/걷기를 하므로 큰 부담이 없습니다. 그래서 저는 조깅/걷기 운동이 좋습니다. 저는 체력을 기르고, 건강을 유지하기 위해서 조깅/걷기를 합니다.
④ 하지만 미세 먼지가 많은 날에는 꼭 마스크를 착용해야 해서 매우 불편합니다. 또한 조깅/걷기는 날씨에 영향을 받는데 비가 오거나 눈이 올 때는 야외에서 운동을 할 수 없습니다. 사실 조깅/걷기 운동은 큰 단점이 없는 것 같습니다.

표현 | luyện tập 연습하다   sắp xếp 정리하다   tốn tiền 돈을 낭비하다   không cần 필요 없다   tăng cường 증가하다, 강화하다   bụi mịn 미세 먼지   đeo 착용하다   khẩu trang 마스크   bất tiện 불편한   bởi ~에 의해서

p216 참고

꼬마이의 **체크 포인트!**

*nhưng mà(그러나, 그렇지만), nhưng(그러나), mà(그런데, 그러나)
문장 안에서 '~는데 / ~만'과 같이 자연스럽게 해석해요!

Tôi đã dọn phòng rất kỹ nhưng mà vẫn không sạch lắm.
저는 방을 깨끗하게 청소했지만 여전히 깨끗하지 않아요.

Tôi biết mà không nói cho bạn ấy.
저는 알고 있었는데 그 친구에게 말하지 않았어요.

01
조깅 및 걷기

조깅/걷기를 할 때 하는 행동
- nghe nhạc 음악을 듣다
- sắp xếp lại suy nghĩ
  생각을 정리하다
- sắp xếp lại công việc phải làm
  trong đầu 해야 할 일들을 머릿속
  으로 정리하다
- hát một mình hay huýt sáo 혼
  자 노래를 부르거나 휘파람을 불다

❶ 장소와 때

Tôi thường chạy bộ/đi bộ một mình ở 장소 vào 때.

저는 주로 _____ (때)에 _____에서 혼자 조깅합니다/걷습니다.

_____

_____

❷ 조깅/걷기를 하는 법

Tôi thường vừa chạy bộ/đi bộ vừa 활동.

저는 보통 조깅/걷기를 하면서 _____합니다.

_____

_____

조깅/걷기의 장점 및 목적
- giảm cân 다이어트를 하다
- tăng cường thể lực
  체력을 기르다
- duy trì sức khỏe 건강을 유지하다
- giải toả căng thẳng
  스트레스를 해소하다
- giữ gìn vóc dáng
  몸매를 유지하다
- tăng cơ bắp 근육을 키우다
- ngăn ngừa bệnh
  질병을 예방하다

❸ 조깅/걷기의 장점

Không tốn tiền và vì có thể chạy bộ/đi bộ thoải mái một mình gần nhà nên không cần lo lắng gì cả.

따로 비용이 들지도 않고, 집 근처에서 혼자 편하게 조깅/걷기를 하므로 큰 부담이 없습니다.

_____

_____

❹ 조깅/걷기의 목적

Tôi chạy bộ/đi bộ để 목적 và duy trì sức khỏe.

저는 _____하기 위해서, 그리고 건강을 유지하기 위해서 조깅/걷기를 합니다.

_____

_____

❺ 조깅/걷기의 단점 1

Chạy bộ/đi bộ bị ảnh hưởng bởi thời tiết.
조깅/걷기는 날씨에 영향을 받습니다.

_____

_____

❻ 조깅/걷기의 단점 2

날씨 1 hoặc là 날씨 2 thì không thể tập thể dục ngoài trời.
_____이거나 _____일 때는 야외에서 운동을 할 수 없습니다.

_____

_____

조깅/걷기의 단점 추가 표현
- chỉ có thể tập thể dục ở những nơi an toàn 안전한 장소로만 다녀야 하다
- ngược lại nếu tập quá sức thì sẽ bị đau khớp 너무 무리하게 하면 오히려 관절에 무리가 오다

날씨
- trời nắng nóng 덥고 뜨거운 날씨
- trời mưa 비가 오는 날씨
- trời bão 폭풍이 부는 날씨
- trời có sấm chớp 번개가 치는 날씨
- trời tuyết 눈이 오는 날씨
- trời có nhiều bụi siêu mịn 미세 먼지가 많은 날씨

나만의 답변 완성 노트!

조깅/걷기하는 장소, 시간, 사람

☐ _____

☐ _____

조깅/걷기를 하는 법

☐ _____

☐ _____

조깅/걷기의 장점

☐ _____

☐ _____

조깅/걷기의 단점

☐ _____

☐ _____

02
자전거 타기

Bạn biết chạy xe đạp từ khi nào và tại sao bạn thích chạy xe đạp?
Bạn chủ yếu chạy xe đạp khi nào với ai và ở đâu?
Bạn hãy miêu tả sơ lược về chiếc xe đạp của bạn.
당신은 언제부터 자전거를 탔고, 왜 자전거를 타기를 좋아하나요?
당신은 주로 언제 누구와 어디에서 자전거를 타나요?
당신의 자전거에 대해서 간단히 묘사해 주세요.

STEP1　　내용 구성해 보기

- 자전거를 처음 탄 시기
- 자전거 묘사
- 자전거를 주로 언제 타는지
- 자전거 타기를 좋아하는 이유

STEP 2　　관련 표현 떠올려 보기

자전거를 처음 탄 시기	lúc khoảng 10 tuổi 대략 10살 때　　lúc nhỏ, lúc còn bé 어렸을 때　　gần đây 최근에　　khi học tiểu học/cấp 1 초등학생 때
자전거 묘사 (색깔/부착물)	màu xanh/đỏ/đen/trắng/vàng 파란/빨간/검정/흰/노란색　　giỏ 바구니　　đèn 플래시, 램프　　chuông 벨　　giá treo bình nước 물통 거치대　　bánh xe to 큰 바퀴　　bánh xe nhỏ 작은 바퀴
언제 타는지	sau khi tan làm 퇴근 후에　　vào buổi tối 저녁에　　vào cuối tuần 주말에　　khi đi đến những chỗ gần 가까운 거리를 이동할 때
자전거 타기를 좋아하는 이유	sảng khoái 상쾌한　　vui vẻ 즐거운　　thoải mái 편안한　　tốt 좋은

STEP 3　　포인트 문장 떠올려 보기

- Lúc khoảng 나이 tuổi là lần đầu tiên tôi học chạy xe đạp từ 사람.
  저는 _____살 때쯤 _____에게 처음 자전거 타기를 배웠습니다.

- Chiếc xe đạp của tôi màu 색깔, có 부착물 1, 부착물 2 và 부착물 3.
  제 자전거는 _____색이고, _____, _____와 _____가 달려 있습니다.

- 때 1 hoặc là 때 2 tôi thường chạy xe đạp xem như là tập thể dục ở 장소 cùng 사람.
  저는 _____ (때)나 _____ (때)에 _____에서 _____와 가끔 운동 삼아 자전거를 탑니다.

- Chạy xe đạp làm tâm trạng của tôi rất 기분.
자전거를 타면 기분이 매우 _____ 합니다.

STEP 4 최종 답변하기

① 자전거를 처음 탄 시기

Lúc khoảng 10 tuổi là lần đầu tiên tôi học chạy xe đạp từ bố tôi. Thực sự, lúc đầu chạy xe đạp tôi rất sợ nhưng bố đã giữ giúp nên tôi đã học rất vui.

② 자전거 묘사

Chiếc xe đạp tôi chạy lúc còn bé bây giờ quá nhỏ nên gần đây tôi đã mua một chiếc mới. Chiếc xe đạp của tôi màu xanh, có gài giỏ, đèn và chuông. Hơn nữa, xe đạp nhẹ nên di chuyển rất dễ dàng.

③ 자전거를 주로 언제 타는지

Vào buổi tối hoặc là cuối tuần tôi thường chạy xe đạp xem như là tập thể dục ở gần công viên sông Hàn cùng các bạn. Với đoạn đường không xa tôi thường di chuyển bằng xe đạp.

④ 자전거 타기를 좋아하는 이유

Chạy xe đạp làm tâm trạng của tôi rất sảng khoái. Hơn nữa, tôi rất thích vừa chạy xe đạp vừa hóng gió. Dạo này trong thành phố có chính sách cho mượn xe đạp "Tarungi" nên có thể mượn và chạy không nhất thiết phải là xe của mình.

....

해석 | ① 저는 10살 때쯤 아버지에게 처음 자전거 타기를 배웠습니다. 사실 처음에 자전거 타는 것이 무서웠는데 아버지께서 잘 잡아 주셔서 재밌게 배울 수 있었습니다.
② 어렸을 때 탔던 자전거는 너무 작아서 최근에 새로 샀습니다. 제 자전거는 파란색이고, 바구니와 플래시, 벨이 달려 있습니다. 또한 제 자전거는 가벼워서 이동이 더 편리합니다.
③ 저는 저녁이나 주말에 한강 공원 근처에서 친구들과 가끔 운동 삼아 자전거를 탑니다. 멀지 않은 거리는 자전거를 타고 이동합니다.
④ 자전거를 타면 기분이 매우 상쾌합니다. 또한 저는 자전거를 타면서 바람 맞는 것을 좋아합니다. 요새는 시에서 자전거를 빌려주는 제도인 '따릉이'가 있어서 꼭 내 자전거가 아니어도 빌려서 탈 수 있습니다.

표현 | lần đầu tiên 처음   từ ~로부터   thực sự 사실은   lúc đầu 처음   sợ 무서운   một chiếc 한 대 nhẹ 가벼운   di chuyển 이동하다   dễ dàng 쉬운   xem như là ~로 여기다   đoạn đường 거리, 길 không xa 멀지 않은   tâm trạng 기분   hóng gió 바람을 맞다   cho mượn 빌려주다   không nhất thiết 꼭 ~할 필요는 없다

p216 참고

꼬마이의 체크 포인트!

*'빌리다, 빌려주다'의 뜻을 갖는 3개 단어의 차이점!

• mượn
  : 두 사람의 협의에 의해 돈을 빌리거나 빌려줄 때 사용하며, 이자 유무도 협의에 따라 달라져요.
  : 대체로 무료로 물건을 빌리거나 빌려줄 때 사용해요.
• thuê: 임대하거나 렌트하는 것과 같이 금액을 내고 정당하게 빌리거나 빌려줄 때 사용해요.
• vay: 대출과 같이 큰 금액을 증서나 계약을 통해 빌리거나 빌려줄 때 사용해요.

02
자전거 타기

자전거를 처음 탄 시기
- khi học tiểu học/cấp 1 초등학생 때
- lúc khoảng 10 tuổi 대략 10살 때
- lúc nhỏ/còn bé 어렸을 때
- gần đây 최근에

❶ 자전거를 처음 탄 시기

Lúc khoảng 나이 tuổi là lần đầu tiên tôi học chạy xe đạp từ 사람.
저는 _____살 때쯤 _____에게 처음 자전거 타기를 배웠습니다.

_____

_____

자전거 묘사(색깔/부착물)
- màu xanh 파란색
- màu đỏ 빨간색
- màu đen 검정색
- màu trắng 흰색
- màu vàng 노란색
- giỏ 바구니
- đèn 플래시, 램프
- giá treo bình nước 물통 거치대
- bánh xe to 큰 바퀴
- bánh xe nhỏ 작은 바퀴

❷ 자전거 묘사

Chiếc xe đạp của tôi màu 색깔, có 부착물 1, 부착물 2 và 부착물 3.
제 자전거는 _____색이고, _____, _____와 _____가 달려 있습니다.

_____

_____

자전거 언제 타는지
- sau khi tan làm 퇴근 후에
- vào buổi tối 저녁에
- vào cuối tuần 주말에
- khi đi đến những chỗ gần 가까운 거리를 이동할 때

❸ 자전거 타는 시간, 장소, 사람

때 1 hoặc là 때 2 tôi thường chạy xe đạp xem như là tập thể dục ở 장소 cùng 사람.
저는 _____(때)나 _____(때)에 _____에서 _____와 가끔 운동 삼아 자전거를 탑니다.

_____

_____

❹ 자전거 활용도

Với đoạn đường không xa tôi thường di chuyển bằng xe đạp.
멀지 않은 거리는 자전거를 타고 이동합니다.

_____

_____

❺ 자전거를 타는 기분

Chạy xe đạp làm tâm trạng của tôi rất 기분.

자전거를 타면 기분이 매우 _____합니다.

_____

_____

자전거를 타는 기분
• sảng khoái 상쾌한
• vui vẻ 즐거운
• thoải mái 편안한
• tốt 좋은

❻ 자전거 타기를 좋아하는 이유

Hơn nữa, tôi rất thích vừa chạy xe đạp vừa hóng gió.

또한 저는 자전거를 타면서 바람 맞는 것을 좋아합니다.

_____

_____

나만의 답변 완성 노트!

자전거를 처음 탄 시기

☐ _____

☐ _____

자전거 묘사

☐ _____

☐ _____

자전거를 주로 언제 타는지

☐ _____

☐ _____

자전거 타기를 좋아하는 이유

☐ _____

☐ _____

03
요가 및 헬스하기

Bạn bắt đầu tập yoga/tập gym khi nào? Tại sao bạn tập yoga/tập gym?
Khi tập yoga/tập gym điều gì bạn thấy vất vả nhất? Bạn có huấn luyện viên yoga/gym không?
Nếu có, bạn hãy giới thiệu sơ lược về huấn luyện viên.

당신은 언제 처음 요가/헬스를 시작했나요? 당신은 왜 요가/헬스를 하나요?
당신이 요가/헬스를 할 때 가장 힘든 점은 무엇인가요?
당신은 요가/헬스 트레이너가 있나요? 있다면 트레이너에 대해서 간단히 소개해 주세요.

STEP1 　내용 구성해 보기

- 요가/헬스를 시작한 시기와 계기
- 요가/헬스를 할 때 가장 힘든 점
- 트레이너 소개
- 요가/헬스를 할 때 좋은 점

STEP 2 　관련 표현 떠올려 보기

시작한 계기	lên/tăng cân quá nhiều 살이 너무 쪄서　　thể lực yếu 체력이 약해서 cơ thể cứng đơ 몸이 너무 뻣뻣해서
힘든 점	toàn thân đau nhức 온몸이 아프다　　đau cơ nghiêm trọng 근육통이 심하다 động tác khó 동작이 어렵다　　ý chí kém/nhụt chí 의지가 약하다
트레이너 묘사	hình thể khỏe mạnh 건강한 몸매　　hình thể thon thả 날씬한 몸매 hình thể đầy cơ bắp/hình thể săn chắc 근육질 몸매 cách nói chuyện thân thiện 친절한 말투
좋은 점	giúp ích cho việc duy trì thể lực 체력 유지에 도움이 되다　　giúp giảm cân 다이어트가 되다　　giải tỏa căng thẳng 스트레스를 해소하다 có thể duy trì sức khỏe 건강을 유지할 수 있다

STEP 3 　포인트 문장 떠올려 보기

- Tôi đã bắt đầu 요가/헬스 vì 계기.
  저는_____를 하기 위해서 _____를 시작했습니다.

- Khi tập yoga/tập gym việc khó nhất là 힘든 점.
  요가/헬스를 할 때 가장 어려운 점은 _____입니다.

- Tôi rất ấn tượng với 인상 깊은 점 và cách nói chuyện cũng rất thân thiện.
  (트레이너 선생님의) _____가 인상 깊었고, 말투도 아주 친절했습니다.

• Căng thẳng cũng được giải tỏa và 좋은 점 nên tôi rất vui.

스트레스가 해소가 되고, _____ 해서 너무 기분이 좋습니다.

최종 답변하기

① 요가/헬스를 시작한 시기와 계기

Khoảng 10 năm trước tôi đã bắt đầu tập yoga vì tăng cân quá nhiều. Tuy nhiên, tôi nghĩ rằng nếu kết hợp với vận động làm tăng nhịp tim thì sẽ tốt hơn nên tôi cũng bắt đầu tập gym.

② 요가/헬스를 할 때 가장 힘든 점

Lúc đầu rất vất vả và tôi không thích. Đặc biệt khi tập yoga, chân không xoạc ra được và không mềm dẻo nên toàn thân đau nhức. Khi tập yoga/tập gym việc khó nhất là luôn bị đau cơ. Nhưng huấn luyện viên chỉ dẫn tận tình nên dần dần tôi thấy rất thích.

③ 트레이너 소개

Giáo viên dạy yoga trông như khoảng cuối 20 đầu 30. Tôi rất ấn tượng với hình thể thon thả, khỏe mạnh và cách nói chuyện cũng rất thân thiện. Giáo viên trong phòng tập gym trông như khoảng hơn 30, hình thể săn chắc và giọng nói rất to.

④ 요가/헬스를 할 때 좋은 점

Vì trong 10 năm đều đặn tập yoga và tập gym nên thể lực của tôi trở nên tốt hơn. Căng thẳng cũng được giải tỏa và giảm cân một cách tự nhiên nên tôi rất vui.

해석 | ① 대략 10년 전쯤 저는 살이 너무 쪄서 요가를 시작했습니다. 그런데 유산소 운동을 같이 하면 좋다고 해서 헬스도 함께 시작했습니다.

② 처음에는 너무 힘들었고, 하기 싫었습니다. 특히 요가를 할 때 다리가 잘 벌어지지 않고, 유연하지 않아서 온몸이 아팠습니다. 요가/헬스를 할 때 항상 근육통이 있었던 것이 가장 힘든 점이었습니다. 하지만 트레이너 선생님이 잘 알려 주셔서 점점 재미를 느끼게 되었습니다.

③ 요가 선생님은 대략 20대 후반에서 30대 초반으로 보였습니다. 건강하고 날씬한 몸매가 인상 깊었고, 말투도 아주 친절했습니다. 헬스 선생님은 대략 30대 중반으로 보였고 근육질 몸매에 목소리도 엄청 컸습니다.

④ 10년을 꾸준하게 요가와 헬스를 했더니 체력이 많이 좋아졌습니다. 스트레스가 해소가 되고, 자연스럽게 체중이 빠져서 너무 기분이 좋습니다.

표현 | kết hợp 결합하다   vận động làm tăng nhịp tim 유산소 운동   không xoạc ra được (다리가 크게) 벌어지지 않는   không mềm dẻo 유연하지 않은   ấn tượng 인상 깊은   hình thể 외형   hình thể săn chắc 근육질 몸매   trở nên ~해지다   một cách+형용사(tự nhiên) (자연스럽)게

p218 참고

꼬마이의 **체크 포인트!**

*나의 생각을 말할 때 쓸 수 있는 다양한 표현이 있어요.

Theo tôi ~. 나로서는/나에게는 ~이다. / Tôi thấy ~. 내 생각에/내 느낌에 ~이다.

Tôi nghĩ là/rằng ~. 내 생각에 ~이다. / Ý kiến của tôi ~(= Ý của tôi ~/Ý tôi ~). 내 의견은 ~이다.

*베트남어에는 유산소 운동이라는 단어가 없기 때문에 단어들을 결합해서 설명하듯이 표현해요.

vận động(운동하다)+làm tăng(높이다, 가속화하다)+nhịp tim(심박) → vận động làm tăng nhịp tim 유산소 운동

03
요가 및 헬스하기

시작하게 된 계기
- lên/tăng cân quá nhiều
  살이 너무 쪄서
- thể lực yếu 체력이 약해서
- cơ thể cứng đơ 몸이 너무 뻣뻣
  해서
- theo lời khuyên của bác sĩ
  의사의 권유로
- mục tiêu trong năm mới
  새해 목표

❶ 요가/헬스를 시작한 시기와 계기

Tôi đã bắt đầu 요가/헬스 vì 계기.
저는 _____를 하기 위해서 _____를 시작했습니다.

_____

_____

힘든 점
- toàn thân đau nhức
  온몸이 아프다
- đau cơ nghiêm trọng
  근육통이 심하다
- động tác khó 동작이 어렵다
- ý chí kém/nhụt chí
  의지가 약하다

❷ 요가/헬스를 할 때 힘든 점

Khi tập yoga/tập gym việc khó nhất là 힘든 점.
요가/헬스를 할 때 가장 어려운 점은 _____입니다.

_____

_____

❸ 좋아하게 된 계기

Nhưng huấn luyện viên chỉ dẫn tận tình nên dần dần tôi thấy rất
thích.
하지만 트레이너 선생님이 잘 알려 주셔서 점점 재미를 느끼게 되었습니다.

_____

_____

트레이너 선생님 묘사
- hình thể khỏe mạnh 건강한 몸매
- hình thể thon thả 날씬한 몸매
- hình thể đầy cơ bắp, hình thể
  săn chắc 근육질 몸매
- khuôn mặt đẹp 예쁜 얼굴

❹ 트레이너 선생님 묘사

Tôi rất ấn tượng với 인상 깊은 점 và cách nói chuyện cũng rất thân
thiện.
(트레이너 선생님의) _____가 인상 깊었고, 말투도 아주 친절했습니다.

_____

_____

❺ 요가/헬스를 할 때 좋은 점 1

Vì trong 10 năm đều đặn 요가/헬스 nên thể lực của tôi trở nên tốt hơn.

10년을 꾸준하게 _____를 했더니 체력이 많이 좋아졌습니다.

_____

_____

❻ 요가/헬스를 할 때 좋은 점 2

Căng thẳng cũng được giải tỏa và 좋은 점 nên tôi rất vui.

스트레스가 해소가 되고, _____ 해서 너무 기분이 좋습니다.

_____

_____

요가/헬스의 좋은 점
- giúp ích cho việc duy trì thể lực 체력 유지에 도움이 되다
- có thể duy trì sức khỏe 건강을 유지할 수 있다
- giúp ích cho việc quản lý sức khỏe 컨디션 관리에 도움이 되다

나만의 답변 완성 노트!

요가/헬스를 시작한 시기와 계기

☐ _____

☐ _____

요가/헬스를 할 때 가장 힘든 점

☐ _____

☐ _____

트레이너 소개

☐ _____

☐ _____

요가/헬스를 할 때 좋은 점

☐ _____

☐ _____

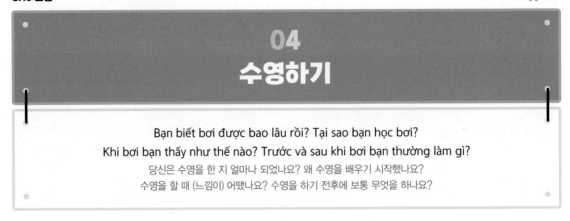

04
수영하기

Bạn biết bơi được bao lâu rồi? Tại sao bạn học bơi?
Khi bơi bạn thấy như thế nào? Trước và sau khi bơi bạn thường làm gì?
당신은 수영을 한 지 얼마나 되었나요? 왜 수영을 배우기 시작했나요?
수영을 할 때 (느낌이) 어땠나요? 수영을 하기 전후에 보통 무엇을 하나요?

STEP1 내용 구성해 보기

- 수영을 배운 시기 및 이유
- 수영할 때 느낌
- 수영을 배우는 과정
- 수영하기 전후 활동

STEP 2 관련 표현 떠올려 보기

수영을 배운 이유	quản lý sức khỏe 건강 관리 lặn ống thở 스노우쿨링 lặn bình dưỡng khí 스쿠버다이빙 quản lý cơ thể 몸매 관리 điều trị đau khớp 관절 치료 đi đến bể bơi/hồ bơi 수영장을 가다 học cách bơi 수영법을 배우다
수영할 때 느낌	sợ 무섭다 sợ hãi/sệt 무서워하다 nhút nhát/hoảng sợ 겁내다 lo sợ/e ngại 두려워하다
수영 배우는 과정	đá chân 발차기를 하다 nổi trên nước 물 위에 뜨다 lặn xuống nước 잠수하다 bơi tự do/bơi ngửa/bơi ếch/bơi bướm 자유영/배영/평영/접영 động tác tay khi bơi 수영할 때 팔 동작
수영 전후 활동	đeo kính bơi 수경을 쓰다 tập thể dục khởi động 준비 운동을 하다 buộc/cột tóc rồi đội mũ/nón bơi 머리를 묶고 수영모를 쓰다 mặc đồ bơi/bikini 수영복/비키니를 입다 tắm 샤워하다

STEP 3 포인트 문장 떠올려 보기

- Vì muốn 배운 이유 nên tôi đã rất muốn học bơi.
  바다에서 _____를 하고 싶어서 수영을 배웠습니다.

- Lúc đầu, tôi thấy 느낌, khi đã quen với nước tôi thấy việc ở dưới nước rất bình yên.
  처음에는 _____했지만, 물에 익숙해지고 나니 물속에 있는 것이 매우 편안했습니다.

- Tôi tập 기술 1, 기술 2 v.v và từ sau lúc đó tôi thấy tự tin hơn khi bơi.
  _____ 등을 배우고 난 후부터는 수영을 할 때 더 자신감이 생겼습니다.

• Trước khi bơi, tôi mặc đồ bơi, đội mũ/nón bơi, đeo kính bơi, khởi động rồi xuống nước.
수영하기 전 수영복, 수영모, 수경 등을 갖춰 입고, 준비 운동을 하고 물에 들어갑니다.

STEP 4 최종 답변하기

① 수영을 배운 시기 및 이유

Đến năm 20 tuổi tôi vẫn chưa biết bơi. Nhưng vì muốn bơi ống thở ở biển nên tôi đã học bơi. Và bây giờ tôi vẫn tiếp tục đi bơi để duy trì sức khỏe.

② 수영할 때 느낌

Lần đầu tiên bơi tôi sợ nước nên phải nhờ vào phao ván tập bơi để luyện tập. Lúc đầu, nước vào mũi nhiều nên tôi rất lo sợ nhưng khi đã quen với nước tôi thấy việc ở dưới nước rất bình yên.

③ 수영을 배우는 과정

Tôi tập đá chân và học cách thở, cách nổi trên nước v.v và từ sau lúc đó tôi thấy tự tin hơn khi bơi. Và bây giờ tôi đã có thể bơi được tất cả các thể loại như bơi tự do, bơi ngửa, bơi ếch và bơi bướm.

④ 수영하기 전후 활동

Bể bơi trong nhà và bể bơi ngoài trời cả hai tôi đều thích. Trước khi bơi, tôi mặc đồ bơi, đội mũ bơi, đeo kính bơi, tập thể dục khởi động rồi xuống nước. Sau khi bơi xong, vì đói bụng nên tôi ăn đồ ăn ngon hoặc các món tráng miệng.

....

해석 | ① 저는 20살 때까지 수영을 못했습니다. 하지만 바다에서 스노우쿨링을 하고 싶어서 수영을 배웠습니다. 그리고 지금은 건강 관리를 위해서 수영을 계속하고 있습니다.
② 처음 수영을 할 때는 물이 무서워서 수영 킥판의 도움을 받아서 연습했습니다. 처음에는 코에 물이 많이 들어와서 두려 웠지만, 물과 친해지고 나니 물속에 있는 것이 매우 편안했습니다.
③ 발차기 연습을 하고 숨 쉬는 방법, 물에서 뜨는 법 등을 배우고 난 후부터는 수영을 할 때 더 자신감이 생겼습니다. 그리 고 지금 저는 자유영, 평영, 배영, 접영과 같은 모든 종목을 할 수 있게 되었습니다.
④ 저는 실내 수영장, 야외 수영장 모두 좋아합니다. 수영하기 전 수영복, 수영모, 수경 등을 갖춰 입고, 준비 운동을 하고 물에 들어갑니다. 수영이 다 끝난 후에는 배가 고파져서 맛있는 음식이나 디저트 등을 먹습니다.

표현 | trải nghiệm 체험하다, 경험하다   tiếp tục 계속해서   nhờ vào ~에 기대다, ~에 의지하다   quen 익숙한
luyện tập 연습하다   phao ván tập bơi 수영 킥판   ở dưới nước 물 아래에서(물 안에서)   cách 방법   đói
bụng 배가 고픈   món tráng miệng 디저트   đến ~까지

p219 참고

꼬마이의 **체크 포인트!**

*bơi(수영하다) 뒤에 방법을 넣어 '수영 종목'을 표현할 수 있어요.
tự do 자유로운 → bơi tự do 자유영 / ngửa 위를 보다 → bơi ngửa 배영
ếch 개구리 → bơi ếch 평영 / bướm 나비 → bơi bướm 접영

*'모두, 전부'라는 의미의 tất cả와 cả는 사용 방법이 살짝 달라요.
• tất cả+거의 모든 단어와 결합 → tất cả mọi người 모든 사람들
• cả+집단/단체/시간 → cả nhà 가족 전체 cả lớp 학급 전체 cả ngày 하루 종일 cả tuần 한 주 내내

04
수영하기

❶ 수영을 시작한 계기

Vì muốn 배운 이유 nên tôi đã học bơi.

_____을 하고 싶어서 수영을 배웠습니다.

_____

_____

수영을 하는 이유
- quản lý sức khỏe 건강 관리
- lặn ống thở 스노우쿨링
- lặn bình dưỡng khí 스쿠버다이빙
- quản lý cơ thể 몸매 관리
- điều trị đau khớp 관절 치료
- học cách bơi 수영법을 배우다

❷ 수영을 하는 이유

Và bây giờ tôi vẫn tiếp tục đi bơi để(vì) 목적(이유).

그리고 지금은 _____ 위해서(때문에) 수영을 계속하고 있습니다.

_____

_____

❸ 수영할 때의 느낌

Khi đã quen với nước tôi thấy việc ở dưới nước rất bình yên.

물에 익숙해지고 나니 물속에 있는 것이 매우 편안했습니다.

_____

_____

수영 배우는 과정
- đá chân 발차기를 하다
- nổi trên nước 물 위에 뜨다
- lặn xuống nước 잠수하다
- bơi tự do/bơi ngửa/bơi ếch/
  bơi bướm 자유영/배영/평영/접영
- động tác tay khi bơi 수영할 때
  팔 동작

❹ 수영 배우는 과정

Tôi tập 기술 1, 기술 2 v.v và từ sau lúc đó tôi thấy tự tin hơn khi bơi.

_____, _____ 등을 배우고 난 후부터는 수영을 할 때 더 자신감이 생겼
습니다.

_____

_____

❺ 수영하기 전 활동

Trước khi bơi, tôi mặc đồ bơi, đội mũ/nón bơi, đeo kính bơi, khởi động rồi xuống nước.

수영하기 전 수영복, 수영모, 수경 등을 갖춰 입고, 준비 운동을 하고 물에 들어 갑니다.

_____

_____

수영 준비 활동

- làm ướt người 물로 몸을 적시다
- tập thể dục khởi động
  준비 운동을 하다

❻ 수영 후 활동

Sau khi bơi xong, vì đói bụng nên tôi ăn đồ ăn ngon hoặc các món tráng miệng.

수영이 다 끝난 후에는 배가 고파져서 맛있는 음식이나 디저트 등을 먹습니다.

_____

_____

나만의 답변 완성 노트!

수영을 배운 시기 및 이유

☐ _____

☐ _____

수영할 때 느낌

☐ _____

☐ _____

수영을 배우는 과정

☐ _____

☐ _____

수영하기 전후 활동

☐ _____

☐ _____

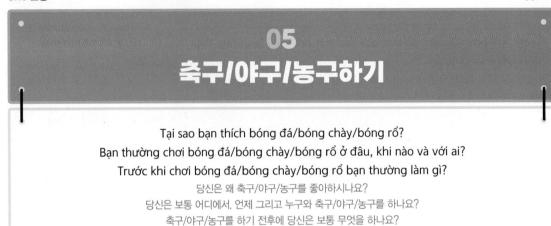

05
축구/야구/농구하기

Tại sao bạn thích bóng đá/bóng chày/bóng rổ?
Bạn thường chơi bóng đá/bóng chày/bóng rổ ở đâu, khi nào và với ai?
Trước khi chơi bóng đá/bóng chày/bóng rổ bạn thường làm gì?

당신은 왜 축구/야구/농구를 좋아하시나요?
당신은 보통 어디에서, 언제 그리고 누구와 축구/야구/농구를 하나요?
축구/야구/농구를 하기 전후에 당신은 보통 무엇을 하나요?

STEP1 내용 구성해 보기

- 축구/야구/농구를 좋아하는 이유
- 누구와 언제 하는지
- 어디서 하는지
- 전후 활동

STEP 2 관련 표현 떠올려 보기

좋아하는 이유	vì thích chơi các môn thể thao với bóng 공으로 하는 운동이 좋아서 vì tính năng động 활동적이어서 vì tính linh hoạt 역동적이어서 vì sức khỏe 건강을 위해서
누구와 하는지	những người trong <u>hội cùng sở thích/cùng câu lạc bộ</u> 동호회 사람들 những người trong <u>hội bóng đá nghiệp dư/câu lạc bộ bóng đá nghiệp dư</u> 조기 축구회 사람들 những đồng nghiệp cùng công ty 회사 동료들
어디서 하는지	sân vận động trong trường 학교 운동장 sân cỏ 잔디 구장 nhà thi đấu 실내 체육관 sân vận động ngoài trời 야외 운동장
전후 활동	kéo căng người/giãn cơ 스트레칭을 하다 làm nóng cơ thể/khởi động nhẹ nhàng 가볍게 몸풀기를 하다 chạy nhảy nhẹ nhàng 가볍게 뛰다 tập thể dục khởi động 준비 운동을 하다

STEP 3 포인트 문장 떠올려 보기

- 이유 nên từ lúc nhỏ tôi đã thích chơi bóng đá/bóng chày/bóng rổ.
  저는 _____ 때문에 어렸을 때부터 축구/야구/농구하는 것을 좋아했습니다.

- 때 tôi thường chơi bóng đá/bóng chày/bóng rổ với 사람.
  _____ (때)에 축구/야구/농구를 _____와 함께 합니다.

- Địa điểm chơi bóng đá mỗi lúc mỗi khác nhưng tôi thường chơi ở 장소.

  축구하는 장소는 그때마다 다르지만 보통 _____에서 합니다.

- Trước khi chơi bóng đá/bóng chày/bóng rổ tôi 활동.

  축구/야구/농구를 하기 전에는 _____ 합니다.

STEP 4 최종 답변하기

① 축구/야구/농구를 좋아하는 이유

Vì tôi rất thích tập thể dục thể thao ngoài trời nên từ lúc nhỏ tôi đã thích chơi bóng đá/ bóng chày/bóng rổ. Môn thể thao với bóng vì có tính linh hoạt và tính năng động nên tôi càng thích hơn.

② 누구와 언제 하는지

Mỗi ngày tôi muốn tập thể dục ở phòng gym nhưng vì bận nên tôi không thể tập được. Chính vì thế mỗi chủ nhật tôi thường chơi bóng đá/bóng chày/bóng rổ với các bạn trong câu lạc bộ.

③ 어디서 하는지

Địa điểm chơi bóng đá mỗi lúc mỗi khác nhưng tôi thường chơi ở sân vận động của trường học trong khu vực. Sân vận động của trường học rộng và rất thích hợp để chơi bóng đá/bóng chày/bóng rổ. Vì miễn phí thuê nên đây là nơi tôi hay đến.

④ 전후 활동

Trước khi chơi bóng đá/ bóng chày/ bóng rổ tôi chạy nhảy nhẹ nhàng và tập thể dục khởi động. Sau khi xong hiệp một tôi nói chuyện và uống nước với mọi người. Kết thúc hiệp hai thì tôi đi ăn ngoài với các bạn trong câu lạc bộ. Thỉnh thoảng còn thi đấu với những câu lạc bộ ở khu vực khác nên rất vui.

....

해석 | ① 저는 야외에서 하는 운동을 좋아하기 때문에 어렸을 때부터 축구/야구/농구하는 것을 좋아했습니다. 저는 공으로 하는 운동은 역동적이고, 활동적이라서 더욱 좋아합니다.

② 매일 헬스장에 가서 운동을 하고 싶지만 바빠서 못합니다. 그래서 일요일 아침마다 축구/야구/농구를 동호회 사람들과 함께 합니다.

③ 축구를 하는 장소는 그때마다 다르지만 보통 동네 학교 운동장에서 합니다. 학교 운동장은 넓고 깨끗해서 축구/야구/농구를 하기에 아주 적합합니다. 대여료가 무료이기 때문에 자주 이용하는 곳입니다.

④ 축구/야구/농구를 하기 전에는 가볍게 뛰면서 준비 운동을 합니다. 전반전이 끝나고 사람들과 함께 대화도 나누고 음료수도 마십니다. 후반전이 끝나면 동호회 사람들과 함께 회식을 하러 갑니다. 가끔 다른 동네 동호회와 시합 경기도 하는데 무척 재미있습니다.

표현 | thể thao ngoài trời 야외 스포츠   mỗi chủ nhật 일요일마다   câu lạc bộ 동호회   địa điểm 지점, 장소

mỗi lúc mỗi khác 그때마다 다르다   khu vực 구역, 지역   rộng 넓은   thích hợp 적합한   miễn phí 무료

hiệp một 전반전   hiệp hai 후반전   kết thúc 마치다   đi ăn ngoài 외식하다   thi đấu 시합하다

p220 참고

꼬마이의 체크 포인트!

*답변을 할 때 '어렸을 때'라는 표현을 자주 활용해요. 아래와 같이 다양하게 표현할 수 있어요.

- khi còn nhỏ
- lúc nhỏ
- khi còn trẻ
- lúc còn trẻ
- hồi nhỏ
- thời thơ ấu

05
축구/야구/농구하기

좋아하는 이유
- thích vận động 운동을 좋아하다
- thích chơi các môn thể thao với bóng 공으로 하는 운동을 좋아하다
- thích chơi các môn thể thao đồng đội 스포츠 팀과 함께 플레이하는 것을 좋아하다

① 축구/야구/농구하기를 좋아하는 이유

Vì 이유 nên từ lúc nhỏ tôi đã thích chơi bóng đá/bóng chày/bóng rổ.
저는 _____ 때문에 어렸을 때부터 축구/야구/농구하는 것을 좋아했습니다.

_____

_____

함께하는 사람
- những người bạn cùng Đại học 대학 동기들
- những người bạn cùng đi quân đội 군대 동기들
- những người bạn cùng trường trung học 중고등학교 동창들
- những đồng nghiệp cùng công ty 회사 동료들 동작을 배우다

② 언제, 누구와 하는지

때 tôi thường chơi bóng đá/bóng chày/bóng rổ với 사람.
_____ (때)에 축구/야구/농구를 _____와 함께 합니다.

_____

_____

장소
- sân vận động trong trường 학교 운동장
- sân cỏ 잔디 구장
- nhà thi đấu 실내 체육관
- sân vận động ngoài trời 야외 운동장
- sân bóng đá của công viên 공원 내 축구장

③ 어디에서 하는지

Địa điểm chơi bóng đá/bóng chày/bóng rổ mỗi lúc mỗi khác nhưng tôi thường chơi ở 장소.
축구/야구/농구하는 장소는 그때마다 다르지만 보통 _____에서 합니다.

_____

_____

④ 해당 장소가 좋은 이유

장소 rộng và rất thích hợp để chơi bóng đá/bóng chày/bóng rổ.
_____는 넓고 깨끗해서 축구/야구/농구를 하기에 아주 적합합니다.

_____

_____

⑤ 시작 전 활동

Trước khi chơi bóng đá/bóng chày/bóng rổ tôi 활동.

축구/야구/농구를 하기 전에는 _____ 합니다.

_____

_____

전에 하는 활동
- kéo căng người, giãn cơ
  스트레칭을 하다
- làm nóng cơ thể/khởi động
  nhẹ nhàng 가볍게 몸풀기를 하다
- chạy nhảy nhẹ nhàng
  가볍게 뛰다

⑥ 마치고 난 후 활동

Kết thúc hiệp hai thì tôi 활동 với các bạn cây trong câu lạc bộ.

후반전이 끝나면 동호회 사람들과 함께 _____ 합니다.

_____

_____

후에 하는 활동
- nói chuyện 대화를 나누다
- cùng uống nước 음료수를 마시다
- cùng đi ăn ngoài
  다 함께 회식을 하러 가다
- cùng đi xông hơi/sauna
  다 함께 사우나를 가다

나만의 답변 완성 노트!

축구/야구/농구를 좋아하는 이유

☐ _____

☐ _____

누구와 언제 하는지

☐ _____

☐ _____

어디서 하는지

☐ _____

☐ _____

전후 활동

☐ _____

☐ _____

CHAPTER 7

여행

📌 한눈에 보는 질문 유형

Q1. Bạn chủ yếu đi du lịch trong nước khi nào, ở đâu và với ai? Bạn hãy nói về quá trình chuẩn bị đi du lịch và bạn thường làm gì ở nơi du lịch. Nếu bạn muốn giới thiệu một nơi du lịch trong nước thì bạn sẽ giới thiệu nơi nào và lý do là gì?

당신은 주로 언제. 어디로, 누구와 함께 국내 여행을 가나요? 여행 준비 과정과 주로 여행지에서 어떤 활동을 하는지 설명해 주세요. 국내 여행지를 소개한다면 어디를 소개해 주고 싶고, 그 이유는 무엇인가요?

Q2. Bạn thích đi du lịch nước ngoài không? Bạn đã đi những nước nào? Khi đi du lịch nước ngoài bạn thường chuẩn bị gì? Trong số các nước bạn đã đi, nơi nào bạn thấy thích nhất?

당신은 해외 여행을 좋아하나요? 당신은 어떤 나라들을 가 보았나요? 해외 여행 갈 때 준비 사항은 무엇인가요? 당신이 갔던 해외 여행 중 가장 좋았던 곳은 어디인가요?

Q3. Bạn đã từng đi công tác trong nước/nước ngoài chưa? Trước khi đi công tác chủ yếu bạn chuẩn bị gì? Và đi công tác thì bạn chủ yếu làm việc gì? Bạn thường làm gì vào thời gian rỗi trong chuyến công tác?

당신은 국내/해외로 출장을 가 본 적이 있나요? 출장을 가기 전 주로 어떤 준비를 하나요? 그리고 출장 가서 주로 어떠한 일을 하나요? 출장 중 자유 시간에는 어떠한 일을 하나요?

Q4. Tại sao bạn thích ở nhà vào kỳ nghỉ? Khi nghỉ ở nhà bạn chủ yếu làm việc gì? Bạn hãy nói về việc ở nhà vào kỳ nghỉ gần đây nhất.

당신은 왜 집에서 보내는 휴가를 좋아하나요? 집에서 휴가를 보내며 주로 어떤 일들을 하나요? 가장 최근에 당신이 집에서 보낸 휴가에 대해 말해 주세요.

01
국내 여행

Bạn chủ yếu đi du lịch trong nước khi nào, ở đâu và với ai?
Bạn hãy nói về quá trình chuẩn bị đi du lịch và bạn thường làm gì ở nơi du lịch.
Nếu bạn muốn giới thiệu một nơi du lịch trong nước thì bạn sẽ giới thiệu nơi nào và lý do là gì?

당신은 주로 언제, 어디로, 누구와 함께 국내 여행을 가나요?
여행 준비 과정과 주로 여행지에서 어떤 활동을 하는지 설명해 주세요.
국내 여행지를 소개한다면 어디를 소개해 주고 싶고, 그 이유는 무엇인가요?

STEP 1 내용 구성해 보기

- 여행지 선택(언제, 어디로, 누구와 가는지)
- 여행 준비 과정
- 선호하는 여행지
- 여행지 추천 및 이유

STEP 2 관련 표현 떠올려 보기

여행지 선택	lời giới thiệu trên Blog 블로그 소개글을 보다 Video giới thiệu trên Youtube 유튜브에서 소개하는 영상을 보다 chương trình giới thiệu trên tivi TV 프로그램에서 소개하는 것을 보다
여행 준비 과정	tìm trước nơi muốn đến 목적지를 미리 찾아보다　　đặt chỗ trước các phương tiện giao thông 교통편을 미리 예약하다　　đặt chỗ ngủ 숙소를 예약하다
여행지에서의 활동	ăn món ăn ngon nhất khu vực đó 그 지역에서 가장 맛있는 음식을 먹다 mua đặc sản của khu vực đó 그 지역의 특산물을 사다
여행지 추천 이유	xung quanh rất yên tĩnh và sạch sẽ 주변이 조용하고 깨끗하다　　không khí trong lành 공기가 맑다　　tốt cho việc thư giãn 힐링하기 좋다　　nhiều quán ăn ngon 맛집이 많다

STEP 3 포인트 문장 떠올려 보기

- Tôi chủ yếu đi đến những nơi du lịch đẹp thông qua 방법.
  저는 주로 _____한 지역을 가 보곤 합니다.

- Chuẩn bị quần áo theo mùa, 준비 과정 v.v.
  계절에 다른 옷가지와 _____ 등을 챙깁니다.

• Chủ yếu tôi hoạt động hoặc đi đến những địa điểm nổi tiếng ở khu vực đó vừa chụp ảnh vừa ngắm cảnh thư giãn.

주로 _____하거나 그 지역에서 유명한 곳을 다니면서 사진도 찍고, 구경도 하면서 힐링합니다.

• Vì 이유 và có thể ăn những món ăn ngon.

(선호하는 이유는) _____하고 맛있는 음식을 먹을 수 있기 때문입니다.

STEP 4   최종 답변하기

① **여행지 선택(언제, 어디로, 누구와 가는지)**

Một năm tôi thường đi du lịch trong nước cùng gia đình một hai lần. Tôi chủ yếu đi đến những nơi du lịch đẹp được giới thiệu trên các chương trình tivi, Youtube và Blog.

② **여행 준비 과정**

Phương tiện giao thông, chỗ ngủ tôi chủ yếu đặt trên mạng. Vì là du lịch trong nước nên tôi xem trang web rất kỹ và xem xét có những ưu điểm gì rồi mới đặt. Đặt xong, trước khi đi du lịch tôi chuẩn bị những đồ dùng cần thiết. Chuẩn bị quần áo theo mùa, sạc pin điện thoại và những vật dụng vệ sinh cá nhân như bàn chải đánh răng, kem đánh răng, nước dưỡng da, sữa dưỡng da v.v.

③ **선호하는 여행지**

Tôi thích đến những nơi thư giãn như núi và biển. Vào mùa đông, tôi đến những biệt thự nghỉ dưỡng gần núi, vào mùa hè tôi đến những biệt thự nghỉ dưỡng gần biển và tìm đến những nơi vui chơi xung quanh. Chủ yếu tôi tìm quán ăn ngon hoặc đi đến những địa điểm nổi tiếng ở khu vực đó vừa chụp ảnh vừa ngắm cảnh thư giãn.

④ **여행지 추천 및 이유**

Trong số những nơi du lịch tôi đi gần đây, chỗ tôi muốn giới thiệu là Cheongdongjin ở Kangkwondo. Vì xung quanh rất yên tĩnh và có thể ăn những món ăn ngon. Ở Cheongdongjin buổi sáng sớm có thể ngắm bình minh, buổi chiều có thể đi dạo ở bãi biển gần đó và ngắm cảnh xung quanh. Buổi tối có thể ăn nhiều loại hải sản như cua hoàng đế, ốc và có thể ngắm pháo hoa ở bãi cát.

해석 | ① 저는 1년에 한두 차례 가족과 함께 국내 여행을 갑니다. 주로 블로그, 유튜브, TV 프로그램에서 여행 가기 좋다고 소개한 지역을 가 보곤 합니다.

② 교통편, 숙박 예약은 주로 인터넷에서 합니다. 국내 여행이라서 사이트를 꼼꼼하게 보고 어떤 장점이 있는지도 확인하고, 예약합니다. 예약이 끝나면 여행 가기 전에 필요한 준비물을 챙깁니다. 계절에 따른 옷가지와 휴대폰 충전기, 개인 위생 용품인 칫솔, 치약, 스킨, 로션 등을 챙깁니다.

③ 저는 힐링할 수 있는 산이나 바다 가는 것을 좋아합니다. 겨울에는 산 주변 펜션에 가고, 여름에는 바다 주변 펜션에 가서 주변 놀거리를 찾아봅니다. 주로 맛있는 음식을 찾아보거나 그 지역에서 유명한 곳을 다니면서 사진도 찍고, 구경도 하면서 힐링합니다.

④ 최근에 갔던 곳 중에 추천하는 곳은 강원도 정동진입니다. 주변이 조용하고, 맛있는 음식을 먹을 수 있기 때문입니다. 정동진에서 이른 아침에 일출을 볼 수 있고 오후에는 바닷가 근처에서 산책도 하고, 주변을 구경할 수 있습니다. 저녁에는 대게, 소라 등 각종 해산물을 먹을 수 있고, 모래사장에서 불꽃놀이도 할 수 있습니다.

표현 | sạc pin điện thoại 휴대폰 충전기   vật dụng vệ sinh cá nhân 개인 위생 용품   bàn chải đánh răng 칫솔
kem đánh răng 치약   nước dưỡng da 스킨   sữa dưỡng da 로션   biệt thự nghỉ dưỡng gần núi 산
주변 펜션   biệt thự nghỉ dưỡng gần biển 바다 주변 펜션   trong số ~ 중에서

p221 참고

01
국내 여행

여행지 선택 방법
- lời bạn bè giới thiệu
  친구의 추천을 받다
- lời giới thiệu trên Blog
  블로그 소개글을 보다
- Video giới thiệu trên Youtube
  유튜브에서 소개하는 영상을 보다
- chương trình giới thiệu trên
  tivi TV 프로그램에서 소개하는 것
  을 보다

여행 준비물
- đồ dùng cần thiết 필요한 준비물
- sạc pin điện thoại 휴대폰 충전기
- vật dụng vệ sinh cá nhân
  개인 위생 용품
- bàn chải đánh răng 칫솔
- kem đánh răng 치약
- nước dưỡng da 스킨
- sữa dưỡng da 로션

여행지 활동
- tìm nơi tham quan
  구경거리를 찾다
- mua đặc sản 특산물을 사다
- đi đến chợ truyền thống
  전통 시장을 가다

❶ **여행지 선택**

Tôi chủ yếu đi đến những nơi du lịch đẹp thông qua 방법.
저는 주로 _____한 지역을 가 보곤 합니다.

_____

_____

❷ **여행 준비 과정**

Chuẩn bị quần áo theo mùa, 준비 과정 v.v.
계절에 따른 옷가지와 _____ 등을 챙깁니다.

_____

_____

❸ **선호하는 여행지**

Tôi thích đến những nơi thư giãn như núi và biển.
저는 힐링할 수 있는 산이나 바다가 있는 곳을 좋아합니다.

_____

_____

❹ **여행지에서 하는 활동**

Chủ yếu tôi 활동 hoặc đi đến những địa điểm nổi tiếng ở khu vực
đó vừa chụp ảnh vừa ngắm cảnh thư giãn.
주로 _____하거나 그 지역에서 유명한 곳을 다니면서 사진도 찍고, 구경도
하면서 힐링합니다.

_____

_____

❺ 여행지 추천

Trong số những nơi du lịch tôi đi gần đây, chỗ tôi muốn giới thiệu
là 여행지.
최근에 갔던 곳중에 추천하는 곳은 _____입니다.

_____

_____

추천 이유
- xung quanh rất yên tĩnh và sạch sẽ 주변이 조용하고 깨끗하다
- nhiều quán ăn ngon 맛집이 많다
- tốt cho việc thư giãn 힐링하기 좋다
- nhiều nơi để tham quan 구경 거리가 많다
- không khí trong lành 공기가 맑다
- nhiều điều mới lạ 신기한 것이 많다

❻ 해당 여행지를 추천하는 이유

Vì 이유 và có thể ăn những món ăn ngon.
(선호하는 이유는) _____하고 맛있는 음식을 먹을 수 있기 때문입니다.

_____

_____

나만의 답변 완성 노트!

여행지 선택(언제, 어디로, 누구와 가는지)

☐ _____

☐ _____

여행 준비 과정

☐ _____

☐ _____

선호하는 여행지

☐ _____

☐ _____

여행지 추천 및 이유

☐ _____

☐ _____

02
해외 여행

Bạn thích đi du lịch nước ngoài không? Bạn đã đi những nước nào?
Khi đi du lịch nước ngoài bạn thường chuẩn bị gì?
Trong số các nước bạn đã đi, nơi nào bạn thấy thích nhất?

당신은 해외 여행을 좋아하나요? 당신은 어떤 나라들을 가 보았나요?
해외 여행 갈 때 준비 사항은 무엇인가요?
당신이 갔던 해외 여행 중 가장 좋았던 곳은 어디인가요?

STEP1 내용 구성해 보기

- 해외 여행을 좋아하는 이유
- 여행 준비 과정
- 가장 좋았던 해외 여행(여행지 설명 및 활동)
- 여행 중 인상 깊었던 점

STEP 2 관련 표현 떠올려 보기

좋아하는 이유	có thể trải nghiệm văn hóa đa dạng 다양한 문화 체험을 할 수 있다 có thể ngắm cảnh chưa từng thấy ở Hàn Quốc 한국에서 보지 못한 풍경을 볼 수 있다 có thể gặp gỡ nhiều người 다양한 사람들을 만날 수 있다
여행 준비 과정	tìm hiểu vé máy bay trước 비행기 표를 먼저 알아보다 tìm hiểu phương tiện giao thông 교통편을 알아보다 đặt khách sạn 호텔을 예약하다
여행지에서의 활동	đi chợ truyền thống 전통 시장을 가 보다 đi chợ đêm 야시장을 가다 giao tiếp với dân địa phương 현지인들과 소통하다
인상 깊었던 점	mua đồ ở chợ đêm 야시장에서 물건을 구하다 ăn hoa quả/trái cây nhiệt đới 열대 과일을 먹다

STEP 3 포인트 문장 떠올려 보기

- Tôi rất thích đi du lịch nước ngoài. Vì tôi 이유.
  저는 해외 여행 가는 것을 매우 좋아합니다. 왜냐하면 _____이기 때문입니다.

- Trước khi đi du lịch nước ngoài tôi 준비 하는 것.
  저는 해외 여행을 가기 전에 _____하는 것을 먼저 합니다.

- Tôi đã 활동 1 ở 도시 1, ở 도시 2 thì tôi đã 활동 2.
  _____에서는 _____를 했고 _____에서는 _____했습니다.

• Điều đáng nhớ nhất là 인상 깊은 점.
  제가 가장 기억에 남는 것은 _____ 입니다.

STEP 4 최종 답변하기

① 해외 여행을 좋아하는 이유

Tôi rất thích đi du lịch nước ngoài. Vì tôi có thể biết các món ăn, khí hậu, ngôn ngữ, giao thông và văn hóa của nước đó. Đặc biệt tôi rất thích đi du lịch ở các nước Đông Nam Á. Vì gần Hàn Quốc và tôi cũng thích văn hóa của Đông Nam Á nữa.

② 여행 준비 과정

Trước khi đi du lịch nước ngoài tôi tìm hiểu vé máy bay. Sau đó thông qua Youtube, Blog v.v vừa tìm hiểu về món ăn và những địa điểm nổi tiếng của nước đó vừa lên kế hoạch du lịch.

③ 가장 좋았던 해외 여행

Mấy năm trước tôi đã đi du lịch Việt Nam. Tôi rất muốn đi những thành phố nổi tiếng của Việt Nam nên tôi đã đi thành phố Hồ Chí Minh và Đà Nẵng. Thành phố Hồ Chí Minh là một thành phố năng động và náo nhiệt, Đà Nẵng là thành phố du lịch nghỉ dưỡng nên biển rất đẹp. Tôi đã đi trung tâm mua sắm và bảo tàng ở thành phố Hồ Chí Minh, ở Đà Nẵng thì tôi đã đi bãi biển Mỹ Khê tắm biển và ăn hải sản ngon.

④ 여행 중 인상 깊었던 점

Ở trung tâm mua sắm hay là ở khu du lịch nghỉ dưỡng người Việt Nam đều giao tiếp thành thạo tiếng Anh, tiếng Hàn v.v điều đó thật là thú vị. Ngoài ra, tôi nghe nói cà phê Việt Nam rất nổi tiếng nên tôi đã uống thử và quả thật rất ngon. Điều đáng nhớ nhất là xe máy ở Việt Nam rất nhiều. Khi nhìn thấy thực tế thật sự không thể tin được.

해석 | ① 저는 해외 여행 가는 것을 매우 좋아합니다. 왜냐하면 음식, 기후, 언어, 교통 등 그 나라의 문화를 알 수 있기 때문입니다. 특히 저는 동남아 여행을 좋아합니다. 한국과 가깝기도 하고, 동남아 문화를 좋아하기 때문입니다.

② 저는 해외 여행을 가기 전에 비행기 표를 알아봅니다. 그 후 유튜브, 블로그 등을 통해 그 나라에서 음식과 유명한 지역들을 찾아보면서 여행의 일정을 계획합니다.

③ 저는 몇 년 전에 베트남 여행을 다녀왔습니다. 저는 베트남의 유명 도시들을 꼭 가 보고 싶어서 호치민과 다낭을 갔습니다. 호치민은 굉장히 활발하고 열정적인 도시였고, 다낭은 휴양지라 그런지 바다가 아름다웠습니다. 호치민에서는 쇼핑몰, 박물관 등을 갔고, 다낭에서는 미케비치에 가서 수영도 하고 맛있는 해산물도 먹었습니다.

④ 쇼핑몰이나 휴양지에서는 베트남 상인들이 영어, 한국어 등을 구사하며 소통했는데 그 모습이 너무 재미있었습니다. 또한 베트남 커피가 유명하다고 들었는데 실제로 먹어 보니 정말 맛있었습니다. 제가 가장 기억에 남는 것은 베트남의 오토바이입니다. 실제로 많은 오토바이를 보니 더 신기했습니다.

표현 | khí hậu 기후   ngôn ngữ 언어   văn hoá 문화   thông qua ~를 통해   lên kế hoạch 계획을 세우다   nghỉ dưỡng 휴양하다   bảo tàng 박물관   giao tiếp 소통하다   thành thạo 능숙한   náo nhiệt 활발한   điều đáng nhớ nhất 가장 기억에 남는 것   thực tế 실제   không thể tin được 믿을 수 없는

p221 참고

꼬마이의 체크 포인트!

*tôi/em được biết là+A 제가 알기로는/듣기로는 A이다 → A라고 알고 있다 / A라고 들었다

Tôi được biết là ở Việt Nam có nhiều xe máy và khi thấy thực tế thì quả thật rất nhiều, không thể tin được.
베트남 오토바이가 많다고 들었는데 실제로 보니 정말 많아서 신기했어요.

02
해외 여행

좋아하는 이유
- có thể trải nghiệm văn hóa đa dạng 다양한 문화 체험을 할 수 있다
- có thể ngắm cảnh chưa từng thấy ở Hàn Quốc 한국에서 보지 못한 풍경을 볼 수 있다
- có thể gặp gỡ nhiều người 다양한 사람들을 만날 수 있다

① 해외 여행을 좋아하는 이유

Tôi rất thích đi du lịch nước ngoài. Vì tôi 이유.
저는 해외 여행 가는 것을 매우 좋아합니다. 왜내하면 _____ 이기 때문입니다.

_____

_____

여행 준비 활동
- đặt khách sạn 호텔을 예약하다
- tìm hiểu phương tiện giao thông 교통편을 알아보다
- học tiếng của nước đó 그 나라의 언어를 공부하다
- tìm hiểu về nước đó trên Internet 그 나라에 대해 인터넷에서 알아보다

② 여행 준비 활동 1

Trước khi đi du lịch nước ngoài tôi 활동.
저는 해외 여행을 가기 전에 _____ 하는 것을 먼저 합니다.

_____

_____

③ 여행 준비 활동 2

Sau đó thông qua Youtube, Blog v.v vừa tìm hiểu về món ăn và những địa điểm nổi tiếng của nước đó vừa lên kế hoạch du lịch.
그 후 유튜브, 블로그 등을 통해 그 나라에서 음식과 유명한 지역들을 찾아보면서 여행의 일정을 계획합니다.

_____

_____

④ 여행 경험(여행지)

Mấy năm trước tôi đã đi du lịch 여행지.
저는 몇 년 전에 _____ 여행을 다녀왔습니다.

_____

_____

⑤ 여행지에서의 활동

Tôi đã 활동 1 ở 도시 1, ở 도시 2 thì tôi đã 활동 2.
_____에서는 _____를 했고, _____에서는 _____했습니다.

_____

_____

⑥ 여행지에서 인상 깊었던 점

Điều đáng nhớ nhất là 인상 깊은 점.
제가 가장 기억에 남는 것은 _____입니다.

_____

_____

여행지에서 활동 및 인상 깊었던 점

- đi chợ truyền thống
  전통 시장을 가 보다
- đi chợ đêm 야시장을 가다
- giao tiếp với dân địa phương
  현지인들과 소통하다
- uống rượu với những người
  dân ở nước đấy 그 나라 사람들
  과 함께 같이 술을 마시다
- trải nghiệm văn hóa giải trí của
  nước đấy 유흥 문화를 즐기다
- mua đặc sản nổi tiếng nhất ở
  khu vực đấy 그 지역에서 가장
  유명한 특산물을 사다
- bơi ở biển trong xanh và sạch
  sẽ 맑고 깨끗한 바다에서 수영하다

나만의 답변 완성 노트!

해외 여행을 좋아하는 이유

☐ _____

☐ _____

여행 준비 과정

☐ _____

☐ _____

가장 좋았던 해외 여행

☐ _____

☐ _____

여행 중 인상 깊었던 점

☐ _____

☐ _____

03
국내 및 해외 출장

Bạn đã từng đi công tác trong nước/nước ngoài chưa?
Trước khi đi công tác chủ yếu bạn chuẩn bị gì? Và đi công tác thì bạn chủ yếu làm việc gì?
Bạn thường làm gì vào thời gian rỗi trong chuyến công tác?

당신은 국내/해외로 출장을 가 본 적이 있나요?
출장을 가기 전 주로 어떤 준비를 하나요? 그리고 출장 가서 주로 어떠한 일을 하나요?
출장 중 자유 시간에는 어떠한 일을 하나요?

STEP1 내용 구성해 보기

- 출장 경험 및 준비
- 출장 준비물
- 출장 가서 하는 일
- 출장 중 자유 시간 활동

STEP 2 관련 표현 떠올려 보기

출장 준비 (교통편)	chủ yếu dùng xe riêng 주로 자가용을 이용하다　dùng xe của công ty 회사 차를 이용하다　đi bằng tàu cao tốc KTX KTX 고속 열차를 이용하다　đi bằng máy bay 비행기를 이용하다　đi bằng xe buýt tốc hành 고속버스를 이용하다
출장 준비물	hợp đồng 계약서　laptop/máy tính xách tay 노트북 máy tính bảng 태블릿 pc　đồ dùng văn phòng cá nhân 개인 사무 용품 đồ dùng vệ sinh cá nhân 개인 위생 용품
출장 업무	làm hợp đồng 계약(하다)　đàm phán/bàn bạc hợp đồng mua bán sản phẩm 제품 판매 계약을 협상하다　đi khảo sát thị trường 시장 조사하러 가다 kiểm tra tình trạng thực tế của sản phẩm 상품의 실물 상태를 확인하다
자유 시간 활동	nghỉ ngơi đầy đủ 충분한 휴식을 취하다　gọi điện thoại cho gia đình 가족에게 전화하다　tìm quán ăn ngon nổi tiếng 유명한 맛집을 찾아보다

STEP 3 포인트 문장 떠올려 보기

- Đi ngắn thì 기간 1, đi dài thì khoảng 기간 2.
  (출장을) 짧게는 _____ (정도로 가고), 길게는 _____ 정도 가기도 합니다.

- Trước khi đi công tác tôi chuẩn bị 준비물 bỏ vào túi xách.
  출장을 가기 전 저는 가방에 _____를 챙깁니다.

- Hiện tại tôi đang làm việc ở 부서. Cho nên tôi phải 업무.

  저는 현재 _____ 에서 근무하고 있습니다. 그래서 (출장지에서) _____ 합니다.

- Tùy thuộc vào thời gian và mục đích của chuyến công tác, nhưng nếu có thời gian rỗi thì tôi 자유 시간 활동.

  출장 기간 및 목적에 따라서 조금 다르긴 하지만 자유 시간이 있으면 _____ 합니다.

STEP 4 최종 답변하기

① 출장 경험 및 준비

Tôi thuộc dạng thường xuyên đi công tác trong nước/nước ngoài. Vì hay đi công tác nên tôi có túi xách chuyên dụng riêng cho việc đi công tác. Đi ngắn thì 3~4 ngày, đi dài thì khoảng một tuần đến 10 ngày. Đi công tác trong nước tôi thường dùng xe riêng hoặc xe của công ty. Đi công tác nước ngoài thì công ty chuẩn bị vé máy bay cho tôi.

② 출장 준비물

Trước khi đi công tác tôi chuẩn bị hợp đồng và hồ sơ cần thiết bỏ vào túi xách. Tất nhiên ở khách sạn có đầy đủ đồ dùng cá nhân nhưng tôi cũng chuẩn bị riêng những đồ dùng cá nhân cần thiết như bàn chải đánh răng, kem đánh răng, quần áo và mỹ phẩm.

③ 출장 가서 하는 일

Hiện tại tôi đang làm việc ở bộ phận chất lượng sản phẩm. Cho nên trường hợp phát sinh sản phẩm lỗi tôi phải kiểm tra chất lượng sản phẩm, họp với khách hàng và làm những việc liên quan đến hợp đồng. Dạo này tôi hay họp qua màn hình. Họp qua màn hình giúp giảm việc đi công tác tuy nhiên khi cần tôi cũng phải đi công tác trong nước/nước ngoài.

④ 출장 중 자유 시간 활동

Tùy thuộc vào thời gian và mục đích của chuyến công tác, nhưng nếu có thời gian rỗi thì tôi thường đến những địa điểm du lịch nổi tiếng gần nơi đi công tác. Khi việc không nhiều, tôi thường nghỉ ngơi ở khách sạn và gọi Video cho gia đình.

해석 | ① 저는 국내/해외 출장을 자주 가는 편입니다. 출장을 자주 가는 편이라서 출장용 가방이 따로 있습니다. 짧게는 3~4일, 길게는 일주일~열흘 정도 가기도 합니다. 국내 출장은 주로 자가용을 타고 가거나 회사 차를 이용해서 갑니다. 해외 출장을 갈 때는 회사에서 비행기 티켓을 준비해 줍니다.

② 출장을 가기 전 저는 가방에 필요한 서류, 계약서를 챙깁니다. 물론 호텔에 웬만한 것은 다 있지만 칫솔, 치약, 옷, 화장품 등 개인적으로 필요한 것들은 따로 챙겨 갑니다.

③ 저는 현재 품질 부서에서 근무하고 있습니다. 그래서 제품 불량이 나올 경우 품질 확인, 고객사 미팅, 계약 등의 일을 합니다. 요새는 화상 회의로 많이 진행하기도 합니다. 화상 회의를 통해 출장 갈 일이 줄긴 했지만 그래도 필요시에는 국내/해외 출장을 갑니다.

④ 출장 기간 및 목적에 따라서 조금 다르긴 하지만 자유 시간이 있으면 출장지 근처 유명 여행지도 가 보곤 합니다. 일이 많지 않을 때에는 호텔에서 휴식을 취하기도 하고, 가족들에게 영상 통화를 하기도 합니다.

표현 | thuộc dạng ~하는 편이다   chuyên dụng riêng 개인 전용   hồ sơ cần thiết 필요한 서류   tất nhiên 당연히
đầy đủ 충분한   bộ phận chất lượng sản phẩm 상품 품질 부서   phát sinh 발생하다

p222 참고

꼬마이의 체크 포인트!

*본인 차를 이용해서 운전할때는 dùng, 교통 수단을 이용할 때는 đi bằng을 사용해요.

- Khi đi làm, tôi hay đi bằng tàu điện ngầm nhưng khi có nhiều đồ thì tôi thường dùng xe riêng của mình.

  출근 시 저는 보통 지하철을 이용하지만 짐이 많을 때는 보통 자가용을 이용해요.

03
국내 및 해외 출장

❶ 출장 경험 유무

Tôi thuộc dạng thường xuyên đi công tác trong nước/nước ngoài.
저는 국내/해외 출장을 자주 가는 편입니다.

---

❷ 출장 기간

Đi ngắn thì 기간 1, đi dài thì khoảng 기간 2.
(출장을) 짧게는 _____ (정도로 가고), 길게는 _____ 정도 가기도 합니다.

준비물
• hợp đồng 계약서
• laptop/máy tính xách tay 노트북
• máy tính bảng 태블릿 PC
• đồ dùng văn phòng cá nhân
  개인 사무 용품
• đồ dùng vệ sinh cá nhân 개인
  위생 용품

❸ 출장 준비물

Trước khi đi công tác tôi chuẩn bị 준비물 bỏ vào túi xách.
출장을 가기 전 저는 가방에 _____ 를 챙깁니다.

출장 업무
• chuẩn bị mẫu sản phẩm mới
  새로운 제품 샘플을 확인하다
• kiểm tra nhân công xưởng và
  quản lý việc chấm công 공장
  인력 확인 및 근태를 관리하다
• xem xét đất xây dựng xưởng
  mới 새로운 공장 건설 부지를 확인
  하다

❹ 출장 업무

Hiện tại tôi đang làm việc ở 부서. Cho nên tôi phải 업무.
저는 현재 _____에서 근무하고 있습니다. 그래서 (출장지에서) _____ 합
니다.

---

⑤ 자유 시간 활동 1

Tùy thuộc vào thời gian và mục đích của chuyến công tác, nhưng nếu có thời gian rỗi, tôi thường 자유 시간 활동.

출장 기간 및 목적에 따라서 조금 다르긴 하지만 자유 시간이 있으면 _____ 합니다.

_____

_____

자유 시간 활동

• tìm quán ăn ngon nổi tiếng ở khu vực đó 그 지역의 유명 맛집을 찾아보다
• viết báo cáo 보고서를 작성하다
• gửi email cho công ty mẹ 본사에 이메일을 보내다
• nghỉ ngơi đầy đủ 충분한 휴식을 취하다
• mua đồ lưu niệm ở khu vực đấy 그 지역의 기념품을 사다

⑥ 자유 시간 활동 2

Khi việc không nhiều, tôi thường nghỉ ngơi ở khách sạn và gọi Video cho gia đình.

일이 많지 않을 때에는 호텔에서 휴식을 취하기도 하고, 가족들에게 영상 통화를 하기도 합니다.

_____

_____

나만의 답변 완성 노트!

출장 경험 및 준비

☐ _____

☐ _____

출장 준비물

☐ _____

☐ _____

출장 가서 하는 일

☐ _____

☐ _____

출장 중 자유 시간 활동

☐ _____

☐ _____

04
집에서 보내는 휴가

Tại sao bạn thích ở nhà vào kỳ nghỉ? Khi nghỉ ở nhà bạn chủ yếu làm việc gì?
Bạn hãy nói về việc ở nhà vào kỳ nghỉ gần đây nhất.

당신은 왜 집에서 보내는 휴가를 좋아하나요? 집에서 휴가를 보내며 주로 어떤 일들을 하나요?
가장 최근에 당신이 집에서 보낸 휴가에 대해 말해 주세요.

STEP1 내용 구성해 보기

- 집에서 보내는 휴가를 좋아하는 이유
- 휴가를 보내며 하는 일(휴가 전후, 휴가 활동)
- 휴가 마무리할 때 하는 일
- 최근에 집에서 보낸 휴가

STEP 2 관련 표현 떠올려 보기

좋아하는 이유	vì mệt và lười 피곤하고 귀찮기도 해서 vì ở nhà rất thoải mái 집이 너무 편해서 vì không thích làm gì cả 아무것도 하기 싫어서 vì đi du lịch tốn tiền 여행 가면 돈이 들기 때문에
휴가 전날 기분	hào hứng/phấn khích 흥분되다 háo hức/mong chờ 기대되다 hạnh phúc 행복하다 vui 즐겁다 thoải mái 편안하다
휴가를 보내며 하 는 일	xem chương trình giải trí mà trong thời gian qua chưa thể xem 그동안 못 봤던 예능을 보다 ngủ đến chiều ngày hôm sau 다음 날 오후 늦게까지 잠을 자다 làm những việc nhà tồn đọng trong thời gian qua 그동안 밀린 집안일을 하다
최근에 보낸 휴가	dọn dẹp nhà 집청소를 하다 dắt cún đi dạo 강아지를 산책시키다 ngủ muộn 늦잠을 자다 làm đồ ăn kèm 반찬을 만들다 tập thể dục ở nhà 홈트레이닝 하다 chơi game 게임을 하다 đọc sách 독서를 하다

STEP 3 포인트 문장 떠올려 보기

- Lâu lâu đi du lịch một lần cũng tốt nhưng 이유 nên tôi thấy thích việc ở nhà vào kỳ nghỉ.
  어쩌다 한 번 여행 가는 것도 괜찮지만, _____해서 집에서 보내는 휴가가 좋습니다.

- Từ đêm trước kỳ nghỉ tôi đã thấy 기분.
  휴가 전날 밤부터 저는 (기분이) _____합니다.

- Khi trải qua kỳ nghỉ ở nhà, tôi thường 활동 1 hoặc là 활동 2.
  집에서 휴가를 보낼때 저는 보통 _____하거나 _____합니다.

• Gồm cả cuối tuần thì tôi được nghỉ thứ sáu, thứ bảy và chủ nhật, tôi hoạt động 1, hoạt động 2.
주말 포함 금, 토, 일을 쉬면서 _____하고, _____도 했습니다.

STEP 4 최종 답변하기

① 집에서 보내는 휴가를 좋아하는 이유
Ngày thường vì công việc quá nhiều nên vào kỳ nghỉ tôi không muốn đi đâu cả. Lâu lâu đi du lịch một lần cũng tốt nhưng vì mệt và lười nên tôi thấy thích việc ở nhà vào kỳ nghỉ.

② 휴가를 보내며 하는 일(휴가 전후, 휴가 활동)
Từ đêm trước kỳ nghỉ tôi đã thấy háo hức. Sau khi tan làm vào ngày trước kỳ nghỉ, từ đêm đó tôi ăn gà rán và uống bia rồi ngủ đến chiều ngày hôm sau. Và khi trải qua kỳ nghỉ ở nhà, tôi thường xem các chương trình truyền hình, phim mà tôi chưa thể xem trong thời qian qua. Vừa uống bia, ăn đồ nhắm mình thích vừa xem phim truyền hình hoặc là phim điện ảnh làm tôi thấy thư giãn và giải tỏa căng thẳng.

③ 휴가 마무리할 때 하는 일
Vào ngày cuối cùng của kỳ nghỉ tôi rất buồn nhưng cũng phải chuẩn bị để làm việc lại một cách chăm chỉ. Tôi bắt tay vào những việc chưa thể làm trong thời gian qua như sắp xếp tủ quần áo, dọn giường ngủ và chuẩn bị cho việc đi làm vào hôm sau.

④ 최근에 집에서 보낸 휴가
Gần đây tôi được nghỉ 3 ngày. Gồm cả cuối tuần thì tôi được nghỉ thứ sáu, thứ bảy và chủ nhật, tôi gọi đồ ăn giao đến, dọn dẹp nhà cửa. Khi trải qua kỳ nghỉ ở nhà, tôi thấy rất vui vẻ và hạnh phúc.

．．

해석 | ① 저는 평소에 일이 많기 때문에 휴가 때 어디에도 가고 싶지 않아요. 어쩌다 한 번 여행 가는 것도 괜찮지만, 저는 피곤하고 귀찮기도 해서 집에서 보내는 휴가가 좋습니다.
② 휴가 전날 밤부터 저는 기대가 됩니다. 휴가 전날 퇴근 후에 그날 밤부터 치맥을 먹고 휴가 다음 날 오후 늦게까지 잠을 잡니다. 그리고 집에서 휴가를 보낼때 저는 보통 그동안 못 봤던 드라마, 영화들을 봅니다. 맥주를 마시며 좋아하는 안주들을 먹으면서 영화나 드라마를 보면 너무 편안하고 스트레스가 풀립니다.
③ 휴가 마지막 날은 너무 슬프지만 또 다시 열심히 일을 하기 위해서 준비합니다. 그동안 못했던 옷장 정리, 침구 정리 등을 하고 다음 날 회사 갈 준비도 합니다.
④ 최근에 저는 3일 동안 휴가가 있었습니다. 주말 포함 금, 토, 일을 쉬면서 배달 음식도 먹고, 집 청소도 했습니다. 집에서 휴가를 보낼때 저는 매우 기쁘고 행복했습니다.

표현 | ngày thường 평일   kỳ nghỉ 연휴   lâu lâu 가끔   tan làm 퇴근하다   rồi 그러고 나서   chương trình truyền hình 드라마   chưa thể 아직 하지 못한   làm tôi thấy 나를 ~하게 하다

p223 참고

꼬마이의 체크 포인트!

*trải qua와 trôi qua의 차이!
• trải qua 시간을 보내다 (경험했던 시간을 보내는 것)
Trải qua chuyện này tôi mới biết anh ấy là người không thể tin tưởng được.
그가 믿을 수 없는 사람이라는 것을 이번 일을 겪고 알았어요.
• trôi qua 시간이 흐르다
Dạo này em thấy thời gian trôi qua như tên bay.
요즘에 제가 느끼기에 시간이 쏜살같이 지나가요.

04
집에서 보내는 휴가

❶ 집에서 휴가를 보내는 이유

Ngày thường vì công việc quá nhiều nên vào kỳ nghỉ tôi không muốn đi đâu cả.

저는 평소에 일이 많기 때문에 휴가 때 어디에도 가고 싶지 않아요.

_____

_____

좋아하는 이유
- vì ở nhà rất thoải mái
  집이 너무 편해서
- vì không thích làm gì cả
  아무것도 하기 싫어서
- vì đi du lịch tốn tiền
  여행을 가면 돈이 들기 때문에
- vì lười lên kế hoạch du lịch
  여행 계획 세우기 귀찮아서

❷ 집에서 휴가 보내기를 좋아하는 이유

Lâu lâu đi du lịch một lần cũng tốt nhưng 이유 nên tôi thấy thích việc ở nhà vào kỳ nghỉ.

어쩌다 한 번 여행 가는 것도 괜찮지만, _____해서 집에서 보내는 휴가가 좋습니다.

_____

_____

휴가 보내며 하는 일
- làm những việc nhà tồn đọng trong thời gian qua
  그동안 밀린 집안일을 하다
- xem chương trình giải trí mà trong thời gian qua chưa thể xem 그동안 못 봤던 예능을 보다
- chơi với cún/chó
  강아지와 놀아주다
- không làm gì cả 아무것도 안 하다
- làm đồ ăn kèm 반찬을 만들다

❸ 휴가 보내며 하는 일

Sau khi tan làm vào ngày trước kỳ nghỉ, từ đêm đó tôi 활동 1 và 활동 2.

휴가 전날 퇴근 후에 그날 밤부터 _____하고 휴가 다음 날 _____합니다.

_____

_____

❹ 휴가 마무리

Vào ngày cuối cùng của kỳ nghỉ tôi rất buồn nhưng cũng phải chuẩn bị để làm việc lại một cách chăm chỉ.

휴가 마지막 날은 너무 슬프지만 또 다시 열심히 일을 하기 위해서 준비합니다.

_____

_____

⑤ 최근에 집에서 보낸 휴가

Tôi bắt tay vào những việc chưa thể làm trong thời gian qua như 활동 1, 활동 2 và chuẩn bị việc đi làm vào hôm sau.

그동안 못했던 _____, _____ 등을 하고 다음 날 회사 갈 준비도 합니다.

_____

_____

쉬면서 하는 일
• dọn dẹp nhà 청소하다
• sắp xếp tủ quần áo
  옷장을 정리하다

⑥ 휴가를 보낸 느낌

Khi trải qua kỳ nghỉ ở nhà, tôi thấy 느낌.

집에서 휴가를 보낼 때 저는 _____ 합니다.

_____

_____

휴가를 보낸 느낌
• muốn nghỉ tiếp 계속 쉬고 싶다
• rất thoải mái và rất thích
  너무 편하고 좋다
• không muốn đi làm lại
  다시 출근하고 싶지 않다
• thật tuyệt khi có thời gian
  riêng cho bản thân 나만의
  시간을 갖게 되어서 너무 좋다

나만의 답변 완성 노트!

집에서 보내는 휴가를 좋아하는 이유

☐ _____

☐ _____

휴가를 보내며 하는 일

☐ _____

☐ _____

휴가 마무리할 때 하는 일

☐ _____

☐ _____

최근에 집에서 보낸 휴가

☐ _____

☐ _____

CHAPTER 8

롤플레이

🗐 롤플레이 팁

✓ 롤플레이는 아래와 같은 공통 질문으로 시작해요.

Bây giờ tôi sẽ bắt đầu phần hội thoại nhập vai.

지금부터 롤플레이를 시작하도록 하겠습니다.

Bạn hãy nghe và ứng phó đúng theo tình huống nhé!

상황을 듣고 알맞게 대처하면서 말해 주세요.

✓ 롤플레이 팁!

• 오픽 시험 롤플레이는 혼자서 해결해야 해요. (오픽 베트남어 시험을 볼 때 화면에 나오는 면접관 인물 역시 꼬마이입니다. 꼬마이가 어떠한 상황을 이야기해 주고, 그 상황을 해결하라고 했을 때 당황하지 않고 잘 대처하시면 돼요.)

• 롤플레이 질문이 나온 후 화면상 꼬마이는 아무런 얘기를 하지 않아요.

답변 시 상대방과 실제 대화하는 것처럼 "아, 그래요?", "아. 그러셨군요."와 같은 추임새를 넣어 준다면 유창성이 좀 더 뛰어난, 자연스러운 답변이 될 수 있겠죠?

*롤플레이에서 주어를 지칭할 때 질문에서는 Bạn(당신)으로, 답변에서는 Tôi(나/저)로 통일하여 사용했습니다.

01
면접관에게 질문하기

Tôi thích việc nghỉ ngơi ở nhà.
Bạn hãy đặt 3~4 câu hỏi để hỏi tôi đã làm những việc gì khi nghỉ ở nhà nhé.
저는 집에서 쉬는 것을 좋아합니다.
제가 집에서 쉬는 동안 어떠한 일들을 했는지 약 3~4가지 정도 질문해 주세요.

① 시작하기

Chào cô Mai. Bây giờ tôi xin bắt đầu hỏi cô ạ.
안녕하세요. 네 지금부터 꼬마이에게 질문을 시작하겠습니다.

② 질문 1

Cô thường nghỉ ngơi khi nào?
À, thì ra cô hay nghỉ vào cuối tuần. Thế thì vào cuối tuần cô thường làm gì?
선생님은 보통 언제 쉬시나요?
아, 주말에 쉬시는군요. 그러면 주말에 선생님은 보통 무엇을 하나요?

③ 질문2 + 호응

Thật thế à? Ngày thường thì cô làm việc còn cuối tuần thì dọn dẹp nhà cửa, cô không thấy mệt à?
Vâng đúng rồi ạ. Tôi cũng hay làm những việc nhà tồn đọng vào cuối tuần ạ.
아 정말요? 평일에 일하시는데 주말에 집 청소까지 하시면 힘들지 않으세요?
네 맞아요. 저도 주말에는 밀린 집안일을 해요.

④ 질문 3 + 호응

Thế thì sau khi dọn dẹp nhà, cô thường làm gì nữa?
Đúng rồi ạ. Tôi cũng đồng ý. Khi vừa xem ti vi vừa uống bia tâm trạng thật sự rất vui.
그럼 집 청소가 끝나면 또 무엇을 하시나요?
맞아요. 저도 동의해요. TV를 보면서 맥주를 마시면 진짜 기분이 좋아요.

❺ 질문 4 + 호응

Thường thì khi nghỉ ngơi ở nhà tôi thích ăn món ăn ngon. Cô thì sao ạ?
Đúng thế phải không ạ? Tôi biết cô cũng thích mà.
저는 보통 집에서 쉴 때 맛있는 거 먹는 것을 좋아해요. 선생님은요?
그렇죠? 역시 선생님도 좋아하실 줄 알았어요.

❻ 마무리

Tôi xin hết ạ. Tôi đã xong phần hội thoại nhập vai ạ. Tôi xin cảm ơn.
네 여기까지입니다. 롤플레이 질문을 마치겠습니다. 감사합니다.

본문 표현

□ bắt đầu 시작하다
□ nghỉ ngơi 쉬다
□ khi nào 언제
□ dọn dẹp nhà cửa 집 청소
□ tồn đọng 밀리다
□ thế thì 그러면
□ tâm trạng 기분
□ thật sự 진짜
□ Xin hết. 마칩니다.

호응 및 대처 표현

□ Thật thế à?
  정말요?
□ Vâng đúng rồi ạ.
  네 맞아요.
□ Cô thì sao ạ?
  선생님은요?
□ Đúng thế phải không ạ?
  그렇죠?

PLUS 상황별 답변하기

01

Tôi thích đi mua sắm. Bạn hãy đặt 3~4 câu hỏi để hỏi tôi về việc đi mua sắm nhé.

저는 쇼핑하는 것을 좋아해요. 저에게 쇼핑 관련 질문을 3~4가지 해 주세요.

✓ Cô thích mua sắm không?
선생님은 쇼핑하는 것을 좋아하세요?

✓ Khi mua sắm, cô chủ yếu mua cái gì?
쇼핑할 때 주로 어떤 것을 사세요?

✓ Cô thường đi mua sắm trực tiếp hay là mua trên mạng?
직접 가서 사세요? 아니면 온라인 쇼핑을 이용하세요?

🎧 034

02

Tôi thích nấu ăn. Bạn hãy đặt 3~4 câu hỏi để hỏi tôi về việc nấu ăn nhé.

저는 음식 만드는 것을 좋아해요. 저에게 음식 관련 질문을 3~4가지 해 주세요.

✓ Cô chủ yếu nấu món gì?
선생님은 주로 어떤 음식을 만드시나요?

✓ Cô thường mua nguyên liệu ở đâu?
재료는 주로 어디에서 사세요?

✓ Khi nấu món ăn, cô thấy điều gì là khó nhất?
음식을 만들 때 가장 어려운 점이 뭐예요?

🎧 035

03

Tôi có một căn nhà ở Mỹ. Bạn hãy đặt 3~4 câu hỏi để hỏi tôi về căn nhà mà tôi đang sống nhé.

저는 미국에 집이 있어요. 제가 살고 있는 집에 대해 3~4가지 질문해 주세요.

✓ Nhà của cô ở khu vực nào ở Mỹ?
선생님 집은 미국 어느 지역에 있나요?

✓ Cô đang ở theo hình thức nào? Chung cư, biệt thự hay là nhà phố?
선생님은 아파트, 빌라, 주택 등 어떻게 거주하세요?

✓ Gần nhà của cô có những cơ sở tiện ích gì ạ?
선생님 집 주변에는 어떤 편의시설이 있어요?

04

Tôi thích đi du lịch. Bạn hãy đặt 3~4 câu hỏi để hỏi tôi về việc đi du lịch nhé.

저는 여행 가는 것을 좋아해요. 여행 가는 것에 대해 3~4가지 질문해 주세요.

✓ Vì sao cô thích đi du lịch ạ?
선생님은 왜 여행 가기를 좋아하세요?

✓ Cô thường đi du lịch ở đâu và với ai?
선생님은 주로 어디로 누구와 여행을 가세요?

✓ Khi cô đi du lịch, cô chủ yếu mang theo những gì ạ?
여행 갈 때 선생님은 주로 어떤 것을 챙겨 가세요?

04

Tôi thích những việc phát triển bản thân. Bạn hãy đặt 3~4 câu hỏi để hỏi tôi làm thế nào để phát triển bản thân nhé.

저는 자기 개발하는 것을 좋아해요. 어떻게 자기 개발을 하는지 저에게 3~4가지 질문해 주세요.

✓ Cô chủ yếu làm gì để phát triển bản thân?
선생님은 주로 어떤 자기 개발을 하세요?

✓ Cô thường làm ở đâu, khi nào và với ai?
선생님은 주로 어디에서, 언제 그리고 누구와 하나요?

✓ Vừa làm việc vừa phải phát triển bản thân cô có thấy vất vả không ạ?
일하면서 자기 개발하는 것이 힘들진 않으세요?

중요한 표현 메모하기

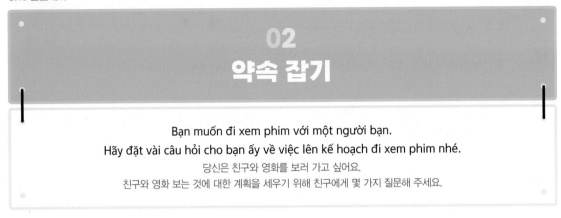

02
약속 잡기

Bạn muốn đi xem phim với một người bạn.
Hãy đặt vài câu hỏi cho bạn ấy về việc lên kế hoạch đi xem phim nhé.

당신은 친구와 영화를 보러 가고 싶어요.
친구와 영화 보는 것에 대한 계획을 세우기 위해 친구에게 몇 가지 질문해 주세요.

❶ 시작하기

Vâng, bây giờ tôi sẽ bắt đầu đề nghị đi xem phim.

네, 지금부터 친구에게 영화를 보러 가기 위해 제안하겠습니다.

❷ 안부 묻기

Alo, Thảo à? Mai đây! Thảo đang làm gì đấy?
Nói chuyện được không?

여보세요. 타오야? 나 마이야! 너 지금 뭐해?
통화 가능해?

❸ 호응 및 대처 + 시간 묻기

Thế à/Vậy hả? Thế mình sẽ nói ngắn gọn.
Cuối tuần này Thảo có rỗi không?

아 그래? 그럼 짧게 얘기할게.
이번 주 주말에 시간 괜찮아?

❹ 제안하기

Lần này Marvel công chiếu phim mới đấy, Thảo biết chứ?
Nghe nói phim đó rất hay cùng đi xem với mình không?

이번에 마블 영화 새로 개봉하는 거 알지?
그거 엄청 재미있다던데, 같이 보러 가지 않을래?

❺ 호응 및 대처 + 시간 묻기

À, thật thế à? Thứ bảy hơi khó nhưng chủ nhật được đúng không? Đành chịu vậy.
Chủ nhật mình cũng không sao. Thế thì chủ nhật gặp ở đâu, mấy giờ?

아, 정말? 토요일은 어렵고 일요일은 가능하다고? 그럼 어쩔 수 없지.
나도 일요일 괜찮아. 그럼 우리 일요일 몇 시에 어디에서 볼래?

❻ 일정 확정하기

1 giờ thì sao? Bọn mình/tụi mình gặp nhau lúc 12 giờ, cùng ăn cơm trưa rồi đi xem phim được không?
Mình sẽ mua vé trước cho.

1시는 어때? 우리 12시쯤 만나서 점심 먹고 영화 보는 게 어때? 내가 표 예매할게.

❼ 마무리

Ừ, gặp lúc đấy nha! Chào Thảo.
응. 그럼 그때 봐! 안녕.

본문 표현	호응 및 대처 표현
□ **đề nghị** 제안하다	□ **Thế à? / Vậy hả?**
□ **…à? ~**야? ~니?	그래?
□ **이름+đây. ~**야. (Mình đây. 나야.)	□ **Thế mình sẽ nói ngắn gọn.**
□ **…đấy?** (문미조사) 해석이 되지는 않지만 강조, 친근함 표시	그럼 짧게 얘기할게.
□ **nói chuyện** 이야기하다	□ **À thật thế à?**
□ **ngắn gọn** 짧게, 간결하게	아 진짜? 정말?
□ **cuối tuần này** 이번 주말	□ **Đành chịu vậy.**
□ **rỗi** 한가한	그럼 어쩔 수 없지.
□ **lần này** 이번에	□ **Ừ.** 응.
□ **công chiếu** 개봉하다	□ **Gặp lúc đó nha.**
□ **mới** 새로운	그때 만나자.
□ **biết chứ?** 알지?	
□ **nghe nói** 듣기로	
□ **đúng không?** 맞지?	
□ **không sao** 괜찮아	
□ **bọn mình/tụi mình** 우리	
□ **gặp nhau** 서로 만나다	
□ **mua vé trước** 미리 표를 구매하다	
□ **đặt vé** 표를 예약하다 (베트남에서 **đặt**(예매하다)는 돈을 지불하지 않을 때만 사용 가능한 표현)	

🎧 039

01

Bạn muốn đi du lịch với một người bạn. Hãy đặt 3~4 câu hỏi cho bạn ấy về việc lên kế hoạch đi du lịch nhé.

당신은 친구와 여행을 가고 싶어요. 친구와 여행 가는 것에 대한 계획을 세우기 위해 친구에게 3~4가지 질문해 주세요.

✓ Ở Hàn Quốc cũng có nhiều nơi du lịch đẹp hay là bọn mình đi du lịch trong nước không?
한국에도 좋은 여행지가 많으니까 국내 여행으로 가는 건 어때?

✓ Đi bằng xe của mình cho tiện nhé, bạn thấy sao?
교통편은 이동하기 편리하게 내 차로 가는 건 어때?

✓ Mình đặt khách sạn qua App được không?
호텔 예약은 어플을 이용할까?

🎧 040

02

Bạn muốn đi đến một nhà hàng nổi tiếng trên Blog với một người bạn. Hãy đặt vài câu hỏi cho bạn ấy về việc lên kế hoạch đi đến nhà hàng đó nhé.

당신은 친구와 블로그에서 유명한 식당에 가고 싶어요. 친구와 함께 식당 가는 것에 대한 계획을 세우기 위해 친구에게 몇 개의 질문을 해 보세요.

✓ Trên Blog đồn rằng có một nhà hàng rất ngon, cùng đi với mình không?
블로그에 엄청 맛있다고 소문난 맛집이 있던데 같이 갈래?

✓ Khi nào bạn rỗi?
언제 시간이 돼?

✓ Lúc đấy thì mình bận rồi, hay là tuần sau được không?
나는 그 시간이 어려운데, 혹시 다음 주 괜찮아?

🎧 041

03

Bạn muốn đi học tiếng Anh ở trung tâm với một người bạn. Hãy đặt 3~4 câu hỏi cho bạn ấy về việc lên kế hoạch đi học tiếng Anh ở trung tâm nhé.

당신은 친구와 함께 영어 학원에 다니기로 했어요. 친구와 함께 영어 학원에 가는 것에 대한 계획을 세우기 위해 친구에게 3~4가지 질문을 해 보세요.

✓ Lần này mình phải thi lấy chứng chỉ, cùng đi học tiếng Anh ở trung tâm với mình không?
나 이번에 자격증 따야 하는데 같이 영어 학원 다닐래?

✓ Mình thì chắc là sơ cấp, còn bạn thì sao?
나는 초급인 거 같은데, 너는?

✓ Bạn tìm hiểu học phí trên trang web được không? Mình sẽ xem vị trí cho.
너는 학원 홈페이지에서 수강료를 알아볼래? 나는 위치를 알아볼게.

04

Bạn muốn đi mua sắm với một người bạn. Hãy đặt vài câu hỏi cho bạn ấy về việc lên kế hoạch đi mua sắm nhé.

당신은 친구와 함께 쇼핑을 가고 싶어요. 친구와 함께 쇼핑 가는 것에 대한 계획을 세우기 위해 친구에게 몇 개의 질문을 해 보세요.

✓ Tuần này mình định đi mua sắm, cuối tuần bạn rỗi không?
나 이번 주에 쇼핑하러 가는데 주말에 시간 돼?

✓ Mình muốn mua quần áo mùa xuân, bạn muốn mua gì không?
난 봄 옷을 사고 싶은데, 너는 뭐 살 거 없어?

✓ Thế thì bọn mình cùng đến thử trung tâm thương mai mới mở nha.
그럼 우리 새로 생긴 백화점 가 보자!

05

Bạn muốn đi đến tiệm làm tóc với một người bạn. Hãy đặt 3~4 câu hỏi cho bạn ấy về việc lên kế hoạch đi đến tiệm làm tóc nhé.

당신은 친구와 함께 헤어샵에 가고 싶어요. 친구와 함께 헤어샵 가는 것에 대한 계획을 세우기 위해 친구에게 3~4개가지 질문을 해 보세요.

✓ Đến lúc mình phải đi uốn tóc rồi, bạn cùng đi đến tiệm làm tóc với mình không?
나 머리 파마할 때 된 것 같아서 헤어샵 갈 건데 같이 갈래?

✓ À, bạn cũng phải làm tóc à? Đúng lúc quá. Thế thì bọn mình đi tiệm nào?
아, 너도 해야 해? 잘됐다. 그럼 우리 어디 헤어샵 갈래?

✓ Ngày mai mình có hẹn rồi, cuối tuần thì sao?
내일은 약속이 있고, 주말은 어때?

중요한 표현 메모하기 ○━━━━━━━━━━━━━━━━━━━━━━━━━━━━━━

03
약속 취소하기

Bạn đã hẹn đi xem phim với một người bạn nhưng vì có việc đột xuất nên không thể đi được.
Bạn hãy gọi điện thoại cho bạn ấy giải thích tình huống và đề nghị 2~3 cách giải quyết vấn đề nhé.

당신은 친구와 함께 영화를 보러 가기로 했는데 급한 일이 있어서 갈 수 없게 되었습니다.
친구에게 전화를 걸어서 상황을 설명하고 문제를 해결하기 위한 2~3가지 대안을 제시하세요.

❶ 시작하기

Vâng, bây giờ tôi sẽ bắt đầu giải quyết tình huống.
네, 지금부터 상황을 해결하겠습니다.

❷ 안부 + 용건

Alo, Thảo à? Mai đây. Nói chuyện một chút được không?
Chuyện là bọn mình đã hẹn đi xem phim vào chủ nhật tuần này nhưng chắc là mình không thể đi được nên mình gọi điện cho Thảo.
여보세요, 타오니? 나 마이야. 잠깐 통화 가능해?
다름이 아니라 우리 이번 주 일요일에 영화 보기로 했는데 못 갈 것 같아서 전화했어.

❸ 약속 취소 이유

À, chủ nhật tuần này là sinh nhật của mẹ mà mình quên mất.
Cho nên cả gia đình phải họp mặt, mình không thể vắng được.
아, 이번 주 일요일에 어머니 생신인 걸 깜빡했네.
그래서 가족 모임을 할 것 같은데 나만 빠질 수가 없을 것 같아.

❹ 제안 1

Ừ, cảm ơn Thảo đã thông cảm nha.
Tuần sau, ngày trong tuần Thảo rỗi không? Mình sẽ sắp xếp theo Thảo.
응, 이해해 줘서 고마워.
그래서 혹시 다음 주 평일에 시간 돼? 네 시간에 맞출게.

❺ 제안 2

À, thật thế à? Sau giờ tan làm cũng khó à?

À, thì ra là cuối tháng nên bận! Thế thì cuối tuần sau thì thế nào?

아 정말? 퇴근 후에도 어려워?

아, 월말이라 바쁘구나! 그럼 다음 주 주말은 어때?

❻ 일정 확정

Ồ, được đấy. Thế thứ bảy cùng ăn trưa không?

Vì mình đã hủy hẹn hôm nay nên mình sẽ mời cơm trưa nha.

오, 나도 좋아. 그럼 토요일 점심 어때?

내가 오늘 약속 취소한 거니까 점심은 내가 살게.

❼ 마무리

Ừ, gặp lúc đấy nha. Chào Thảo!

그래, 그럼 그때 보자. 안녕!

본문 어휘	호응 및 대처 표현
□ giải quyết 해결하다	□ Ừ. 응.
□ tình huống 상황	□ Cảm ơn + 상대방 + đã thông cảm nha.
□ bọn mình/tụi mình 우리	이해해 줘서 고마워. / 공감해 줘서 고마워.
□ hẹn 약속하다 (*hẹn: 시간/장소를 명확하게 정한 약속,	□ Mình sẽ sắp xếp theo + 상대방.
*hứa: 시간/장소를 명확하게 정하진 않았지만, 화자와 상	내가 맞출게.
대방이 한 약속)	□ À, thật thế à?
□ sinh nhật 생일	아, 정말?
□ chuyện là 다름이 아니라	□ À, thì ra là cuối tháng nên bận!
□ quên mất 잊다	월말이라 바쁘구나!
□ cả gia đình phải họp mặt 가족 모임	□ Ồ, được đấy.
□ không thể vắng được 빠질 수 없다. 결석할 수 없다	오, 나도 좋아.
□ thông cảm 공감하다, 이해하다	
□ ngày trong tuần 평일	
□ sắp xếp 정리하다	
□ theo ~따라	
□ lúc đấy 그때	
□ … nha. ~할게. / ~하자. (nhé와 비슷)	

🎧 045

01 Bạn đã hẹn đi xem thi đấu thể thao với một người bạn nhưng vì có việc đột xuất nên không thể đi được. *Bạn hãy gọi điện thoại cho bạn ấy giải thích tình huống và đề nghị 2~3 cách giải quyết vấn đề nhé. (*공통 질문)

당신은 친구와 함께 스포츠 경기를 보러 가기로 했는데 급한 일이 있어서 갈 수 없게 되었습니다. *친구에게 전화를 걸어서 상황을 설명하고 문제를 해결하기 위한 2~3가지 대안을 제시하세요.

✓ Vì mình phải đi công tác gấp nên chắc là tối mai đi xem bóng chày hơi khó. Hay là hủy rồi cuối tuần này đi được không?

급하게 출장을 가야 해서 내일 저녁에 야구 보러 가기 어려울 것 같아. 혹시 취소하고, 이번 주말에 갈 수 있어?

✓ Nếu không hoàn tiền được thì mình sẽ mua lại vé cho bạn.

환불이 안 되면 내가 너의 표까지 다시 예매할게.

✓ Cuối tuần sau bọn mình ăn tối sớm rồi cùng xem thỏa thích nha.

다음 주 주말에 일찍 저녁 먹고, 재미있게 구경하자.

🎧 046

02 Bạn đã hứa tham dự tiệc sinh nhật một người bạn nhưng vì có việc đột xuất nên không thể đi được.

당신은 친구 생일 파티에 참석하기로 했는데 급한 일이 있어서 갈 수 없게 되었습니다.

✓ Xin lỗi nhưng mình có việc phải làm đến hết hôm nay nên chắc là không đến tham dự tiệc sinh nhật của bạn được.

미안하지만 오늘까지 꼭 끝내야 하는 일이 생겨서 오늘 생일 파티에 참석을 못 할 것 같아.

✓ Tuần sau bọn mình gặp riêng được không? 다음 주쯤 우리 따로 만날 수 있을까?

✓ Mình đã chuẩn bị quà sinh nhật cho bạn rồi. Thế bọn mình cùng chọn địa điểm hẹn và thời gian lại nha. 널 위해 생일 선물도 준비했어. 우리 그럼 약속 장소랑 시간 다시 정하자.

🎧 047

03 Bạn đã hẹn đi ăn tối với một người bạn nhưng vì có việc đột xuất nên không thể đi được.

당신은 친구와 저녁 약속을 했는데 급한 일이 있어서 갈 수 없게 되었습니다.

✓ Mẹ mình không khỏe nên chắc là mình phải nhanh đi về nhà.

어머니가 편찮으셔서 빨리 집에 가 봐야 할 것 같아.

✓ Tối mai bạn rỗi không?

혹시 내일 저녁 시간 괜찮아?

✓ Bạn cho mình biết chỗ và thời gian bạn thấy tiện nhé, mình sẽ sắp xếp theo bạn.

네가 편한 장소와 시간을 말해 주면 내가 너에게 맞출게.

04

Bạn đã hẹn đi cắm trại với một người bạn nhưng vì có việc đột xuất nên không thể đi được.

당신은 친구와 캠핑을 가기로 했는데 급한 일이 있어서 갈 수 없게 되었습니다.

✓ Mình bị cảm rồi nên chắc là không thể đi cắm trại được. Đồ dùng cắm trại mình đã chuẩn bị hết rồi, tiếc quá đi.

내가 감기에 걸려서 캠핑을 못 갈 것 같아. 캠핑 용품도 다 준비했는데 너무 아쉬워.

✓ Cuối tháng chắc mình có thể nghỉ phép nữa đấy, bạn thấy thế nào?

월말에 다시 휴가를 낼 수 있을 것 같은데, 언제?

✓ Thế thì tháng sau bọn mình sắp xếp lại thời gian được không?

그럼 다음 달에 우리 시간 다시 맞춰 볼까?

05

Một người bạn chuyển nhà nên bạn hẹn đi mua sắm với bạn ấy nhưng vì có việc đột xuất nên không thể đi được.

당신은 이사하는 친구를 위해 함께 쇼핑을 가기로 했는데 급한 일이 있어서 갈 수 없게 되었습니다.

✓ Mình đang trên đường đi nhưng bị tai nạn giao thông nên chắc là không thể đi mua sắm với bạn được. Cũng may là không bị thương nhưng hôm nay có lẽ mình phải nghỉ ngơi.

가는 길에 교통 사고가 생겨서 오늘 같이 쇼핑 가는 게 어려울 것 같아. 다행히 다친 곳은 없지만 그래도 오늘은 쉬어야 할 것 같아.

✓ 2~3 ngày sau cùng nhau đi được không?

2~3일 후에 함께 가도 괜찮아?

✓ Nếu đi vào cuối tuần thì tốt hơn. Thế thì cuối tuần khi nào bạn rỗi?

주말에 가면 더 좋지. 그럼 주말에 언제 시간 돼?

중요한 표현 메모하기 ○

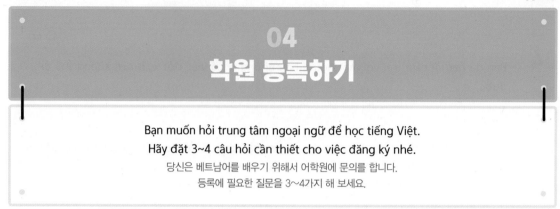

04
학원 등록하기

Bạn muốn hỏi trung tâm ngoại ngữ để học tiếng Việt.
Hãy đặt 3~4 câu hỏi cần thiết cho việc đăng ký nhé.
당신은 베트남어를 배우기 위해서 어학원에 문의를 합니다.
등록에 필요한 질문을 3~4가지 해 보세요.

❶ 시작하기

Vâng, bây giờ tôi sẽ bắt đầu hỏi về lớp học tiếng Việt.
네, 지금부터 베트남어 수업 문의 관련 질문을 시작하겠습니다.

❷ 클래스 문의

Chào anh/chị.
Tôi muốn học tiếng Việt. Không biết là có lớp nào ạ?
안녕하세요.
베트남어를 배우고 싶어서요. 혹시 어떤 반이 있나요?

❸ 학습 경험 말하기

À, thì ra có nhiều lớp.
Thật ra, tôi mới học tiếng Việt qua Internet khoảng 3~4 tháng thôi.
아, 다양한 클래스가 있군요.
사실, 3~4개월 정도 인터넷 강의를 통해서 베트남어를 공부했어요.

❹ 클래스 정보 문의

Vâng, tôi cũng muốn kiểm tra trình độ ạ. Ngày mai gọi sau 6 giờ là được ạ.
Thế thì học thứ mấy và thời gian như thế nào ạ?
Và giáo viên là ai ạ?
네, 저도 레벨테스트 원해요. 내일 6시 이후 전화 주시면 좋아요.
그럼 공부하는 요일과 시간은 어떻게 되나요?
그리고 선생님은 누구인가요?

❺ 수강료 및 교재 문의

À, Tối các ngày trong tuần và sáng cuối tuần thì được ạ.
Học phí bao nhiêu ạ? Có được ưu đãi giảm giá không ạ?
Và giáo trình phải mua riêng phải không ạ?

아, 저는 평일 저녁이나 주말 오전이 좋아요.
수강료는 얼마인가요? 할인 혜택도 있나요?
그리고 교재는 별도로 구매하나요?

❻ 결재 방식 문의

Chỉ có thể trả một lần đúng không? Hay là có thể trả nhiều lần bằng thẻ ạ?

혹시 일시불만 가능한가요? 카드 할부 결제도 가능한가요?

❼ 마무리

Vâng, thế ngày mai gọi điện kiểm tra trình độ giúp tôi nha.
Cảm ơn anh/chị đã tư vấn cho tôi.

네, 그럼 내일 레벨 테스트 전화 주세요.
상담해 주셔서 감사합니다.

본문 어휘

- đăng ký 등록하다
- hỏi 묻다
- về ~에 연관된
- lớp học tiếng việt 베트남어 수업
- Không biết là … ạ? 혹시 ~한가요?
- thật ra 사실
- học tiếng việt qua Internet 인터넷으로 베트남어를 공부하다
- kiểm tra trình độ 레벨 테스트
- thời gian 시간
- học phí 수강료
- ưu đãi giảm giá 할인 혜택
- giáo trình 교재
- trả một lần 일시불
- trả nhiều lần bằng thẻ 카드 할부 결제 (trả góp(할부하다)은 보통 물건을 살 때 사용해요.)

호응 및 대처 표현

- À, thì ra có nhiều lớp.
  아, 다양한 클래스가 있군요.
- Cảm ơn anh/chị đã tư vấn cho tôi.
  상담해 주셔서 감사합니다.

🎧 051

01

Bạn muốn hỏi để đăng ký tập gym. Hãy đặt 3~4 câu hỏi cần thiết cho việc đăng ký nhé.

당신은 헬스장에 등록하기 위해서 문의를 합니다. 등록에 필요한 질문을 3~4가지 해 보세요.

✓ Tôi muốn hỏi về thời gian hoạt động. Phòng gym mở cửa từ mấy giờ đến mấy giờ ạ?

운영 시간이 궁금합니다. 몇 시부터 몇 시까지 헬스장을 운영하나요?

✓ Dụng cụ tập có đa dạng không ạ? Và nếu muốn có PT thì phải trả phí riêng hay thế nào ạ?

운동 기구가 다양한가요? 그리고 PT를 받으려면 따로 비용을 지불해야 하나요?

✓ Một tháng bao nhiêu ạ? Có chương trình giảm giá không ạ?

한 달에 얼마인가요? 할인 프로그램이 있나요?

🎧 052

02

Bạn muốn trở thành hội viên của trang web mua sắm. Hãy đặt 3~4 câu hỏi cần thiết cho việc đăng ký hội viên nhé.

당신은 쇼핑 사이트 회원이 되고 싶습니다. 회원 등록을 위해 필요한 질문을 3~4가지 해 보세요.

✓ Thông tin cá nhân được bảo mật đúng không ạ?

개인 정보가 보장되는 게 맞죠?(개인 정보가 노출되지는 않나요?)

✓ So với việc mua hàng không là hội viên thì mua hàng là hội viên có ưu đãi gì ạ?

비회원으로 구매할 때보다 회원으로 구매하면 어떠한 혜택이 있나요?

✓ Sau này nếu muốn hủy hội viên thì có thể hủy bất cứ lúc nào đúng không ạ?

나중에 탈퇴하고 싶을 때 언제든지 탈퇴가 가능한가요?

🎧 053

03

Bạn muốn hỏi để gia nhập câu lạc bộ xe đạp. Hãy đặt 3~4 câu hỏi cần thiết cho việc đăng ký hội viên nhé.

당신은 자전거 동호회에 가입하고 싶어서 문의를 합니다. 회원 등록을 위해 필요한 질문을 3~4가지 해 보세요.

✓ Phải có xe đạp riêng đúng không ạ? Tôi phải mua xe chuyên dụng hay thế nào ạ?

개인 자전거가 필요한가요? 전문가용으로 구매해야 하나요?

✓ Chủ yếu chạy khi nào và mấy giờ ạ?

주로 언제, 몇 시에 자전거를 타러 가나요?

✓ Chủ yếu đi đâu? Có phí gia nhập hội viên không ạ?

주로 어디로 다니나요? 회원 가입비가 있나요?

04

Bạn muốn rời khỏi câu lạc bộ bóng đá. Hãy hỏi về cách thức và trình bày lý do rời khỏi câu lạc bộ nhé.

당신은 축구 동호회를 탈퇴하고 싶습니다. 회원 탈퇴 사유와 탈퇴 방법을 물어보세요.

✓ Vì tôi chuyển nhà nên tôi không thể chơi bóng đá ở đây được nữa ạ.
(사유 1) 제가 이사를 가게 되어 더 이상 이 동네에서 축구를 할 수 없게 되었어요.

✓ Dạo này tôi nhiều việc quá nên không thể tập trung cho câu lạc bộ được ạ.
(사유 2) 제가 요즘 일이 너무 많아서 동호회에 집중을 잘 못해요.

✓ Sau này nếu có thời gian tôi quay lại được không ạ?
나중에 시간이 되면 다시 와도 될까요?

05

Bạn đăng ký học ở trung tâm ngoại ngữ một tháng nhưng còn một tuần thì không thể đi học tiếp nữa. Bạn hãy trình bày lý do không thể học và hỏi xem có thể hoàn tiền học phí hay không nhé.

당신은 어학원에서 한 달 공부를 했지만 일주일을 남겨 두고 더 이상 다닐 수 없게 되었습니다. 다닐 수 없게 된 사유와 환불을 받을 수 있는지 질문해 보세요.

✓ Đáng lẽ tôi được quyết định đi Việt Nam làm việc nhưng bất ngờ tôi nhận được yêu cầu đi Inđônêsia.
원래는 베트남 주재원으로 가기로 되었는데 갑자기 인도네시아로 발령을 받게 되었어요.

✓ Tôi thấy học rất thú vị nhưng dạo này bận quá nên tôi không thể học ở trung tâm được.
공부하는 것은 너무 재밌지만, 요즘 일이 너무 바빠서 따로 학원을 다닐 수 없어요.

✓ Còn lại một tuần nên hoàn học phí được không ạ?
일주일 정도 남았는데 혹시 환불이 가능한가요?

중요한 표현 **메모하기** ○

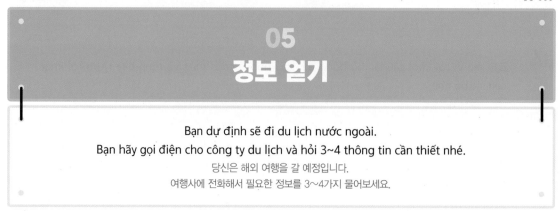

> Bạn dự định sẽ đi du lịch nước ngoài.
> Bạn hãy gọi điện cho công ty du lịch và hỏi 3~4 thông tin cần thiết nhé.
> 당신은 해외 여행을 갈 예정입니다.
> 여행사에 전화해서 필요한 정보를 3~4가지 물어보세요.

❶ 시작하기

Vâng, bây giờ tôi sẽ gọi điện cho công ty du lịch và hỏi thông tin cần thiết.
네, 지금부터 여행사에 전화를 해서 필요한 정보를 문의하겠습니다.

❷ 문의 1

Nếu tôi đặt phương tiện đi lại và chỗ ngủ thông qua công ty du lịch thì được giảm giá nhiều không ạ?
여행사에서 교통, 숙박을 함께 예약하면 할인 적용이 많이 되나요?

❸ 정보 확인 + 문의 2

À, thì ra là thế! Được giảm giá khá nhiều nhỉ.
Thế thì có bao gồm bảo hiểm du lịch nước ngoài không ạ?
아, 그렇군요! 할인 적용이 꽤 많이 되네요.
그럼 해외 여행 보험도 가입되나요?

❹ 정보 확인 + 문의 3

Ồ, thật là tiện quá.
Thế thì tôi chỉ cung cấp thông tin cá nhân là được phải không ạ?
Phí bảo hiểm du lịch nước ngoài như thế nào ạ?
오, 진짜 편리하네요.
그럼 저는 제 개인 정보만 드리면 되는 거예요?
해외 여행 보험 비용은 어떻게 되나요?

❺ 정보 확인 + 문의 4

À, vâng tôi hiểu rồi ạ.
Tháng sau, từ ngày 15 tôi muốn đi du lịch Việt Nam một tuần, không biết là cần visa không ạ?
아, 네 이해했어요.
다음 달 15일부터 일주일간 베트남으로 여행을 가고 싶은데 혹시 비자가 필요한가요?

❻ 정보 확인 + 문의 5

À, thì ra là không cần visa. Thế thì tôi đăng ký gói du lịch cho 4 người thì tổng cộng bao nhiêu ạ?
아, 비자가 필요 없군요. 그럼 총 4인이고 패키지 여행으로 신청하면 총 얼마인가요?

❼ 마무리

Vâng, thế thì cho tôi đăng ký như vậy nha. Ngày mai khoảng 2 giờ tôi sẽ đến để thanh toán. Cảm ơn anh/chị đã tư vấn cho tôi.
네, 그럼 그렇게 신청할게요. 결제를 하기 위해 내일 2시쯤 방문하겠습니다. 상담해 주셔서 감사해요.

본문 어휘	호응 및 대처 표현
□ thông tin 정보	□ À, thì ra là thế!
□ cần thiết 필수	아, 그렇군요!
□ lên kế hoạch 계획을 세우다	□ Ồ, thật là tiện quá.
□ vài 몇몇의	오, 진짜 편리하네요.
□ đặt 예약하다	□ À, vâng tôi hiểu rồi ạ.
□ phương tiện đi lại 교통 수단	아, 네 이해했어요.
□ chỗ ngủ 숙박, 숙소	
□ giảm giá 할인하다	
□ bao gồm 포함하다	
□ bảo hiểm 보험	
□ cung cấp 제공하다, 공급하다	
□ thông tin cá nhân 개인 정보	
□ phí bảo hiểm du lịch nước ngoài 해외 여행 보험 비용	
□ gói du lịch 패키지 여행	
□ tổng cộng 총, 총계	
□ thanh toán 결제하다	

🎧 057

01

Bạn phải tiêm ngừa độc cảm. Thế nhưng bạn hơi sốt và muốn gọi điện cho bệnh viện hỏi thông tin liên quan đến phòng ngừa độc cảm. Bạn hãy gọi điện cho bệnh viện và hỏi 3~4 thông tin cần thiết nhé.

당신은 독감 예방 접종을 해야 합니다. 그런데 살짝 열이 있어서 병원에 전화해서 독감 예방 관련 정보를 물어봅니다. 병원에 전화해서 필요한 정보를 3~4가지 물어보세요.

✓ Tôi định tiêm ngừa độc cảm. Tôi thấy hơi sốt không biết là tiêm được không ạ?
독감 예방 접종을 하려고 하는데요. 살짝 열이 있는데 예방 접종이 가능한가요?

✓ Từ hôm qua tôi đã cảm thấy cơ thể mệt mỏi rồi nhưng tôi vẫn muốn tiêm vắc xin thế thì có sao không ạ?
어제부터 약간 몸살 기운이 있지만 백신을 맞고 싶은데 괜찮을까요?

✓ Vừa tiêm ngừa độc cảm vừa có thể khám bệnh khác được không ạ?
독감 예방 접종을 하면서 다른 진료도 볼 수 있나요?

🎧 058

02

Không lâu trước đây bạn gặp tai nạn giao thông. Bạn hãy gọi điện cho công ty bảo hiểm và đặt 3~4 câu hỏi về tình hình hiện tại để xem đang giải quyết như thế nào nhé.

당신은 얼마 전 차 사고가 났습니다. 어떻게 해결되고 있는지 보험 회사에 전화해서 현재 상황에 대해 3~4가지 질문하세요.

✓ Tôi là Mai trước đây không lâu đã gặp tai nạn giao thông. Không biết là vụ tai nạn của tôi được tiếp nhận chưa ạ?
얼마 전 차 사고가 났었던 마이라고 합니다. 혹시 차 사고 접수가 됐나요?

✓ Khoảng khi nào sẽ được giải quyết ạ? 언제쯤 해결이 될까요?

✓ Đã liên lạc được với phía gây tai nạn chưa ạ? Tôi có phải trực tiếp gọi điện và nói chuyện không ạ?
사고를 낸 상대방과는 연락이 됐나요? 제가 직접 통화해야 하나요?

🎧 059

03

Bạn phải đi kiểm tra sức khỏe. Bạn hãy gọi điện đến bệnh viện và hỏi những việc cần thiết trước khi kiểm tra sức khỏe nhé.

당신은 건강검진을 해야 합니다. 병원에 전화해서 건강검진 전에 필요한 것들을 물어보세요.

✓ Trước khi kiểm tra sức khỏe thì phải nhịn ăn từ mấy giờ ạ?
건강검진 전날 몇 시부터 금식해야 하나요?

✓ Tôi uống nước được không ạ? 물은 마셔도 괜찮나요?

✓ Buổi sáng nếu đến sớm thì có thể kiểm tra ngay không ạ? 아침에 일찍 가면 바로 검사가 가능한가요?

04

Bạn lên kế hoạch đổi giường. Bạn hãy gọi điện đến cửa hàng nội thất và hỏi vài việc cần thiết nhé.

당신은 침대를 바꿀 계획이 있습니다. 가구점에 전화해서 필요한 것들을 물어보세요.

✓ Mỗi loại giường mỗi khác nhau nhưng thường thì giá khoảng bao nhiêu ạ?

침대마다 종류가 다르겠지만 보통 가격이 얼마 정도 하나요?

✓ Có phải mua đệm/nệm riêng không ạ? Giá này đã bao gồm giường chưa ạ?

매트리스는 따로 구매해야 하는 건가요? 침대 가격에 포함인가요?

✓ Thời gian bảo hành đến khoảng khi nào ạ?

A/S 보장 기간이 어느 정도 되나요?

05

Bạn định mua laptop mới. Bạn hãy gọi điện đến cửa hàng đồ điện tử và hỏi vài việc cần thiết nhé.

당신은 노트북을 새로 구매할 예정입니다. 전자 기기 가게에 전화해서 필요한 것들을 물어보세요.

✓ Dạo này thương hiệu máy tính nào bán chạy nhất ạ?

요새 어떤 브랜드 노트북이 가장 잘 팔리나요?

✓ Tôi chủ yếu soạn văn bản và chỉnh sửa Video. Dung lượng máy tính phù hợp là khoảng bao nhiêu ạ?

저는 주로 문서 작업, 영상 편집을 합니다. 저에게 적합한 노트북 용량은 어느 정도인가요?

✓ Tôi định trực tiếp đến mua. Tôi muốn mua máy đấy, không biết là có phải đặt trước không ạ?

저는 직접 가서 구매할 예정입니다. 그 기계로 주문하고 싶은데 혹시 미리 예약해야 하나요?

중요한 표현 메모하기

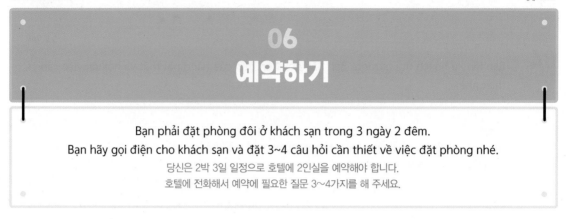

06
예약하기

Bạn phải đặt phòng đôi ở khách sạn trong 3 ngày 2 đêm.
Bạn hãy gọi điện cho khách sạn và đặt 3~4 câu hỏi cần thiết về việc đặt phòng nhé.
당신은 2박 3일 일정으로 호텔에 2인실을 예약해야 합니다.
호텔에 전화해서 예약에 필요한 질문 3~4가지를 해 주세요.

❶ 시작하기

Vâng, bây giờ tôi sẽ gọi điện cho khách sạn và đặt câu hỏi cần thiết về việc đặt phòng.
네, 지금부터 호텔에 전화해서 예약에 필요한 질문을 시작하겠습니다.

❷ 인사 + 용건 말하기

Alo, khách sạn ABC đúng không?
Tôi gọi điện để đặt phòng ạ.
안녕하세요, ABC호텔이죠?
룸 예약을 하고 싶어서 전화드렸습니다.

❸ 예약 일정 및 룸 크기 말하기 + 가능 여부 문의

Tôi muốn đặt phòng 3 ngày 2 đêm từ thứ sáu đến chủ nhật.
Tôi muốn đặt phòng đôi, có phòng không ạ?
이번 주 금요일부터 일요일까지 2박 3일 예약을 하고 싶습니다.
2인실로 예약하고 싶은데 방이 있나요?

❹ 룸 전망 문의

Ồ, may quá!
Có phòng nào nhìn ra biển, hồ, núi, thành phố không ạ?
오, 다행이네요.
오션뷰, 레이크뷰, 마운틴뷰, 시티뷰 등 어떤 전망이 있나요?

❺ 정보 확인 + 층 문의

À, phòng nhìn ra biển đã hết rồi à? Đành chịu vậy.
Thế thì tôi đặt phòng nhìn ra hồ. Không biết là ở tầng cao không ạ? Tôi muốn ở tầng cao.
아 오션뷰는 예약이 다 찼나요? 어쩔 수 없죠.
그럼 레이크뷰로 할게요. 혹시 높은 층인가요? 저는 높은 층을 원해요.

❻ 정보 확인 + 환불 문의

Nếu hủy đặt phòng thì không biết là đến khi nào tôi được hoàn tiền ạ?
만약 취소하게 된다면, 환불은 언제까지 가능한가요?

❼ 예약 확정

Vâng tôi hiểu rồi ạ.
Thế cho tôi đặt phòng đấy ạ. Tôi xin cảm ơn.
네 이해했습니다.
그럼 그 방으로 예약할게요. 감사합니다.

본문 표현

- đặt câu hỏi cần thiết 필요한 질문을 하다
- việc đặt phòng 룸을 예약하다
- … đúng không? ~ 맞죠?
- 3 ngày 2 đêm 2박 3일
- từ thứ sáu đến chủ nhật 금요일부터 일요일까지
- phòng đôi 더블 룸, 2인실
- phòng đơn 싱글 룸, 1인실
- nhìn ra 내다 보다
- biển 바다
- hồ 호수
- núi 산
- thế thì/vậy thì 그러면
- phòng nhìn ra hồ 레이크뷰, 호수가 보이는 전망
- tầng cao 높은 층
- hoàn tiền 환불하다

호응 및 대처 표현

- Ồ, may quá!
  오, 다행이네요!
- Hết rồi à/hả?
  다 찼나요? / 다 끝났나요? / 소진됐나요?
- Đành chịu vậy.
  어쩔 수 없죠.
- Ồ, thật thế à?
  와, 진짜요? / 진짜 좋네요.
- Vâng tôi hiểu rồi ạ.
  네, 이해했습니다.

🎧 063

01

Bạn phải đặt nhà hàng cho tiệc sinh nhật. Bạn hãy gọi điện cho nhà hàng và đặt 3~4 câu hỏi cần thiết về việc đặt bàn nhé.

당신은 생일 파티를 위해서 식당 예약을 해야 합니다. 식당에 전화해서 생일 파티를 위한 예약에 필요한 질문을 3~4가지 해 주세요.

✓ Cuối tuần này tôi định làm tiệc sinh nhật, có thể đặt bàn cho hơn 10 người được không ạ?
이번 주말에 생일 파티를 할 예정인데 10명 이상 예약이 가능한가요?

✓ Có thể bật nhạc cho tiệc sinh nhật giúp tôi được không ạ?
생일 파티를 위한 노래를 틀어 주실 수 있나요?

✓ Có phải gọi món trước không ạ?
음식은 미리 시켜야 하나요?

🎧 064

02

Bạn định đi đến tiệm làm tóc vào cuối tuần này. Bạn hãy gọi điện cho tiệm làm tóc và đặt vài câu hỏi cần thiết về việc đặt hẹn nhé.

당신은 이번 주말에 헤어샵에 갈 예정입니다. 헤어샵에 전화해서 예약에 필요한 질문을 해 주세요.

✓ Cuối tuần này tôi muốn uốn xoăn không biết mấy giờ tiệm vắng khách ạ?
이번 주말에 펌을 하고 싶은데 혹시 손님이 없는 (한가한) 시간이 몇 시인가요?

✓ Uốn xoăn thì mất khoảng bao lâu ạ?
펌을 하게 되면 대략 얼마나 걸려요?

✓ Giá như thế nào ạ?
가격이 어떻게 되나요?

🎧 065

03

Bạn thấy cơ thể mệt mỏi nên định đặt hẹn khám ở bệnh viện. Bạn hãy gọi điện cho bệnh viện và đặt 3~4 câu hỏi về việc đặt hẹn khám nhé.

당신은 몸살 기운이 있어서 병원 진료 예약을 하려고 합니다. 병원에 전화해서 3~4가지 질문을 하고 진료 예약을 해 주세요.

✓ Tôi thấy cơ thể mệt mỏi nên muốn khám, hôm nay có viện trưởng Kim ở đó không ạ?
몸살 기운이 있어서 진료를 받고 싶은데, 오늘 김 원장님 계신가요?

✓ Tôi phải đến mấy giờ thì mới được khám ngay ạ?
몇 시에 가야 바로 진료를 받을 수 있나요?

✓ Mấy giờ bệnh viện mở cửa ạ?
병원 문은 몇 시에 여나요?

04

Bạn đã bị nhức răng từ mấy ngày trước. Bạn hãy gọi điện cho phòng khám nha khoa và đặt 3~4 câu hỏi về việc đặt hẹn khám răng nhé.
당신은 며칠 전부터 이가 시립니다. 치과에 전화해서 3~4가지 질문을 하고 치과 예약을 잡으세요.

✓ Tôi gọi điện để đặt hẹn khám, thời gian có thể khám nhanh nhất là khi nào ạ?
진료 예약을 하고 싶어서 전화드렸는데 가장 빠르게 진료를 받을 수 있는 시간이 언제인가요?

✓ Tôi bị nhức răng quá nên muốn khám ngay, tôi có thể đặt hẹn chiều nay được không ạ?
이가 많이 시려서 바로 진료를 받고 싶은데, 오늘 오후에도 예약 가능한가요?

✓ Mấy giờ bệnh viện đóng cửa ạ?
병원 문은 몇 시에 닫나요?

05

Bạn muốn đặt mua trước điện thoại mới. Bạn hãy gọi điện cho cửa hàng điện thoại và đặt 3~4 câu hỏi về việc đặt mua trước nhé.
당신은 새로운 휴대폰을 사전 예약하고 싶습니다. 휴대폰 가게에 전화해서 3~4가지 질문을 하고 사전 예약을 하세요.

✓ Tôi muốn đặt mua trước điện thoại Iphone mới của Apple, tôi phải làm như thế nào ạ?
애플에서 새로 나온 아이폰을 사전 예약을 하고 싶은데 어떻게 해야 하나요?

✓ Đặt mua trước rồi phải trực tiếp đến cửa hàng mang về hay thế nào ạ? Có giao hàng không ạ?
사전 예약하고 직접 매장에 가서 물건을 가져와야 하나요? 아니면 택배로 보내 주시나요?

✓ Sau khi đặt mua thì có thể hủy trước khi sản phẩm ra mắt không ạ?
사전 예약 후, 출시 전에 취소도 가능한가요?

중요한 표현 메모하기

07
은행 업무 보기

Bạn muốn mở tài khoản mới.
Bạn hãy đến ngân hàng và đặt 3~4 câu hỏi cần thiết cho nhân viên ngân hàng để mở tài khoản nhé.
당신은 새로운 계좌를 개설하고 싶습니다.
은행에 가서 은행 직원에게 계좌 개설에 필요한 질문을 3~4가지 해 보세요.

❶ 시작하기

Vâng, bây giờ tôi sẽ bắt đầu hỏi nhân viên ngân hàng để mở tài khoản mới.
네, 새로운 계좌 개설을 위해서 은행원에게 질문을 시작하겠습니다.

❷ 인사 + 용건 말하기

Chào anh/chị.
Tôi muốn mở thêm một tài khoản mới ngoài tài khoản đã có.
Tôi phải làm thế nào ạ?
안녕하세요.
기존에 있는 계좌 외에 새로운 계좌를 하나 더 만들고 싶습니다.
어떻게 해야 할까요?

❸ 신분증 지참 여부 말하기 + 질문 1

Vâng ạ. Tôi có mang chứng minh thư đây.
Không biết là thủ tục có phức tạp không ạ?
네. 신분증 가져왔습니다.
혹시 절차가 복잡한가요?

❹ 정보 확인 + 질문 2

Vâng, tôi biết rồi ạ.
Đặt mật khẩu khác với mật khẩu cũ cũng không sao chứ ạ?
아, 네 알겠습니다.
기존 비밀번호와 다르게 해도 상관 없죠?

❺ 정보 확인 + 질문 3

À, thì ra khi mở tài khoản phải bỏ tiền vào. Trước mắt tôi bỏ vào mười nghìn won ạ.
Không biết là có được cấp thẻ check card bằng tài khoản đang có không ạ?

아, 계좌 개설할 때 입금해야 하는 금액이 있군요. 우선 만 원만 입금할게요.

혹시 해당 계좌로 체크 카드도 발급되나요?

❻ 요청 사항

Ồ hay quá. Tôi cũng muốn được cấp thẻ có nhiều ưu đãi.

오 좋네요. 혜택이 많은 카드로 발급받고 싶습니다.

❼ 예약 확정

Vâng, tôi xin cảm ơn. Lần sau tôi lại đến ạ.

네, 감사합니다. 다음에 또 올게요.

본문 어휘

- bắt đầu 시작하다
- hỏi 묻다
- nhân viên ngân hàng 은행 직원
- để ~을 위해서
- tài khoản 계좌
- mở tài khoản mới 새로운 계좌를 열다, 개설하다
- mở thêm 더 열다, 개설하다
- ngoài ~ 외에
- mang 가져가다
- chứng minh thư/thẻ căn cước công dân/chứng minh nhân dân 신분증
- thủ tục 수속 절차
- phức tạp 복잡한
- thì ra ~군요
- bỏ tiền vào 돈을 넣다, 입금하다
- trước mắt 우선
- mười nghìn won 만원
- được cấp thẻ 카드를 발급받다
- có nhiều 많이 있는
- ưu đãi 혜택

호응 및 대처 표현

- Vâng, tôi biết rồi ạ.
  네, 알겠습니다.
- Tôi phải làm thế nào ạ?
  어떻게 해야 할까요?
- Ồ hay quá.
  오 좋네요.
- Lần sau tôi lại đến ạ.
  다음에 또 올게요.

🎧 069

01

Bạn quên mật khẩu của ứng dụng Ngân hàng online. Bạn hãy gọi điện cho ngân hàng và đặt 3~4 câu hỏi cần thiết nhé.

당신은 인터넷뱅킹 어플을 이용하다가 비밀번호를 잊어버렸습니다. 은행에 전화해서 필요한 질문을 3~4가지 해 보세요.

✓ Tôi gọi điện vì mật khẩu bị sai 5 lần. Tôi phải làm thế nào ạ?

비밀번호를 5회 틀려서 전화드렸습니다. 어떻게 하면 좋을까요?

✓ Nhất định tôi phải trực tiếp đến ngân hàng à?

꼭 은행에 직접 방문해야 하나요?

✓ Có cách nào giải quyết qua điện thoại không ạ?

전화로 해결할 수 있는 방법은 없나요?

🎧 070

02

Bạn có việc phải đổi ngoại tệ/đổi tiền. Bạn hãy gọi điện cho ngân hàng và đặt 3~4 câu hỏi cần thiết về việc đổi tiền nhé.

당신은 환전해야 하는 일이 생겼습니다. 은행에 가서 환전에 필요한 질문을 3~4가지 해 보세요.

✓ Dạo này tình hình giá/thời giá đô la như thế nào ạ?

요즘 달러 시세가 어떻게 되나요?

✓ Tôi có thể đổi tối đa là bao nhiêu ạ?

최대 얼마까지 환전 가능한가요?

✓ Sau khi đổi xong có thể chuyển tiền đến nước đó được không ạ?

환전 후에 그 나라에 송금할 수 있나요?

🎧 071

03

Bạn muốn được cấp thẻ mới. Bạn hãy đến ngân hàng và đặt 3~4 câu hỏi cần thiết về việc cấp thẻ mới nhé.

당신은 새로운 카드 발급을 하고 싶습니다. 은행에 가서 새로운 카드 발급을 위하여 필요한 질문을 3~4가지 해 보세요.

✓ Tôi thường xuyên đi mua sắm nên tôi muốn làm thẻ có nhiều ưu đãi mua sắm. Anh/chị có thể tư vấn cho tôi được không ạ?

저는 쇼핑을 자주 해서 쇼핑 혜택이 큰 카드를 받고 싶은데 설명해 주실 수 있나요?

✓ Anh/chị có thể tư vấn thẻ tín dụng nào phù hợp với tôi nhất được không ạ?

어떤 신용카드가 저에게 가장 잘 맞을지 상담해 주실 수 있나요?

✓ Tôi muốn được cấp từng thẻ riêng tùy theo mục đích sử dụng được không ạ?

사용 목적에 따른 카드를 각각 발급하고 싶은데 가능한가요?

04

Bạn làm mất thẻ tín dụng. Bạn hãy gọi đến trung tâm thẻ và đặt 3~4 câu hỏi để yêu cầu xử lý nhanh nhé.

당신은 신용카드를 잃어버렸습니다. 카드 회사에 전화해서 빠른 조치 요청을 위한 질문 3~4가지를 해 보세요.

✓ Tôi làm mất thẻ tín dụng rồi tôi phải làm thế nào ạ?
제가 신용카드를 잃어버렸는데, 어떻게 해야 할까요?

✓ Không biết là có lịch sử sử dụng của người khác không ạ?
혹시 다른 사람이 쓴 내역이 있나요?

✓ Tôi muốn được cấp lại thì phải làm thế nào ạ?
다시 발급받으려면 어떻게 해야 하나요?

05

Bạn có việc cần vay tiền. Bạn hãy đến ngân hàng và đặt 3~4 câu hỏi cần thiết cho nhân viên ngân hàng về việc vay tiền nhé.

당신은 대출 업무가 필요합니다. 은행에 가서 은행 직원에게 대출에 필요한 질문을 3~4가지 해 보세요.

✓ Với hạng tín dụng của tôi thì có thể vay được bao nhiêu ạ?
제 신용 등급으로 얼마까지 대출이 가능할까요?

✓ Lãi suất bao nhiêu phần trăm ạ?
이자는 몇 퍼센트인가요?

✓ Thời gian đáo hạn là đến khi nào ạ?
언제까지 갚아야 하는 기간이 있나요?

중요한 표현 메모하기

08
상품 구매하기

Bạn đang ở cửa hàng điện máy và muốn mua tủ lạnh.
Bạn hãy đặt 3~4 câu hỏi cho nhân viên cửa hàng về việc mua tủ lạnh nhé.
당신은 현재 전자 상가에 있고, 냉장고를 구매하고 싶습니다.
매장에 있는 직원에게 냉장고 구매를 위하여 3~4가지 질문해 보세요.

❶ 시작하기

Vâng, tôi biết rồi ạ.
Bây giờ tôi sẽ bắt đầu hỏi nhân viên cửa hàng về việc mua tủ lạnh.
네, 알겠습니다.
냉장고를 구매하기 위해 매장 직원에게 질문을 시작하겠습니다.

❷ 용건 말하기 + 제품 트렌드 문의하기

Chào anh/chị. Tôi muốn mua tủ lạnh tôi có thể xem được không ạ?
Dạo này tủ lạnh nào bán chạy nhất ạ?
안녕하세요. 냉장고를 구매하려고 하는데 좀 볼 수 있을까요?
요즘 가장 잘 나가는 냉장고가 어떤 것인가요?

❸ 가격 문의하기

À, thế à? Cái này bao nhiêu ạ?
Eo ôi, đắt thế. Cho tôi xem cái rẻ hơn được không ạ?
아, 그래요? 이건 얼마예요?
아이고, 너무 비싸네요. 조금 더 저렴한 상품을 볼 수 있나요?

❹ 전력 소모율 문의하기

Ồ, thiết kế này đẹp quá.
Không tốn điện/hao điện nhiều đúng không ạ?
오, 이 디자인 너무 예쁘네요.
전력 소모가 큰 편은 아니죠?

❺ 비교 제품 요청하기

Ngăn mát và ngăn đông được chia làm hai thật là tiện quá.
Không biết là tôi xem thêm cái khác được không ạ?

냉장실과 냉동실이 각각 두 칸씩이나 있어서 너무 편리하겠네요.
혹시 다른 제품도 더 볼 수 있나요?

❻ 제품별 가격 문의하기

Ồ, cái này trông bền quá. Chắc là chứa được nhiều đồ lắm.
Cái thứ nhất và cái thứ hai mỗi cái giá thế nào ạ? Được giảm giá khoảng bao nhiêu ạ?

와, 이건 엄청 튼튼해 보여요. 엄청 많이 들어가겠네요.
첫 번째 것과 두 번째 것 각각 얼마인가요? 할인은 어느 정도 하나요?

❼ 구매 확정 하기

Ồ, thì ra là thế. Thế thì tôi sẽ mua cái thứ nhất ạ.

오, 그렇군요. 그럼 첫 번째 것으로 구매할게요.

본문 표현

- □ cửa hàng điện máy 전자상가
- □ bền/chắc chắn/cứng 튼튼한
- □ tủ lạnh 냉장고
- □ dạo này 요즘
- □ nào 어떤
- □ bán chạy nhất 가장 잘 팔리는
- □ ngăn đông 냉동고
- □ chia 나뉘다
- □ thật tiện 정말로 편리한
- □ tốn điện/hao điện 전력이 소모되다
- □ thêm 더하다
- □ cái khác 다른 것
- □ chắc là 아마
- □ chứa 저장하다, 담다
- □ nhiều đồ 많은 물건
- □ cái thứ nhất và cái thứ hai 첫 번째 것과 두 번째 것

호응 및 대처 표현

- □ À, thế à?
  아, 그래요?
- □ Xem được không ạ?
  볼 수 있나요?
- □ Cái này bao nhiêu ạ?
  이건 얼마예요?
- □ Eo ôi, đắt thế.
  아이고, 너무 비싸네요.
- □ Cho tôi xem cái rẻ hơn được không ạ?
  조금 더 저렴한 상품을 볼 수 있나요?
- □ Ồ, cái này trông bền quá.
  와, 이건 엄청 튼튼해 보여요.
- □ Được giảm giá khoảng bao nhiêu ạ?
  할인은 어느 정도 되나요?
- □ Ồ, thì ra là thế.
  오, 그렇군요.

🎧 **075**

01

Bạn đang ở cửa hàng mỹ phẩm. Bạn hãy nói chuyện với nhân viên cửa hàng về việc chăm sóc da và mua một vài mỹ phẩm cơ bản nhé.

당신은 화장품 가게에 있습니다. 당신의 피부 고민을 매장 직원에게 이야기하고 기초 화장품을 구매하세요.

✔ Da tôi thuộc loại da khô/da hỗn hợp/da dầu. Có kem nào hợp với tôi không ạ?

저는 건성/복합성/지성 피부입니다. 저에게 맞는 크림이 있을까요?

✔ Dạo này trời se lạnh nên da khô quá, cái nào tốt cho da khô ạ?

요새 쌀쌀해져서 너무 건조한데 어떤 게 좋을까요?

✔ Thường ngày da mặt tôi đổ rất nhiều dầu, có thể giới thiệu cho tôi kem bôi dưỡng mà không có nhiều dầu được không ạ?

저는 평소에 얼굴에 유분이 많아서 유분이 많지 않은 크림을 구매하고 싶은데 소개해 주실 수 있나요?

🎧 **076**

02

Bạn đang ở cửa hàng nội thất và định đổi sô pha mới thay cho cái cũ ở nhà. Bạn hãy đặt 3~4 câu hỏi cho nhân viên cửa hàng và mua sô pha nhé.

당신은 집에 있는 낡은 소파를 교체하기 위해 가구점에 있습니다. 소파 구매를 위해 직원에게 3~4가지 질문하고 상품을 구매해 보세요.

✔ Sô pha của tôi đã dùng khoảng 10 năm rồi nên cũ quá. Có sô pha nào bền không ạ?

소파를 10년 정도 썼더니 너무 낡았어요. 튼튼한 소파가 있나요?

✔ Nhà tôi sáng nên sô pha màu sáng chắc là hợp. Anh/chị có thể cho tôi xem được không ạ?

집이 화사해서 밝은 색상의 소파가 있으면 좋을 것 같은데 보여 주실 수 있나요?

✔ So với sô pha mềm xốp thì tôi cần sô pha thoải mái hơn, có không ạ?

너무 푹신한 소파보다는 편안한 소파가 필요한데 혹시 있나요?

🎧 **077**

03

Bạn đang ở cửa hàng quần áo. Bạn hãy đặt 3~4 câu hỏi cho nhân viên cửa hàng để mua quần áo nhé.

당신은 옷 가게에 있습니다. 필요한 옷을 사기 위해 3~4가지 정도 매장 직원에게 질문하세요.

✔ Vải này với vải kia có khác nhau không ạ?

이 원단과 저 원단의 차이가 있나요?

✔ Có màu sáng/tối hơn một chút không ạ?

좀 더 밝은/어두운 색상이 있나요?

✔ Có cỡ/size lớn/nhỏ hơn một chút không ạ?

좀 더 큰/작은 사이즈가 있나요?

04

Laptop bạn đang sử dụng bị hỏng nên bạn đang ở cửa hàng đồ điện tử để mua laptop mới. Bạn hãy đặt 3~4 câu hỏi cho nhân viên cửa hàng và mua laptop mới nhé.

당신은 쓰던 노트북이 고장나서 새로운 노트북을 구매하기 위해서 전자 제품 매장에 있습니다. 매장 직원에게 3~4가지 질문을 하고 새로운 노트북을 구매하세요.

✓ Dạo này nhiều thương hiệu máy tính quá tôi không biết phải mua cái nào. Anh/chị có thể giới thiệu cho tôi được không ạ?

요즘 노트북 종류가 너무 많아서 어떤 걸 사야 할지 모르겠어요. 추천해 주실 수 있나요?

✓ Laptop nào mới nhất ạ?

가장 새로 나온 노트북은 무엇인가요?

✓ Tôi chủ yếu soạn văn bản và chỉnh sửa Video, anh/chị có thể giới thiệu cái phù hợp với tôi được không ạ?

저는 주로 문서 작업, 영상 편집 정도 하는데 제게 맞는 제품을 소개해 주실 수 있나요?

05

Bạn đang ở cửa hàng giày dép. Bạn hãy đặt 3~4 câu hỏi cho nhân viên cửa hàng để mua giày dép nhé.

당신은 신발 가게에 있습니다. 필요한 신발을 사기 위해 3~4가지 정도 매장 직원에게 질문하세요.

✓ Tôi thích giày có đế/gót thấp hơn là đế/gót cao, có thể giới thiệu cho tôi được không ạ?

저는 너무 높은 굽보다는 낮은 굽이 더 좋은데 추천해 주실 수 있나요?

✓ Tôi thích thiết kế này không biết là có màu khác không ạ?

저는 이 디자인이 마음에 드는데, 혹시 다른 색상은 없나요?

✓ Hơi rộng/chật nên có cỡ nhỏ/to(lớn) hơn một size không ạ?

조금 큰데/작은데 한 사이즈 작은/큰 것은 없나요?

┌─ **중요한 표현** 메모하기 ─○──────────────────────┐
│   │
│   │
│   │
│   │
│   │
│   │
└──┘

09
환불 및 교환하기

Sau khi tủ lạnh giao đến nhà,
được lắp đặt và sử dụng thì bạn thấy nó không hoạt động như bình thường.
Bạn hãy gọi điện cho cửa hàng điện máy nói rõ tình hình và hỏi xem phải xử lý như thế nào nhé.

냉장고가 집에 도착 후 설치를 하고 사용했는데, 제대로 작동이 되지 않습니다.
구매한 전자 상가에 전화해서 상황을 설명하고, 어떻게 해결해야 하는지 물어보세요.

❶ **시작하기**

Vâng, bây giờ tôi sẽ gọi điện cho cửa hàng và nói rõ tình hình.
네, 지금부터 매장에 전화해서 상황을 설명하겠습니다.

❷ **제품 상태 설명하기**

Alo, chào anh/chị.
Vài ngày trước tôi đã mua tủ lạnh và hôm qua nhân viên kỹ thuật cũng đã lắp đặt giúp tôi nhưng qua một ngày rồi nó vẫn không lạnh.
안녕하세요.
제가 며칠 전 냉장고를 샀고, 어제 기사님께서 설치를 해 주셨는데요, 하루가 지나도 냉장고가 시원해지지 않아서요.

❸ **해결 방법 묻기**

Vâng, mã số tủ lạnh của tôi là A123 ạ.
Vâng, tôi đã điều chỉnh nhiệt độ lạnh nhất rồi ạ. Nhưng bên trong vẫn không lạnh. Tôi phải làm thế nào ạ?
네. 냉장고 고유 넘버는 A123입니다.
네, 시원하게 가장 높은 온도로 해 놓았습니다. 그런데 계속 냉장고 안이 시원해지지 않아요. 어떻게 해야 하나요?

❹ **즉각 처리 요청하기**

Nhân viên kỹ thuật có thể đến ngay hôm nay được không ạ?
Vì đã quá một ngày rồi nên tôi lo đồ ăn bị hỏng/bị hư ạ.
그럼 다시 기사님이 오셔야 하는데 오늘 바로 오실 수 있나요?
이미 하루가 지나서 음식들이 상할까 봐 걱정되네요.

❺ 환불 의사 밝히기

À, nếu anh/chị cứ nói chờ mãi như thế/hoài như vậy chắc là tôi sẽ trả hàng.
Tôi trả hàng ngay được không ạ?

아, 계속 기다리라고만 하시면 저는 반품 할게요.
바로 반품 가능하죠?

❻ 확인 전화 요청하기

Vâng, thế thì kiểm tra xong thì gọi điện cho tôi nha.
Tôi xin cảm ơn.

네, 그럼 확인해 보시고 전화 주세요.
감사합니다.

본문 표현	반응 및 대처 표현
□ gọi điện 전화를 걸다	□ Tôi phải làm thế nào ạ?
□ cho ～에게	어떻게 해야 하나요?
□ cửa hàng 상점, 가게	□ Tôi trả hàng ngay được không ạ?
□ nói rõ 자세히 말하다	바로 반품 가능하죠?
□ tình hình 상황	□ Vâng, thế thì kiểm tra xong thì gọi điện cho tôi
□ vài ngày trước 며칠 전	nha.
□ tủ lạnh 냉장고	네, 그럼 확인해 보시고 전화 주세요.
□ nhân viên kỹ thuật 기술직원, 기사님	
□ lắp đặt 설치하다	
□ qua một ngày rồi 하루가 지나다	
□ nó 그것	
□ vẫn 여전히	
□ mã số tủ lạnh 냉장고 고유 번호	
□ điều chỉnh 조절하다	
□ nhiệt độ 온도	
□ lo 걱정하다	
□ đồ ăn 음식	
□ bị hỏng/bị hư 상하다, 고장나다	
□ trả hàng 반품	

🎧 081

01 Sau khi mua mỹ phẩm về nhà dùng thử thì da bị dị ứng nhiều. *Bạn hãy gọi điện cho cửa hàng mà bạn đã mua nói rõ tình hình và hỏi phải xử lý như thế nào nhé.

화장품 구매 후, 집에 와서 사용했는데 피부에 알레르기가 많이 올라왔습니다. *구매한 매장에 전화해서 상황을 설명하고, 어떻게 해결해야 하는지 물어보세요. (*공통 질문)

✔ Tôi vừa bôi lên thì mặt hơi ửng đỏ nhưng bây giờ thì bị đỏ hết cả lên. Tôi phải làm thế nào ạ?
화장품을 바르자마자 얼굴이 살짝 화끈거렸는데 지금은 엄청 빨개졌어요. 어떻게 해야 하나요?

✔ Tôi mới vừa kiểm tra thấy hạn sử dụng đã quá một tháng rồi. Tôi phải làm thế nào ạ?
방금 확인했는데 유통기한이 한 달이나 지났어요. 어떻게 해야 하나요?

✔ Nếu tôi mang/đem hàng đến thì được hoàn tiền ngay không ạ?
물건을 다시 가지고 가면, 즉시 환불 가능한가요?

🎧 082

02 Sau khi mua laptop về nhà thì bạn thấy không phải là sản phẩm mà bạn muốn.

당신은 노트북을 구매 후, 집에 와서 보니 당신이 원했던 제품이 아닙니다. (*공통 질문)

✔ Tôi mua dung lượng lớn nhưng khi kiểm tra thì thấy dung lượng nhỏ tôi phải làm thế nào ạ?
저는 큰 용량을 구매했는데 확인해 보니 너무 작은 용량인데 어떻게 해야 하나요?

✔ Laptop mới nhưng tôi thấy vết xước rất nhiều. Tôi phải làm thế nào ạ?
새 노트북인데 확인해 보니 흠집이 너무 많습니다. 어떻게 해야 하나요?

✔ Tôi muốn đổi hàng hơn là được hoàn tiền tôi có thể đổi hàng mới được không ạ?
환불보다는 교환을 하고 싶은데 새 제품으로 교환 가능할까요?

🎧 083

03 Bạn mặc áo mới mua và giặt một lần thôi mà áo đã bị rút lại.

당신은 새로 산 옷을 입고, 한 번 세탁했는데 옷이 완전 줄어들었습니다. (*공통 질문)

✔ Tôi mới mặc một lần rồi giặt mà áo đã bị rút lại. Tôi phải làm thế nào ạ?
옷을 한 번 입고, 세탁했는데 완전 줄어들었어요. 어떻게 해야 하나요?

✔ Vì không có biểu thị giặt khô nên tôi giặt nước. Tôi đổi hàng được không ạ?
드라이크리닝을 하라는 표시가 없어서 물세탁을 했습니다. 교환 가능한가요?

✔ Vì anh/chị không nói cần chú ý gì khi giặt nên tôi xin trả hàng ạ.
세탁할 때 주의 사항을 말씀하시지 않았기 때문에 즉시 반품 부탁드립니다.

04

Sách bạn đặt trên Internet/trên mạng vừa đến. Mở sách ra thì bạn thấy nhiều trang giấy bên trong bị nhăn thậm chí có phần bị rách. Bạn hãy gọi cho nhà xuất bản nói rõ tình hình và hỏi phải xử lý như thế nào nhé.

당신이 인터넷에서 주문한 책이 방금 도착했습니다. 책을 펴 보니 안에 종이가 많이 구겨져 있고, 심지어 살짝 찢어진 부분도 있습니다. 출판사에 전화해서 상황을 설명하고, 어떻게 해결해야 하는지 물어보세요.

✓ Tôi mua sách mới trên hiệu sách online nhưng bên trong nhiều trang giấy bị nhăn và bị rách. Tôi phải làm thế nào ạ?

온라인 서점에서 구매한 새 책인데 안쪽이 너무 많이 구겨지고 찢겨져 있습니다. 어떻게 해야 하나요?

✓ Để đổi sách mới tôi phải gửi lại sách bị lỗi này đúng không ạ?

교환을 하기 위해서 이 잘못된 책을 보내 드려야 하나요?

✓ Sách mới mà bị nhăn và rách tôi thấy buồn quá nên không biết là tôi đổi hàng được không ạ?

새 책인데 구겨지고, 찢겨져 있어서 너무 속상하네요. 혹시 교환 될까요?

05

Hôm qua bạn đặt vé máy bay và hôm nay bạn đến sân bay. Nhưng bạn thấy thông tin vé mà bạn nhận hoàn toàn khác. Bạn hãy nói rõ tình hình và hỏi phải xử lý như thế nào nhé.

당신은 어제 비행기 표를 예약하고, 오늘 공항에 갔습니다. 그리고 예약한 비행기 표를 받아야 합니다. 하지만 당신이 받은 표는 예약한 정보와 완전 다르게 되어 있습니다. 상황을 설명하고, 어떻게 해결해야 하는지 물어보세요.

✓ Tôi đã đặt vé máy bay hôm nay đi nhưng trên vé ghi là ngày mai đi. Chuyện gì thế ạ?

저는 오늘 가는 비행기로 예약했는데, 표에는 내일 가는 걸로 예약되어 있습니다. 어떻게 된 건가요?

✓ Nhờ anh/chị kiểm tra lại một lần nữa thông tin đặt vé và hộ chiếu giúp tôi.

제 여권과 예약 정보 다시 한 번 확인 부탁드립니다.

✓ Hôm nay tôi phải lên máy bay. Nếu kiểm tra xong thì xuất vé đúng theo thông tin giúp tôi ạ.

저는 오늘 꼭 비행기를 타야 해요. 확인이 완료되었으면 정보에 맞게 표를 다시 주세요.

중요한 표현 메모하기

10
도움 요청하기

Bạn đã để quên điện thoại trên tắc xi. Bạn gọi vào máy của mình và nói chuyện với anh tài xế.
Bạn hãy hỏi xem làm thế nào để có thể nhận lại điện thoại nhé.
당신은 택시에 휴대폰을 두고 내렸습니다. 당신의 휴대폰으로 전화를 걸어서 택시 기사님과 통화를 하며,
어떻게 해야 휴대폰을 받을 수 있는지 이야기해 보세요.

❶ **시작하기**

Vâng, tôi sẽ gọi vào máy của mình và nói chuyện với anh tài xế.
네, 제 휴대폰으로 전화를 걸어서 택시 기사님과 통화하겠습니다.

❷ **인사하기**

Alo, thật may quá vì anh nhấc máy/nghe máy.
Tôi lo là anh không nhấc máy/nghe máy.
여보세요, 전화 받으셔서 너무 다행이네요.
혹시 전화 못 받으시면 어쩌나 걱정했어요.

❸ **처한 상황 설명하기**

Điện thoại anh đang dùng là điện thoại của tôi ạ.
Tôi đã để quên điện thoại trên tắc xi.
Không biết là bây giờ anh có đang chở khách không ạ?
지금 전화 받으시는 휴대폰이 제 휴대폰이에요.
제가 택시에 놓고 내렸어요.
혹시 지금 손님 태우고, 운행 중이실까요?

❹ **해결 방법 질문하기**

Ồ thật là may quá.
Thế tôi làm thế nào để nhận lại điện thoại ạ?
오 다행이네요.
그럼 어떻게 제 휴대폰을 찾으면 될까요?

❺ 해결 방법 논의하기

Anh có thể đến chỗ tôi thật à? Tôi cảm ơn nhiều ạ.

Thế anh có thể chạy đến và bấm đồng hồ tính cước từ chỗ anh đang ở đến chỗ lúc nãy tôi xuống được không ạ?

아, 정말 와 주실 수 있으세요? 너무 감사합니다.

그럼 기사님 계신 곳부터 아까 제가 내린 곳까지 요금 미터기 누르시고, 와 주실 수 있나요?

❻ 확인 전화 요청하기

Tôi cảm ơn anh nhiều ạ.

Không biết là anh muốn uống gì không ạ?

Tôi chuẩn bị xong rồi và đang đợi ạ.

정말 감사합니다.

혹시 드시고 싶으신 음료라도 있으신가요?

준비해서 기다리고 있을게요.

본문 표현	반응 및 대처 표현
▫ gọi vào máy của mình 내 휴대폰으로 전화를 걸다 ▫ anh tài xế 택시 기사님 ▫ nhấc máy/nghe máy/bắt máy 전화를 받다 ▫ xuống tắc xi 택시에서 내리다 ▫ để quên 놓고 가다 ▫ trên tắc xi 택시에 ▫ chở khách 고객을 태우다 ▫ Không biết là ··· không ạ? 혹시 ~하나요? ▫ bấm 누르다 ▫ đồng hồ tính cước 요금 미터기 ▫ lúc nãy 방금	▫ Alo, thật may quá vì anh nhấc máy/nghe máy. 여보세요. 전화 받으셔서 너무 다행이네요. ▫ Tôi lo là anh không nhấc máy/nghe máy. 혹시 전화 못 받으시면 어쩌나 걱정했어요. ▫ Vâng đúng ạ. 네 맞아요. ▫ Ồ thật là may quá. 오 다행이네요. ▫ Thế tôi làm thế nào để nhận lại điện thoại ạ? 그럼 어떻게 제 휴대폰을 찾으면 될까요?

*본인의 나이가 10~30대까지는 본인을 cháu, 택시 기사님을 bác이라고 해요.
본인의 나이가 40대가 넘을 경우에는 본인을 tôi, 택시 기사님을 anh이라고 하면 됩니다. 그리고 40대 이상의 경우 문미에 ạ를 생략합니다.
(본문에서 기사님은 anh이라고 지칭했고, 본인을 tôi라고 했으므로, 본인의 나이를 고려해서 바꿔서 이야기하면 됩니다.)

🎧 087

01

Bạn đã đi đến hiệu sách. Bạn muốn tìm sách bạn đang cần nhưng không biết ở đâu nên không thể tìm được. Bạn hãy yêu cầu sự giúp đỡ từ nhân viên để mua sách bạn cần nhé.

당신은 서점에 갔습니다. 당신이 필요한 책을 찾고 싶은데 어디에 있는지 찾을 수가 없습니다. 서점 직원에게 도움을 요청하고 필요한 책을 구매해 보세요.

✓ Tôi đang tìm sách ngoại ngữ, tôi không biết phải tìm như thế nào. Anh/chị giúp tôi được không ạ?

제가 외국어 관련 책을 찾고 있는데, 어떻게 찾아야 할지 모르겠어요. 혹시 저를 도와주실 수 있나요?

✓ Tôi đã kiểm tra vị trí sách trên máy tính rồi nhưng vẫn không thể tìm được đường ạ.

책 위치를 알려 주는 컴퓨터에서 확인했는데도 길을 못 찾겠어요.

✓ Tôi đang tìm sách tiếng Việt trong số những sách ngoại ngữ, chỉ có loại này thôi ạ?

외국어 관련 책 중 베트남어를 찾고 있는데, 혹시 종류가 이거밖에 없나요?

🎧 088

02

Bạn đã để quên ví ở nhà hàng. Bạn gọi điện đến nhà hàng và yêu cầu sự giúp đỡ để tìm lại ví, bạn hãy thử xử lý tình huống nhé.

당신은 식당에 지갑을 놓고 왔습니다. 당신이 갔던 식당에 전화해서 지갑을 찾을 수 있도록 도움을 요청하고, 상황을 해결하세요.

✓ Tôi là người đã ngồi ăn cơm gần cửa sổ vào khoảng 1 giờ chiều. Tôi không thấy ví nên không biết là có thể kiểm tra giúp tôi được không ạ?

오후 1시쯤 창문 근처에 앉아서 밥을 먹었던 사람입니다. 지갑이 없어져서 혹시 확인해 주실 수 있을까요?

✓ Ví nhỏ màu đen ạ. Tiền thì không sao nhưng có thẻ và ảnh nên tôi nhất định phải tìm lại ạ.

검정색에 반지갑입니다. 돈보다도 카드나 사진들이 있어서 꼭 찾아야 합니다.

✓ Nếu tìm được có thể liên lạc cho tôi được không ạ? 혹시 찾으시면 꼭 좀 연락해 주실 수 있으실까요?

🎧 089

03

Bạn đã để quên túi xách trên kệ trong tàu điện ngầm. Bạn hãy đến chỗ nhân viên quản lý ga nói rõ tình hình và yêu cầu sự giúp đỡ nhé.

당신은 지하철 선반 위에 가방을 깜박하고 놓고 내렸습니다. 역무원에게 가서 상황을 설명하고 도움을 받아 보세요.

✓ Tôi vừa xuống tàu điện ngầm nhưng để quên túi xách trên kệ, có thể tìm được không ạ?

제가 방금 지하철에서 내렸는데 선반에 가방을 깜박하고 놓고 내렸는데 찾을 수 있나요?

✓ Tôi cũng không nhớ rõ tôi đã ở toa số mấy. 제가 몇 번 칸에 있었는지 정확히 기억이 안 나요.

✓ Không biết là có túi xách nào đang được giữ ở trung tâm bảo quản đồ thất lạc không ạ?

혹시 분실물 보관 센터에 보관되어 있는 가방이 있나요?

04

Bạn phải chuẩn bị PPT để thuyết trình bài tập nhưng bạn vẫn chưa thành thạo chương trình máy tính. Bạn hãy nói tình hình này cho một người bạn và yêu cầu sự giúp đỡ nhé.

당신은 과제 발표를 위해서 PPT를 준비해야 하는데, 컴퓨터 프로그램 다루는 게 아직 많이 서툽니다. 친구에게 당신의 상황을 이야기하고 도움을 요청해 보세요.

✓ Tài liệu mình đã làm hết rồi nhưng không biết tải ảnh lên như thế nào, bạn giúp mình được không?

자료 조사는 다 했는데 사진을 어떻게 올려야 하는지 모르는데 도와줄 수 있어?

✓ Bài tập lần này bắt buộc phải chỉnh sửa Video nhưng mình không biết sử dụng chương trình này như thế nào.

이번 과제에시는 꼭 영상 편집도 해야 하는데 이 프로그램을 어떻게 사용하는지 모르겠어.

✓ Nếu buổi tối bạn rỗi, mình sẽ đến nhà bạn nha. Chỉ cho mình cách làm PPT được không?

혹시 저녁에 시간되면 너네 집으로 갈게. PPT 만드는 법을 알려 줄 수 있어?

05

Bạn đang dừng xe chờ đèn đỏ. Nhưng bỗng dưng chiếc xe phía sau đâm vào xe bạn. Bạn hãy gọi điện cho công ty bảo hiểm nói rõ tình hình và yêu cầu sự giúp đỡ nhé.

당신은 빨간불 신호등 앞에서 차를 세우고 기다리고 있습니다. 그런데 갑자기 뒤에 차가 당신의 차를 박았습니다. 보험사에 전화해서 상황을 이야기하고 도움을 요청하세요.

✓ Tôi đang chờ đèn xanh bỗng nhiên xe từ phía sau đâm vào xe tôi.

저는 파란불을 기다리고 있었는데, 갑자기 뒤에서 차를 박았습니다.

✓ Đương nhiên là có hộp đen ạ. Trước mắt tôi đợi ở đây là được phải không ạ?

당연히 블랙박스가 있습니다. 우선 여기에서 기다리면 될까요?

✓ Mất bao lâu nhân viên mới đến ạ?

직원 분이 오시는 데 얼마나 걸릴까요?

🔖 **중요한 표현** **메모하기** o───

CHAPTER 9

돌발 질문

☰ 돌발 질문 팁

✓ 돌발 질문은 Background Survery에서 선택한 항목 이외의 다른 주제들로 출제됩니다.

✓ 시험 중 미리 준비하지 않은 돌발 질문이 갑자기 나오면 당황스럽지요? 자주 나오는 주제를 중심으로 핵심 표현을 미리 익혀 두도록 하세요!

✓ 문장 구성 및 표현법을 미리 익혀 두어 여러 상황에서도 활용할 수 있도록 연습해 두는 것이 좋습니다. 대본을 외워서 기계적으로 답변하는 것이 아닌 자연스럽게 답변하는 인상을 주는 것이 중요해요!

✓ 고득점을 받으려면 좀 더 철저히 준비해야 합니다.

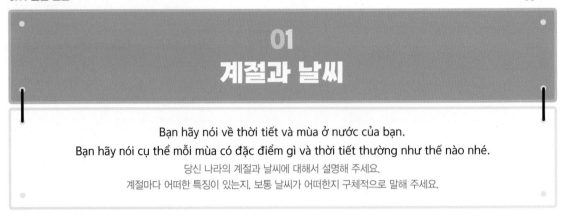

01
계절과 날씨

Bạn hãy nói về thời tiết và mùa ở nước của bạn.
Bạn hãy nói cụ thể mỗi mùa có đặc điểm gì và thời tiết thường như thế nào nhé.

당신 나라의 계절과 날씨에 대해서 설명해 주세요.
계절마다 어떠한 특징이 있는지, 보통 날씨가 어떠한지 구체적으로 말해 주세요.

❶ **한국의 계절**

Hàn Quốc là một đất nước có 4 mùa rõ rệt là mùa xuân, mùa hè, mùa thu và mùa đông.

한국은 봄, 여름, 가을, 겨울로 4계절이 뚜렷한 나라입니다.

❷ **봄**

Mùa xuân thường từ tháng 3 đến tháng 5, thời tiết ấm áp. Mùa xuân ở Hàn Quốc có nhiều loài hoa đua nở. Đặc biệt vào tháng 4, vì hoa anh đào nở rất đẹp nên có cả lễ hội hoa anh đào.

봄은 보통 3월~5월 정도이며, 날씨가 따뜻합니다. 한국의 봄은 다양한 꽃이 활짝 피는 계절입니다. 특히 4월에 벚꽃이 아주 예쁘게 펴서 벚꽃 축제도 있습니다.

❸ **여름**

Mùa hè từ tháng 6 đến tháng 8, thời tiết rất nóng và ẩm. Chính vì thế người Hàn thường đi nghỉ hè vào giữa hoặc cuối tháng 7. Và tháng 8 là thời điểm có mưa nhiều.

여름은 6월부터 8월까지이며, 날씨가 매우 덥고 습합니다. 그래서 보통 한국 사람들은 7월 중순이나 말쯤 여름 휴가를 많이 갑니다. 그리고 8월에는 비가 많이 오는 시기입니다.

❹ **가을**

Mùa thu của Hàn Quốc từ tháng 9 đến tháng 11. Thời tiết mát mẻ và có gió. Hơn nữa lá phong rất đẹp nên nhiều người đi ngắm lá phong. Và khi lá khô từ từ rụng dần thì cũng là lúc mùa đông đến.

한국의 가을은 9월부터 11월까지입니다. 매우 선선하고, 바람이 시원합니다. 또한 단풍이 아주 예뻐서 단풍놀이를 가는 경우도 많습니다. 그리고 서서히 낙엽이 지면 겨울이 됩니다.

❺ **겨울**

Mùa đông của Hàn Quốc từ tháng 12 đến tháng 2. Nhiệt độ có thể xuống âm độ C và có ngày tuyết rơi rất nhiều. Vào mùa đông, người Hàn thường thích chơi các môn thể thao mùa đông như trượt băng, trượt tuyết.

한국의 겨울은 12월부터 2월까지입니다. 온도가 영하까지 내려가고 눈이 많이 오는 날도 있습니다. 겨울에 한국 사람들은 보통 스케이트, 스키 등 겨울 스포츠를 즐깁니다.

표현 | hoa đua nở 꽃이 활짝 피다 lễ hội hoa anh đào 벚꽃 축제 có mưa nhiều 비가 많이 내리다 đi ngắm lá phong 단풍놀이를 가다
lá khô 낙엽 rụng dần 떨어지다 tuyết rơi 눈이 오다

02
교통수단

> Bạn hãy giới thiệu về phương tiện giao thông công cộng ở nước bạn.
> Bạn hãy cho biết cụ thể ở nước bạn chủ yếu có phương tiện giao thông nào và phương tiện giao thông bạn thường sử dụng là gì nhé.
> 당신 나라의 대중교통수단에 대해서 설명해 주세요.
> 당신 나라에는 주로 어떤 교통수단이 있는지, 당신이 주로 이용하는 수단이 무엇인지 구체적으로 말해 주세요.

❶ 한국의 대중교통수단

Hàn Quốc là một đất nước có phương tiện giao thông công cộng rất phát triển. Giao thông công cộng ở Hàn Quốc bao gồm tàu điện ngầm, xe buýt nội thành, xe buýt liên tỉnh, xe buýt tốc hành và tàu cao tốc vân vân.

한국은 대중교통수단이 굉장히 발달한 나라입니다. 한국의 대중교통수단으로는 지하철, 시내버스, 시외버스, 고속버스, 고속 열차 등이 있습니다.

❷ 자주 이용하는 교통수단

Tất nhiên, người Hàn Quốc di chuyển bằng ô tô riêng, nhưng phương tiện phổ biến nhất để đi học và đi làm là tàu điện ngầm và xe buýt. Vào giờ cao điểm, người dân sử dụng phương tiện giao thông công cộng nhiều hơn ô tô riêng.

한국인들은 물론 자가용으로 움직이기도 하지만, 학교, 출퇴근 등에 주로 많이 사용하는 수단은 지하철과 버스입니다. 교통 체증이 심한 시간에는 자가용보다는 대중교통을 더 많이 이용합니다.

❸ 교통비

Thông thường, khi sử dụng các phương tiện giao thông công cộng, người Hàn thường sử dụng thẻ check card hoặc thẻ tín dụng của mình làm thẻ giao thông, phí giao thông rẻ khoảng 1,300 won nên có thể sử dụng phương tiện giao thông công cộng một cách thoải mái. Ngoài ra, Hàn Quốc có chế độ giảm giá khi đổi tuyến tàu và tuyến xe nên có thể đến bất cứ đâu bằng phương tiện giao thông công cộng.

보통 대중교통수단을 이용할 때, 본인의 체크카드, 신용카드를 교통카드로 이용하는 경우가 많고 교통비가 약 1,300원 정도로 저렴해서 편하게 대중교통을 이용할 수 있습니다. 또한 한국에는 교통 환승 할인 제도가 있기 때문에 대중교통을 이용해서 어디든 갈 수 있습니다.

❹ 대중교통 이용 방법

Tôi cũng thường xuyên sử dụng tàu điện ngầm và xe buýt. Ở Hàn Quốc, các ứng dụng/app giao thông cũng rất phát triển vì thế nếu có một nơi muốn đến thì thông qua ứng dụng có thể biết ngay cách đến đấy, mất bao lâu và có thể lên tàu điện ngầm/xe buýt lúc mấy giờ.

저도 역시 지하철과 버스를 자주 이용합니다. 한국에는 교통 앱도 발전해서 가고 싶은 곳이 있으면 앱을 통해 어떻게 가야 하는지, 어느 정도 걸리는지, 몇 시에 지하철/버스를 탈 수 있는지 바로 알 수 있습니다.

표현 | phát triển 발전하다   di chuyển 이동하다   một cách thoải mái 편하게   thường xuyên 자주

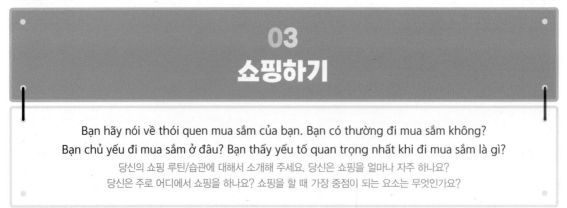

03
쇼핑하기

Bạn hãy nói về thói quen mua sắm của bạn. Bạn có thường đi mua sắm không?
Bạn chủ yếu đi mua sắm ở đâu? Bạn thấy yếu tố quan trọng nhất khi đi mua sắm là gì?
당신의 쇼핑 루틴/습관에 대해서 소개해 주세요. 당신은 쇼핑을 얼마나 자주 하나요?
당신은 주로 어디에서 쇼핑을 하나요? 쇼핑을 할 때 가장 중점이 되는 요소는 무엇인가요?

❶ 쇼핑 주기

Tôi đặc biệt không bao giờ chọn ngày đi mua sắm. Tôi thường đi mua sắm khi có món đồ muốn mua hoặc có món đồ cần thiết.

저는 특별히 날짜를 정하고 쇼핑을 하지는 않습니다. 사고 싶은 물건이 생기거나, 필요한 물건이 생길 때마다 쇼핑을 합니다.

❷ 온라인 쇼핑

Nếu có món đồ muốn mua tôi thường kiểm tra trước giá cả, thiết kế, tính năng v.v trên trang web bán hàng. Chính vì thế tôi phải xem các trang web khác nhau và so sánh rồi mới mua.

사야 할 물건이 생기면 인터넷 쇼핑 사이트에서 가격, 디자인, 성능 등을 미리 확인합니다. 그래서 다양한 사이트에서 보고 비교하면서 구매합니다.

❸ 오프라인 쇼핑

Tôi chủ yếu thích mua những món đồ như quần áo, mỹ phẩm, giày dép, túi xách, trang sức v.v. Cho nên nếu cái nào phải xem trực tiếp hoặc phải mặc thử thì tôi thường mua ở những khu mua sắm hoặc trung tâm thương mại.

저는 주로 옷, 화장품, 신발, 가방, 액세서리와 같은 물건 등을 쇼핑하는 것을 좋아합니다. 그래서 직접 눈으로 봐야 하거나, 입어 봐야 하는 물건이 생기면 보통 대형 쇼핑몰이나 백화점 등에서 물건을 구매합니다.

❹ 구매 결정 요건

Khi đi mua sắm yếu tố tôi thấy quan trọng là tính năng, thiết kế và phải xem xét sản phẩm đó có phù hợp hoặc là cần thiết với tôi hay không, cái quan trọng nhất vẫn là giá cả.

쇼핑을 할 때 제가 중점적으로 보는 요소는 디자인과 성능, 나에게 잘 어울리는지, 나에게 꼭 필요한 제품인지를 확인하며 가장 중요하게 보는 것은 가격입니다.

표현 | ngày đi mua sắm 쇼핑하러 가는 날   thiết kế 디자인   trang web bán hàng 판매 사이트, 쇼핑 사이트   quần áo 옷   mỹ phẩm 화장품   giày dép 신발   túi xách 가방   trang sức 액세서리

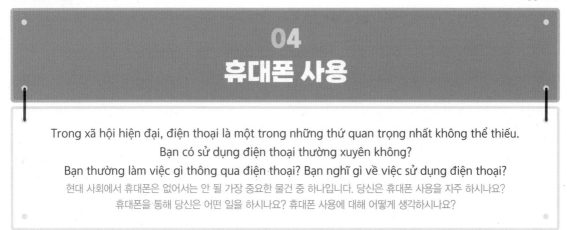

04
휴대폰 사용

Trong xã hội hiện đại, điện thoại là một trong những thứ quan trọng nhất không thể thiếu.
Bạn có sử dụng điện thoại thường xuyên không?
Bạn thường làm việc gì thông qua điện thoại? Bạn nghĩ gì về việc sử dụng điện thoại?

현대 사회에서 휴대폰은 없어서는 안 될 가장 중요한 물건 중 하나입니다. 당신은 휴대폰 사용을 자주 하시나요?
휴대폰을 통해 당신은 어떤 일을 하시나요? 휴대폰 사용에 대해 어떻게 생각하시나요?

❶ 휴대폰 사용 실태

Dạo này nhiều người sử dụng điện thoại đến mức không ai mà không có điện thoại thông minh. Tôi cũng không rời tay khỏi điện thoại ngoại trừ lúc ngủ.

스마트폰을 사용하지 않는 사람이 없을 정도로 요새 정말 많은 사람들이 휴대폰을 사용하고 있습니다. 저 역시 잠자는 시간 외에 휴대폰을 손에서 놓지 않는 경우가 상당히 많습니다.

❷ 다양한 휴대폰 기능

Ngoài gọi điện và gửi tin nhắn, điện thoại còn có rất nhiều tính năng đa dạng như đặt báo thức, nghe nhạc, xem Video và chụp ảnh.

전화나 문자 이외에 알람 설정, 음악 듣기, 영상 시청, 사진 찍기 등 휴대폰은 정말 다양한 기능이 있습니다.

❸ 나의 휴대폰 활용

Tôi cũng đang sử dụng thành thạo những tính năng đó và làm những việc cần thiết thông qua các ứng dụng đa dạng.

저 역시 휴대폰을 통해 저 기능들을 잘 사용하고 있으며 다양한 앱을 통해 필요한 것들을 합니다.

❹ 휴대폰의 필요성

Vì thế, nếu cuộc sống không có điện thoại thì dường như sẽ rất bất tiện và gây bất an.

따라서 휴대폰이 없는 삶은 너무 불편하고, 불안할 것 같습니다.

❺ 휴대폰 사용에 대한 나의 생각

Nhưng tôi nghĩ rằng nên giảm việc sử dụng điện thoại vào những lúc không được phép như vừa đi bộ trên đường vừa gọi điện hoặc là sử dụng điện thoại trong giờ học, giờ làm việc v.v.

하지만 길을 걸으면서 휴대폰을 하거나, 수업 시간, 일하는 시간 등 휴대폰 사용을 하면 안 되는 시간에는 사용을 줄여야 한다고 생각합니다.

표현 | ngoại trừ 이외에, ~을 빼고   gọi điện 전화를 걸다   gửi tin nhắn 문자를 보내다   tính năng 성능   thành thạo 능숙한   cần thiết 필수,
필요한   bất tiện 불편한   nên ~해야 한다   đi bộ trên đường 길을 걷다

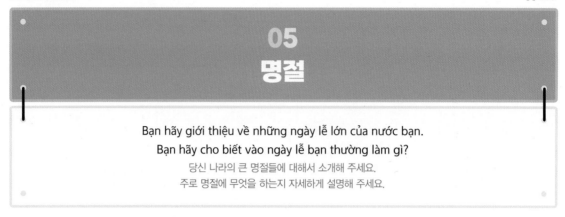

05
명절

Bạn hãy giới thiệu về những ngày lễ lớn của nước bạn.
Bạn hãy cho biết vào ngày lễ bạn thường làm gì?

당신 나라의 큰 명절들에 대해서 소개해 주세요.
주로 명절에 무엇을 하는지 자세하게 설명해 주세요.

❶ 한국의 대표 명절

Ở Hàn Quốc ngày lễ lớn nhất là 'Tết' và 'Trung Thu'. Tết thì được chia thành Tết Dương Lịch và Tết Âm Lịch/Tết Nguyên Đán. Tết Dương Lịch chỉ nghỉ ngày 1 tháng 1, Tết Âm Lịch thì được nghỉ khoảng 3 ngày.

한국에서 가장 큰 명절은 '설날'과 '추석'입니다. 설날은 신정과 구정으로 나뉩니다. 신정은 1월 1일 하루만 쉬고, 구정은 3일 정도 쉽니다.

❷ 설날에 하는 일 1

Vào ngày Tết thì tất cả thành viên trong gia đình tụ họp chào hỏi lẫn nhau, trẻ con thì lạy chào người lớn. Lúc đấy, những người lớn sẽ cho bọn trẻ tiền lì xì và những lời chúc tốt đẹp.

설날에 온 가족이 모여 함께 안부를 나누고, 어린 아이들은 어른들께 세배를 합니다. 그러면 어른들은 어린아이에게 세뱃돈을 주면서 덕담을 합니다.

❸ 설날에 하는 일 2

Vào ngày Tết tôi thường ăn canh bánh gạo/Tokkuk. Người Hàn cho rằng ăn một bát/tô canh bánh gạo là ăn thêm một tuổi nên người lớn chỉ ăn một bát/tô còn trẻ con thì muốn ăn nhiều hơn.

설날에는 주로 떡국을 먹습니다. 떡국 한 그릇을 먹으면 나이 한 살을 더 먹는다는 이야기가 있어서 어른들은 딱 한 그릇만, 아이들은 더 많이 먹고 싶어 하기도 합니다.

❹ 추석에 하는 일

Trung thu thì cũng giống như thế, tất cả thành viên trong gia đình tụ họp chào hỏi lẫn nhau, cùng nhau ăn những món ăn ngon như bánh Trung Thu, các món bột rán/chiên, miến trộn v.v.

추석에도 마찬가지로 온 가족이 모여 안부를 나누고, 송편, 전, 잡채 등 맛있는 음식을 함께 나눠 먹습니다.

❺ 명절에 하는 놀이

Vào ngày lễ, người Hàn cũng chơi những trò chơi truyền thống như thả diều, Yutnoli v.v.

그리고 명절에 윷놀이, 연날리기 등 전통 놀이도 즐깁니다.

표현 | Tết 설날　Trung Thu 추석　Tết Dương Lịch 신정　Tết Âm Lịch/Tết Nguyên Đán 구정　lạy chào 세배하다　tiền lì xì 세뱃돈
lời chúc tốt đẹp 덕담　canh bánh gạo/Tokkuk 떡국

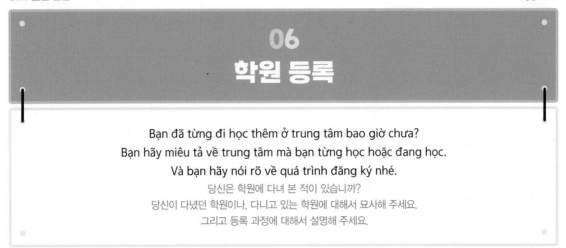

06
학원 등록

Bạn đã từng đi học thêm ở trung tâm bao giờ chưa?
Bạn hãy miêu tả về trung tâm mà bạn từng học hoặc đang học.
Và bạn hãy nói rõ về quá trình đăng ký nhé.

당신은 학원에 다녀 본 적이 있습니까?
당신이 다녔던 학원이나, 다니고 있는 학원에 대해서 묘사해 주세요.
그리고 등록 과정에 대해서 설명해 주세요.

❶ 학원에 다녀 본 경험

Vâng, trước đây vì muốn nâng cao khả năng nói/giao tiếp tiếng Anh và lấy chứng chỉ nên tôi đã đi học ở trung tâm tiếng Anh khoảng 1 năm.

네, 저는 예전에 영어 회화 실력 향상과 자격증 취득을 위해 영어 학원을 약 1년 정도 다녔습니다.

❷ 다녔던 학원 묘사

Trung tâm mà tôi đã học là một trung tâm lớn nổi tiếng ở Hàn Quốc. Trung tâm là một tòa nhà khoảng 20 tầng, tầng 1 là bàn hướng dẫn và các tầng còn lại là phòng học, phòng đọc sách. Mỗi tầng đều có 3~4 thang máy hoạt động và rất nhiều học viên qua lại.

제가 다녔던 학원은 한국에서 유명한 대형 학원이었습니다. 학원의 건물은 약 20층 정도였고, 1층에는 안내 데스크가 있었으며 나머지 층은 강의실, 독서실이었습니다. 층마다 엘리베이터를 3~4개 정도 운영해 많은 학생들이 이동했습니다.

❸ 학원 등록 과정

Tôi đã được tư vấn để đăng ký lớp học ở bàn hướng dẫn tầng 1. Giáo viên phụ trách đã đến và kiểm tra trình độ cho tôi. Và cô đã giới thiệu lớp phù hợp với trình độ của tôi. Tôi đã hỏi về học phí, phí giáo trình và thông tin của giáo viên phụ trách. Tôi thanh toán bằng thẻ, sau khi nhận giấy đăng ký lớp thì vào học.

저는 1층 안내 데스크에서 클래스 등록을 위해 상담을 받았습니다. 담당 선생님이 오셔서 레벨 테스트를 해 주셨습니다. 그리고 제 레벨에 맞는 반을 추천해 주셨습니다. 저는 한 달 수강료, 교재비, 담당 선생님의 대해 정보를 물었습니다. 카드로 결제를 하고, 수강 등록증을 받은 뒤 수업에 참여했습니다.

표현 | trung tâm 센터, 학원　bàn hướng dẫn 안내 데스크　phòng học 강의실　phòng đọc sách 독서실　kiểm tra trình độ 레벨 테스트
học phí 수강료　phí giáo trình 교재비　giấy đăng ký lớp 수강 등록증

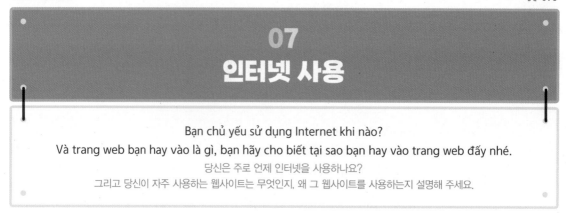

07
인터넷 사용

Bạn chủ yếu sử dụng Internet khi nào?
Và trang web bạn hay vào là gì, bạn hãy cho biết tại sao bạn hay vào trang web đấy nhé.
당신은 주로 언제 인터넷을 사용하나요?
그리고 당신이 자주 사용하는 웹사이트는 무엇인지, 왜 그 웹사이트를 사용하는지 설명해 주세요.

❶ 인터넷을 이용하는 목적

Khi tò mò về điều gì đấy và có thông tin cần tìm kiếm thì tôi thường vào trang Naver, Google và khi muốn xem Video thì tôi vào trang Youtube. Thông thường, tôi hay tìm những thông tin cần thiết về thời tiết, giao thông, quán ăn ngon, mua sắm v.v.

저는 무언가 궁금하고, 검색할 내용이 있을 때 네이버, 구글을 이용하고, 영상 시청을 할 때는 유튜브 사이트를 이용합니다. 기본적으로 날씨, 교통 등을 검색하고, 맛집, 쇼핑에 필요한 정보 등을 찾습니다.

❷ 자주 사용하는 웹사이트 - 네이버

Đặc biệt, trên Naver Blog có rất nhiều thông tin đa dạng. Chính vì thế, mỗi khi cần thông tin là tôi sẽ tìm ở đây.

특히 네이버 블로그에는 다양한 정보들이 많습니다. 그래서 필요한 정보들이 있을 때마다 검색을 합니다.

❸ 자주 사용하는 웹사이트 - 구글

Nội dung liên quan đến nước ngoài thì tôi tìm trên trang Google.

해외 관련 내용은 구글을 통해서 많이 검색을 합니다.

❹ 활용 팁

Văn hóa, chính trị, kinh tế, lịch sử v.v nếu thay phiên tìm trên trang Naver và Goolge thì sẽ biết được nhiều thông tin bổ ích.

문화, 정치, 경제, 역사 등 네이버와 구글을 번갈아 검색하다 보면 유익한 정보를 얻을 수 있습니다.

❺ 자주 사용하는 웹사이트 - 유튜브

Khi xem Video thì tôi vào trang Youtube. Vì có nhiều Video đa dạng về tin tức, thời tiết, giao thông, món ăn, hài kịch, nghệ thuật, phim ảnh v.v nên tôi thấy rất hữu ích.

영상을 볼때는 유튜브 사이트를 이용합니다. 뉴스, 날씨, 교통, 음식, 개그, 예능, 영화 등 다양한 영상이 있기 때문에 정말 유용하게 이용할 수 있습니다.

표현 | tò mò 궁금하다 thông tin 정보, 통신 tìm kiếm 알아보다, 검색하다 tìm 찾다 cần thiết 필수, 필요한 quán ăn ngon 맛집 mua sắm 쇼핑 lịch sử 역사 thay phiên 번갈아가다 hữu ích 유용한

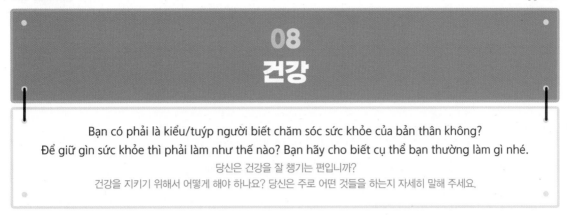

08
건강

Bạn có phải là kiểu/tuýp người biết chăm sóc sức khỏe của bản thân không?
Để giữ gìn sức khỏe thì phải làm như thế nào? Bạn hãy cho biết cụ thể bạn thường làm gì nhé.

당신은 건강을 잘 챙기는 편입니까?
건강을 지키기 위해서 어떻게 해야 하나요? 당신은 주로 어떤 것들을 하는지 자세히 말해 주세요.

❶ 건강 관리의 필요성

Với những người trong xã hội hiện đại thì thật sự việc chăm sóc sức khỏe không phải là điều dễ dàng. Học sinh thì đi học, nhân viên công ty thì đi làm nên luôn luôn bận rộn, vì áp lực học tập và công việc nên việc quản lý sức khỏe rất khó nhưng tôi nghĩ tất cả chúng ta phải nỗ lực để giữ gìn sức khỏe.

현대 사회인들은 사실 건강을 챙기는 것이 쉽지 않습니다. 학생들은 공부하랴, 직장인들은 일하랴 항상 바쁘고 공부나 학업과 업무 스트레스 때문에 건강 관리가 어렵지만 모두들 건강을 챙기기 위해서 노력한다고 생각합니다.

❷ 건강 관리하는 법

Về mặt lý thuyết, để bảo vệ sức khỏe chúng ta có thể làm nhiều việc như ăn đúng giờ, ngủ đúng giấc, tập thể dục đúng cách, không làm những việc có hại cho sức khỏe như uống rượu hay hút thuốc, ăn đồ hộp, ăn đồ có gia vị quá nồng v.v.

이론적으로는 식사, 수면, 운동, 술/담배 등 몸에 안 좋은 것을 하지 않기, 인스턴트 음식이나 자극적인 음식 먹지 않기 등 건강을 지키기 위해서 할 수 있는 것은 많습니다.

❸ 나의 건강 관리

Thật sự tôi cũng là kiểu/tuýp người không biết chăm sóc sức khỏe lắm. Vì việc ăn uống và tập thể dục điều độ rất khó nên tôi cố gắng không uống rượu, hút thuốc và chạy bộ tập thể dục một lần vào cuối tuần để giữ gìn sức khỏe. Ngoài ra, tôi uống thuốc bổ như Vitamin, dầu cá Omega 3 và thuốc bổ gan/ Milk Thistle v.v để tăng cường sức đề kháng.

저는 사실 건강을 잘 챙기지 못하는 편이기도 합니다. 저는 규칙적으로 밥 먹기, 운동하기가 어렵기 때문에 최대한 술/담배 하지 않기와 주말에 한 번씩 걷기 운동을 통해서 건강을 지킵니다. 그 외에 저는 면역력을 기르기 위해 비타민, 오메가3, 밀크씨슬과 같은 영양제를 챙겨 먹습니다.

표현 | nỗ lực 노력하다　ngủ đúng giấc 잘 자다　ăn đồ hộp 인스턴트 음식을 먹다　tăng cường 증강시키다　uống thuốc bổ 영양제, 보약

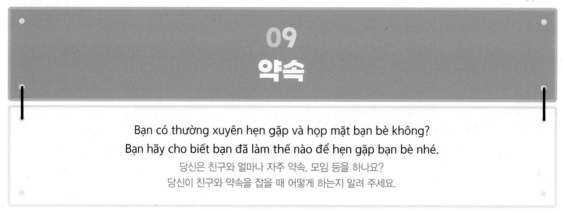

09
약속

Bạn có thường xuyên hẹn gặp và họp mặt bạn bè không?
Bạn hãy cho biết bạn đã làm thế nào để hẹn gặp bạn bè nhé.
당신은 친구와 얼마나 자주 약속, 모임 등을 하나요?
당신이 친구와 약속을 잡을 때 어떻게 하는지 알려 주세요.

❶ 약속 일정 잡기

Tôi chủ yếu hẹn gặp bạn bè hoặc tham gia các câu lạc bộ v.v vào cuối tuần.

저는 주로 주말에 친구와 약속을 잡거나, 동호회 모임 등의 자리를 나갑니다.

❷ 안부 주고받는 방법

Trước đây tôi thường xuyên gặp bạn bè nhưng dạo này ai cũng bận nên không thể thường xuyên gặp được nên chủ yếu dùng kakao talk hoặc tin nhắn để hỏi thăm nhau.

예전에는 자주 만났지만, 요새는 다들 바쁘기 때문에 자주 만날 수 없어서 안부를 주고받기 위해 카카오톡이나 문자를 사용합니다.

❸ 약속 잡는 방법 - 카카오톡

Kakao talk có thể nói chuyện 1:1/chat 1:1 và cũng có thể nói chuyện nhóm/chat nhóm. Trong chat nhóm mọi người tán gẫu và chia sẻ cho nhau hình ảnh món ăn, phim ảnh, âm nhạc v.v và khi có món muốn ăn hoặc có nơi muốn đến thì hẹn nhau.

카카오톡에서는 1:1로 대화할 수도 있고, 단체방에서도 대화할 수 있습니다. 단체방에서 수다를 떨고 음식 사진, 영화.음악 등을 공유하며 먹고 싶은 것이 있거나 가고 싶은 곳이 생기면 약속을 잡습니다.

❹ 장소/시간 정하는 방법

Chủ yếu tìm kiếm các quán ăn ngon và địa điểm vui chơi v.v trên Internet rồi chia sẻ vị trí. Mọi người sắp xếp ngày giờ có thể đi rồi quyết định thời gian và địa điểm.

주로 인터넷에 검색을 통해서 맛집, 여가 장소 등을 검색하고 위치를 공유합니다. 서로 가능한 요일과 시간을 맞춰서 약속 장소와 시간을 정합니다.

❺ 약속 잡는 방법 - 동호회

Ở các câu lạc bộ, hội nhóm thì sẽ cùng nhau đi ăn định kỳ, các thành viên bỏ phiếu món muốn ăn, trưởng nhóm sẽ chọn địa điểm và hướng dẫn ngày giờ.

동호회 모임에서는 정기적으로 회식을 갖고, 먹고 싶은 음식을 투표하면 동호회 회장이 장소를 정하고 날짜와 시간을 안내합니다.

표현 | hỏi thăm nhau 서로 안부를 묻다　tán gẫu, buôn chuyện 수다를 떨다　chia sẻ 공유하다　địa điểm vui chơi 여가 장소　vị trí 위치
　　　　hội nhóm 모임, 동아리　định kỳ 정기적인　bỏ phiếu 투표하다

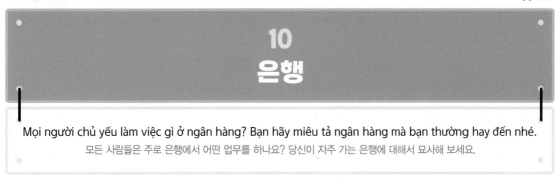

10
은행

Mọi người chủ yếu làm việc gì ở ngân hàng? Bạn hãy miêu tả ngân hàng mà bạn thường hay đến nhé.
모든 사람들은 주로 은행에서 어떤 업무를 하나요? 당신이 자주 가는 은행에 대해서 묘사해 보세요.

❶ 은행 서비스

Mọi người thường làm nhiều việc khác nhau ở ngân hàng. Ví dụ những việc đơn giản như nạp tiền, rút tiền, chuyển tiền, hơn nữa ngân hàng cũng cung cấp những dịch vụ như đổi tiền, cho vay tiền, gửi tiết kiệm v.v

모든 사람들은 주로 은행에서는 다양한 업무를 합니다. 예를 들어 간단하게는 입금, 출금, 송금 등의 업무를 하고, 더 나아가 환전, 대출, 적금 등의 서비스 등을 제공합니다.

❷ 한국의 은행

Thời gian làm việc của ngân hàng Hàn Quốc tương đối ngắn là từ 9 giờ sáng đến 4 giờ chiều. Chính vì thế tôi thường làm những việc đơn giản thông qua máy ATM. Tuy nhiên, người sử dụng máy ATM nhiều nên phải xếp hàng chờ lâu.

한국의 은행 업무 시간은 오전 9시부터 오후 4시까지 업무 시간이 비교적 짧습니다. 그래서 주로 ATM 기계를 통해서 간단한 업무를 할 수 있습니다. 다만 기계를 이용하는 사람들이 많아서 줄 서서 오래 기다려야 합니다.

❸ 은행 앱

Vì thế, thực sự tôi thường xuyên dùng ứng dụng/app hơn. Tôi có thể nạp tiền, rút tiền, chuyển tiền thông qua ứng dụng và những dịch vụ như gửi tiết kiệm, gửi tiền v.v thì cũng có thể đăng nhập và hủy bỏ bằng ứng dụng nên rất tiện lợi.

그래서 사실 저는 은행 앱을 더 자주 이용합니다. 앱을 통해 입금, 출금, 송금 등을 할 수 있고, 적금, 예금 등의 서비스를 앱으로 가입 및 해지를 할 수 있어서 굉장히 편리합니다.

❹ 자주 가는 은행

Ngân hàng tôi thường xuyên đến cách nhà tôi 5 phút đi bộ và ở mặt đường lớn ngay tầng 1. Vừa đi vào sẽ thấy 6~7 máy ATM và mọi người đứng xếp hàng.

제가 자주 가는 은행은 집에서 약 5분 정도 걸어서 가면 대로변 1층에 위치해 있습니다. 들어가자마자 6~7대의 ATM 기계와 줄 서 있는 사람들이 보입니다.

❺ 은행 묘사

Mở cửa đi vào thì có máy bốc số thứ tự và bên cạnh là ghế chờ cho khách. Và phía trước là các quầy giao dịch của nhân viên.

문을 열고 들어가면 순서를 뽑는 기계가 있고, 그 옆에는 고객 대기석이 있습니다. 그 앞에는 여러 직원들의 창구가 있습니다.

표현 | nạp tiền 입금하다   rút tiền 출금하다   chuyển tiền 송금하다   đổi tiền 환전하다   cho vay tiền 대출해 주다   gửi tiết kiệm 저축, 적금
       ghế chờ cho khách 고객 대기석   quầy giao dịch 창구

부 록

꼬마이의 PLUS 체크 포인트
& 질문 유형 모음

꼬마이의 PLUS 체크 포인트

본문의 체크 포인트에서 미처 다루지 못한 세부 설명 및 함께 알아 두면 유용한 팁을 정리했어요.

CH4 여가활동 | 2. 공연 보기 ·· p077

✓ buổi를 써서 동사를 명사로 쓸 수 있어요!

biểu diễn은 '공연하다, 연주하다'라는 뜻을 지닌 동사예요. biểu diễn 앞에 buổi를 넣어 주면 동사를 명사화할 수 있어요. 그렇다고 모든 동사, 형용사 앞에 공통적으로 buổi가 들어가는 것이 아니라 단어마다 명사화하는 표현이 다르니 주의하셔야 해요.

아래 몇 가지 예시를 들겠습니다.

형용사/동사	명사
기분이 좋을 때: niềm	
vui 기쁜	niềm vui 기쁨
hạnh phúc 행복	niềm hạnh phúc 행복함
기분이 좋지 않을 때: nỗi	
buồn 슬픈	nỗi buồn 슬픔
đau 아픈	nỗi đau 아픔
상태나 사건을 표현할 때: sự	
thú vị 재미있는	sự thú vị 재미
khó chịu 답답한	sự khó chịu 답답함
미모, 멋을 표현할 때: nét	
đẹp 예쁜	nét đẹp 미모, 멋
đáng yêu 사랑스러운	nét đáng yêu 사랑스러움
행위를 표현할 때: việc	
học 공부하다	việc học 공부
quảng cáo 홍보하다	việc quảng cáo 홍보함

하지만 위의 예시처럼 100% 무조건 정형화하여 쓰지 않는다는 점도 기억해 두세요!
예를 들어 자주 사용하지는 않지만 đau(아프다), niềm đau(아픔), nỗi vui(기쁨)과 같이 사용하기도 해요.
위 예시 표는 자주 사용하는 표현을 적어 둔 것이니 따로 외워 두시면 좋을 거예요.

✔ cầu thủ는 '구기 종목 선수'를 말하며 vận động viên 는 일반적인 '스포츠 선수'를 말해요.

참고로 chơi tê-nít(테니스를 치다)와 hạt giống tê-nít(테니스 선수)은 함께 익혀 두면 좋습니다.

✔ trong số đó(그중에서)를 익혀 두면 말할 때 수월하게 활용할 수 있어요!

Tôi ngưỡng mộ tất cả các cầu thủ. Trong số đó A là tôi ngưỡng mộ nhất.
저는 모든 선수들을 존경해요. 그중에서 A를 가장 존경해요.

Tôi luôn xem đầy đủ các trận đấu của thế vận hội Olympic. Trong số đó 스포츠 종목 là tôi nhất định
phải xem.
저는 모든 올림픽 경기를 챙겨 봐요. 그중에서 _____는 무조건 챙겨 봐요.

Tôi luôn cố gắng xem các trận đấu Worldcup được truyền hình trực tiếp. Trong số đó 스포츠 종목 là
tôi nhất định phải xem truyền hình trực tiếp.
저는 월드컵 경기를 생방송으로 보려고 노력해요. 그중에서 _____는 꼭 생방송으로 보려고 해요.

✔ một cách+두 음절로 된 형용사 ~하게

• một cách dễ dàng 쉽게 / một cách thuận tiện 편리하게

Tôi thường dùng dụng cụ thể thao ở công viên nên có thể tập thể dục một cách dễ dàng.
저는 보통 공원 안에 있는 운동 기구를 이용하기 때문에 쉽게 운동을 할 수 있어요.

Ở gần công viên, có một trung tâm mua sắm nên sau khi đi dạo ở công viên, tôi có thể đi
mua hàng một cách thuận tiện.
공원 근처에 쇼핑몰이 있어서, 공원에서 산책을 한 후 저는 편리하게 물건을 살 수 있어요.

✔ dành cho+명사 ~를 위한

• dành cho thiếu nhi 어린이용 / dành cho người lớn tuổi 어르신을 위한

Dụng cụ thể thao này là dành cho thiếu nhi.
이 운동 기구는 어린이용이에요.

Ở công viên này có nhà hóng mát riêng dành cho người lớn tuổi.
이 공원에는 어르신을 위한 정자가 따로 있어요.

꼬마이의 PLUS 체크 포인트

CH4 여가활동 | 5. 해변 가기 ·· p089

✔ '보다'의 뜻을 가진 표현들의 뉘앙스 차이는?

- xem/coi → 집중적으로 보는 것을 의미해요. (영어의 watch와 같은 뉘앙스)

> Tôi thích xem phim liên quan đến chuyến du lịch.
> 저는 여행 관련 영화 보는 것을 좋아해요.
>
> Tôi đã xem những quyển sách.
> 저는 책들을 봤어요.

- (nhìn/trông) thấy → 우연히 보게 되는 것을 의미해요. (영어의 see와 같은 뉘앙스)

> Hôm qua tôi đã nhìn thấy cô ấy ở trên đường.
> 나는 어제 길에서 그녀를 봤어요.
>
> Tôi thấy những quyển sách.
> 저는 책들을 봤어요. (서점을 지나다 우연히 책을 보게 된 것)

- nhìn → 주시하고, 의식을 갖고 보는 것을 의미해요. (영어의 look과 같은 뉘앙스)

> Tại sao cứ nhìn tôi thế? Đừng nhìn nữa.
> 당신이 왜 나를 계속 봐요? 보지 마세요.
>
> Bạn nhìn cái gì mà tập trung thế?
> 넌 뭘 그렇게 보는데 집중했니?

- ngắm/chiêm ngưỡng → '구경하다, 감상하다'라는 의미예요.

> Tôi thích ngắm cảnh.
> 저는 풍경 보는 것을 좋아해요.
>
> Tôi thích chiêm ngưỡng cảnh hoàng hôn.
> 저는 노을을 감상하는 것을 좋아해요.

✔ '보이다'라는 뜻의 표현은?

- nhìn과 thấy는 문맥에 따라 '보이다'라고 해석!
- trông+(주어)+có vẻ+상태 ~처럼 보이다

> Món ăn này trông có vẻ rất ngon.
> 이 음식은 아주 맛있어 보여요.
>
> Bãi biển này trông có vẻ như một viên ngọc.
> 이 바다는 보석처럼 보여요.

✓ **계절을 익힐 때 함께 알아 두면 좋은 표현!**

'봄/여름/가을/겨울' 외에도 '춘하추동'을 함께 익혀 두면 좋아요. 더불어 해변에 언제 다녀왔는지 경험을 이야기할 때 '우기'와 '건기' 표현도 자주 활용하니 익혀 두면 좋습니다.

- mùa xuân 봄   mùa hè 여름   mùa thu 가을   mùa đông 겨울
- xuân hạ thu đông 춘하추동
- mùa mưa 우기   mùa khô 건기

CH4 여가활동 | 6. 캠핑 가기 ·· p093

✓ **A thì 서술 còn B thì 서술 A는 ~하고, B는 ~하다**

- Vào mùa hè thì nhất định phải có thuốc chống muỗi, áo mưa còn mùa đông thì phải có chăn điện.
  여름에는 모기약, 우비가 필수이고, 겨울에는 전기 장판이 꼭 필수입니다.
- Dạo này sự chênh lệch nhiệt độ trong ngày rất lớn. Buổi sáng sớm thì lạnh còn buổi trưa thì nóng.
  요즘 일교차가 매우 커요. 이른 아침엔 춥고 점심에는 더워요.
- Khi đi cắm trại, gia đình chúng tôi thường chia việc làm. Bố và em trai thì thường dựng lều còn mẹ và tôi thì thường nấu ăn.
  캠핑을 갈 때 우리 가족은 보통 일을 분담해요. 아버지와 남동생은 텐트를 치고, 어머니와 저는 보통 요리를 해요.

✓ **모기약의 종류**

- thuốc xịt chống muỗi/thuốc xịt muỗi 모기 물리지 않게 뿌리는 약
- thuốc bôi chống muỗi 모기 물리지 않게 바르는 약
- thuốc bôi bị muỗi đốt 모기 물렸을 때 바르는 약
- dung dịch bắt muỗi bằng điện không mùi 전기 모기약(우리나라 '홈매트' 같은 느낌)
- nhang muỗi 모기향
- đèn bắt muỗi 모기 잡는 조명

CH5 취미와 관심사 | 1. 음악 감상하기 ·································· p099

✓ **trừ와 ngoài의 차이점!**

- trừ ～ 빼고, 제외하고

  Tôi có thể nghe nhiều thể loại nhạc khác trừ nhạc rock, dân ca và nhạc trot.
  락, 민요, 트로트를 제외한(빼고) 다른 음악 장르들은 골고루 자주 듣습니다.

  Tôi thích các môn thể thao trừ bơi.
  저는 수영을 제외한(빼고) 모든 종류의 스포츠를 좋아해요.

  Tôi có thể ăn được tất cả món ăn trừ món ăn mà có rau mùi/rau ngò.
  고수가 들어간 음식을 제외한(빼고) 모든 음식을 먹을 수 있어요.

• ngoài ~ 이외에 → 문장 끝에 nữa(강조 부사)를 붙여서 의미를 강조할 수 있어요.

Ngoài nhạc sàn, tôi thích nhạc rock nữa.
댄스 음악 외에 저는 락 음악도 좋아해요.

Ngoài món ăn này, tôi có thể ăn món kia nữa.
이 음식 이외에 저는 저 음식도 먹을 수 있어요.

CH5 취미와 관심사 | 2. 요리하기 p103

✓ 여러 가지 뜻을 가진 bỏ

① 버리다

Máy tính bảng này đã bị hỏng/bị hư hoàn toàn rồi mà tại sao không bỏ luôn?
이 태블릿 pc는 완전 고장났는데 왜 안 버려요?

Bạn trai tôi đã ngoại tình nên tôi đã bỏ bạn trai rồi.
남자친구가 바람 피워서 저는 남자친구를 차 버렸어요.

② 넣다

Anh/Chị/Em bỏ đường vào nữa đi.
설탕을 좀 더 넣어 봐.

Anh/Chị/Em ơi, bỏ thịt vào giùm chị nhé.
고기 좀 넣어 줘요.

Khi nước dùng sôi thì bỏ các loại rau củ vào và tiếp tục đun.
국물이 끓으면 각종 채소를 넣고 계속 끓여 줍니다.

③ 포기하다

Anh/Chị/Em ơi, cố lên. Anh/Chị/Em đừng từ bỏ nhé.
힘내요. 포기하지 마세요.

Em đã học chăm chỉ mà thi trượt Đại học nên em định từ bỏ.
저는 열심히 공부했지만 대학에 떨어져서 포기하려고요.

✔ trở nên+**형용사 ~이 되(어지)다**

Nếu đọc sách thì kiến thức của tôi dường như trở nên phong phú hơn.
책을 읽으면 제 지식이 풍부해지는 것 같아서 좋습니다.

Sau khi từ bỏ lòng tham tôi đã trở nên hạnh phúc hơn.
욕심을 버린 후에 저는 행복해졌습니다.

✔ **'동사+lại'와 'lại+동사'의 차이점!**

- học lại 똑같은 과목을 또 공부하기, 재수강
  Điểm thi giữa kỳ này không tốt lắm nên em phải học lại.
  이번 중간고사 성적이 너무 낮아서 저는 재수강을 해야 해요.
- lại học 과목에 상관없이 또 공부하기
  Hôm qua em đã học đến khuya rồi mà bây giờ lại học à?
  어제 4밤 늦게까지 공부했는데 지금 또 공부하니?
- ăn lại 똑같은 음식을 또 먹기 / lại ăn 무언가를 또 먹기
- đọc lại 똑같은 책을 또 읽기 / lại đọc 무언가를 또 읽기

✔ **반려동물을 정감 있게 부를 때 사용하는 표현이에요.**

em chó/chú chó 강아지 / chú mèo 고양이 / bé chuột 햄스터

✔ **반려동물을 설명할 수 있는 다양한 표현들을 살펴볼까요?**

Phải đến bệnh viện để tiêm phòng. 예방 접종을 꼭 해 줘야 해요.
Một hai tháng một lần phải đi làm đẹp. 한두 달에 한 번 미용을 시켜 줘야 해요.
Khi đi dạo, nhất định phải xích vòng cổ. 산책할 때 목줄을 꼭 채워요.
Khi đi dạo, nhất định phải mang theo đồ ăn vặt. 산책할 때 간식을 꼭 챙겨 가요.
Có tính công kích mạnh. 공격성이 심해요.
Khịt mũi và đánh hơi. 코를 킁킁거리며 냄새를 맡아요.
Chủ yếu chơi ở nhà của mèo. 캣타워에서 주로 놀아요.
Không thích xích vòng cổ. 목줄 하는 것을 싫어해요.
Rất ghét tắm. 목욕하는 것을 매우 싫어해요.
Rên hừ hừ khi đói bụng. 배고플 때 낑낑거려요.

꼬마이의 PLUS 체크 포인트

CH6 운동 | 1. 조깅 및 걷기 ………………………………………………………………… p117

✓ nhưng mà 그러나, 그렇지만 nhưng 그러나 mà 그런데, 그러나

→ 문장 안에서 '~는데 / ~만'과 같이 자연스럽게 해석해요!

• nhưng mà는 무언가를 자세하게 설명할 때 사용해요. 또한 nhưng mà와 nhưng은 쓰임과 의미가 거의 비슷하며 현실–결과 관계가 포함될 때 사용합니다.

Hôm qua tôi đã làm bài tập rất chăm chỉ nhưng hôm nay cô giáo đã không kiểm tra nên tiếc quá.
어제 저는 숙제를 열심히 했는데 오늘 선생님이 확인을 안 해 주셔서 아쉬웠어요.

Tôi đã dọn phòng rất kỹ nhưng mà vẫn không sạch lắm.
저는 방을 깨끗하게 청소했지만 여전히 깨끗하지 않아요.

• mà는 뒤따라오는 내용에 부정어인 không이 주로 사용되며, 앞뒤 내용이 상반될 때 사용하는 접속사입니다.

Tôi biết mà không nói cho bạn ấy.
저는 알고 있었는데 그 친구에게 말하지 않았어요.

Tôi đã chuẩn bị cơm ngon rồi mà chồng tôi đi về muộn.
맛있게 밥을 준비했는데 남편이 늦게 들어왔어요.

✓ không … gì cả 전혀 무엇도 ~하지 않는다

→ 여기서 cả(전부, 모두)는 의미를 강조해요.
Không suy nghĩ gì cả. 아무런 생각을 하지 않는다.
Không nói gì cả. 아무런 말을 하지 않는다.
Không biết gì cả. 전혀 아무것도 모른다.

CH6 운동 | 2. 자전거 타기 ………………………………………………………………… p121

✓ 빌리다, 빌려주다'의 뜻을 갖는 3개 단어의 차이점!

• mượn
두 사람의 협의에 의해 돈을 빌리거나 빌려줄 때 사용하며, 이자 유무도 협의에 따라 달라져요.
대체로 무료로 물건을 빌리거나 빌려줄 때 사용해요.

Tôi đã cho anh ấy mượn 1,000/một nghìn won.
저는 그에게 천 원을 빌려주었어요.

Tôi đã mượn 1,000/một nghìn won từ anh ấy.
저는 그에게 천 원을 빌렸어요.

Cho tôi mượn 1,000/một nghìn won.

저에게 천 원을 빌려주세요.

Cái túi xách này không phải cái tôi mua mà là cái tôi mượn.

이 가방은 제가 산 것이 아니고 빌린 것이에요.

• thuê

임대하거나 렌트하는 것과 같이 금액을 내고 정당하게 빌리거나 빌려줄 때 사용해요.

Chị ấy cho thuê nhà.

그녀는 이 집을 내놓았어요.

Tôi muốn thuê nhà.

저는 이 집을 임대하고 싶어요.

• vay

대출과 같이 큰 금액을 증서나 계약을 통해 빌리거나 빌려줄 때 사용해요.

Tôi phải vay tiền ở ngân hàng.

저는 은행 대출을 받아야 해요.

Ngân hàng chúng tôi cho khách hàng vay một triệu won.

(은행이 고객에게) 저희는 고객님께 100만 원만 대출해 드릴 수 있어요.

✔ không nhất thiết phải là 반드시 꼭~ 은 아니다

→ không cần thiết là와 상당히 비슷한 표현으로, là 뒤에는 <u>명사</u>가 오며 không nhất thiết phải 뒤에는 <u>형용사나 동사</u>가 올 수 있어요.

Có thể mượn và chạy không nhất thiết phải là xe của mình.

꼭 내 자전거가 아니어도 빌려서 탈 수 있어요.

Không nhất thiết phải làm nhanh, làm kỹ cho tôi là được.

빨리 하실 필요 없고, 꼼꼼하게 해 주시면 돼요.

Không nhất thiết phải đẹp trai, chỉ cần yêu em là được.

꼭 잘생기지 않아도 저만 사랑해 주면 돼요.

Anh không nhất thiết phải làm việc vất vả như thế, nghỉ ngơi đi!

그렇게 힘들게 꼭 일할 필요 없어요. 쉬세요!

Chị không cần thiết phải mua nhiều đồ ăn cho em đâu.

언니 제게 그렇게 먹을 거 사다 주지 않으셔도 돼요.

꼬마이의 PLUS 체크 포인트

CH6 운동 | 3. 요가 및 헬스하기 ·· p125

✔ **나의 생각을 말할 때 쓸 수 있는 다양한 표현이 있어요.**

Theo tôi ~. 나로서는/나에게는 ~이다. / Tôi thấy ~. 내 생각에/내 느낌에 ~이다.
Tôi nghĩ là/rằng ~. 내 생각에 ~이다. / Ý kiến của tôi ~(= Ý của tôi ~/Ý tôi ~). 내 의견은 ~이다.

✔ **'코치님/감독님'은 huấn luyện viên (한자로 '훈련원')이라고 표현을 많이 해요.**

따라서 베트남에서 축구 감독님으로 유명한 박항서 감독님 역시 huấn luyện viên Park Hang Seo라고 표현해요!

✔ **giáo viên(선생님)을 더 상세하게 표현하고 싶을 땐?**

giáo viên(선생님)+dạy(가르치다)+A(가르치는 것) A(를 가르치는) 선생님

cô giáo dạy tiếng Việt 베트남어 선생님(여성)
thầy giáo dạy tiếng Việt 베트남어 선생님(남성)
giáo viên dạy yoga 요가 선생님
giáo viên trong phòng tập gym 헬스 트레이너 (선생님) ← giáo viên(선생님)+trong(안에)+phòng tập gym(헬스장)

✔ **tập thể dục과 vận động의 차이!**

• tập thể dục(기간/시간을 가지고 꾸준히 운동하는 행위)
Cuối tuần tôi thường tập thể dục.
주말에 저는 보통 운동을 합니다.
• vận động(몸을 움직이는 행위)
Sao em cứ nằm mãi thế, vận động đi chứ!
너 왜 이렇게 계속 누워만 있어, 운동 좀 해!

✔ **베트남어 어휘에 없는 '유산소 운동'을 표현하는 방법!**

vận động(운동하다) + làm tăng(높이다, 가속화하다) + nhịp tim(심박) → vận động làm tăng nhịp tim(유산소 운동)

✔ bơi(수영하다) 뒤에 방법을 넣어 '수영 종목'을 표현할 수 있어요.

- tự do 자유로운 → bơi tự do 자유영
- ngửa 위를 보다 → bơi ngửa 배영
- ếch 개구리 → bơi ếch 평영
- bướm 나비 → bơi bướm 접영

Bây giờ tôi đã có thể bơi được tất cả các thể loại như bơi tự do, bơi ngửa, bơi ếch và bơi bướm.
지금 저는 자유영, 평영, 배영, 접영과 같은 모든 종류를 할 수 있게 되었어요.

✔ '모두, 전부'라는 의미의 tất cả와 cả는 사용 방법이 살짝 달라요.

- tất cả+거의 모든 단어와 결합 → tất cả mọi người 모든 사람들

Tất cả các sinh viên lớp này đều rất thích cô giáo ấy.
이 교실에 있는 모든 학생들은 그 선생님을 좋아해요.

Tất cả mọi người đều có tính cách khác nhau.
모든 사람들은 전부 성격이 달라요.

Tất cả những nạn nhân trong vụ tai nạn này đều sẽ được bồi thường.
이 사고의 모든 피해자는 보상을 받게 됩니다.

- cả+집단/단체/시간 → cả nhà 가족 전체 cả lớp 학급 전체 cả ngày 하루 종일 cả tuần 한 주 내내

Cả gia đình tôi đều tôn trọng thời gian cá nhân của nhau.
우리 가족은 모두 개인 시간을 서로 존중해요.

Tôi học chăm chỉ nên tôi đã nhận được thành tích tốt cả 4 môn học như tiếng Anh, tiếng Việt, văn hoá, kinh tế.
저는 공부를 열심히 해서 영어, 베트남어, 문화, 경제 총 4과목에서 좋은 성적을 받았어요.

Vào cuối tuần, cả ngày tôi chẳng muốn làm gì.
주말에 저는 하루 종일 아무것도 하고 싶지 않아요.

Dạo này tôi có nhiều việc nên tôi phải làm việc cả tuần.
저는 요새 일이 바빠서 일주일 내내 일해야 해요.

꼬마이의 PLUS 체크 포인트

CH6 운동 | 5. 축구/야구/농구하기 ·· p133

✓ '어렸을 때'라는 표현은 아래와 같이 다양하게 표현할 수 있어요.

- khi còn nhỏ
- lúc nhỏ
- khi còn trẻ
- lúc còn trẻ
- hồi nhỏ
- thời thơ ấu

✓ '끝나다'라는 의미를 나타내는 xong/kết thúc/hết

- 동사+xong 끝나다, 끝마치다

    Anh đã tập xong chưa?
    오빠/형은 운동 끝났어요?

    Tôi mới làm xong rồi.
    저는 이제 막 일을 마쳤어요.

- kết thúc+동사 마치다, 종식하다, 끝나다

    Xong hiệp hai và kết thúc buổi chơi bóng đá/bóng chày/bóng rổ tôi đi ăn ngoài với các bạn trong câu lạc bộ.
    후반전을 마치고 축구/야구/농구가 끝나면 동호회 사람들과 함께 회식을 하러 가요.

    Tôi mới kết thúc luận văn.
    저는 방금 막 논문을 끝냈어요.

    Chúng tôi đi nhậu sau khi kết thúc trận đấu.
    우리는 시합이 끝나고 술 한잔 하러 갈 거예요.

- hết+명사 (시간, 돈, 배터리, 체력 등) 떨어지다, 소진하다, 매진되다, 끝나다

    Hôm qua tôi đã đi leo núi. Sau khi đến đỉnh núi, tôi hoàn toàn mất sức như bị hết pin vậy.
    어제 저는 등산을 갔어요. 정산에 오른 후, 저는 배터리가 방전된 것처럼 체력이 완전이 소모되었어요.

    Hội phí của chúng ta đã hết rồi nên phải đóng hội phí lại nhé.
    우리 회비가 다 떨어져서 회비를 다시 내셔야 해요.

✔ Vì+**원인**+nên+**결과** ~하기 때문에/~해서 ~하다

　　• vì+원인(서술어)+nên+결과(문장)

　　　　Vì đi du lịch trong nước nên tôi xem trang web rất kỹ rồi mới đặt.
　　　　국내 여행을 가기 때문에 저는 사이트를 꼼꼼하게 보고 예약해요.

　　　　Vì nộp báo cáo muộn nên tôi bị sếp mắng/la.
　　　　저는 보고서를 늦게 제출해서 사장님에게 한 소리 들었어요.

　　• vì là+원인(명사+서술어)+nên+결과(문장)

　　　　Vì là du lịch trong nước nên tôi thấy thoải mái hơn.
　　　　국내 여행이어서 더 편해요.

　　　　Vì là lớp trưởng nên em phải đi học sớm.
　　　　저는 반장이기 때문에 반드시 일찍 등교해야 해요.

✔ A rồi mới B A하고 나서야 (비로소) B하다

　　Tôi phải biết tất cả sự thật rồi mới tha thứ cho anh ta.
　　저는 모든 진실을 알고 나서야 그를 용서했어요.

　　Bố tôi ngày nào cũng uống một cốc cà phê rồi mới đi làm nhưng hôm nay bố lại không uống, lạ thật!
　　우리 아버지는 언제나 항상 커피 한 잔을 드셔야 출근했는데 오늘은 드시지 않았어요. 정말 이상하네요!

　　Con phải rửa tay thật sạch rồi mới ăn cơm nhé!
　　너는 손을 깨끗하게 씻고 나서야 밥을 먹을 수 있어!

✔ tôi/em được biết là+A 제가 알기로는/듣기로는 A이다 → A라고 알고 있다 / A라고 들었다

　　Tôi được biết là ở Việt Nam có nhiều xe máy và khi thấy thực tế thì quả thật rất nhiều, không thể tin được.
　　베트남 오토바이가 많다고 들었는데 실제로 보니 정말 많아서 신기했어요.

✔ giao lưu**와** giao tiếp**의 차이**

- giao lưu 교류하다

  Hàn Quốc và Việt Nam đang giao lưu phát triển một cách tích cực.
  한국과 베트남은 적극적으로 교류하면서 발전하고 있어요.

  Câu lạc bộ A và câu lạc bộ B càng ngày càng phát triển và giao lưu một cách tích cực.
  A 동아리와 B 동아리는 나날이 발전하고 적극적으로 교류해요.

- giao tiếp 교류하다, 교제하다, 소통하다

  Tôi muốn giao tiếp với người Việt Nam một cách tự nhiên.
  저는 베트남 사람들과 자연스럽게 소통하고 싶어요.

  Khi tôi đi du lịch nước ngoài, tôi đã giao tiếp bằng tiếng Anh và đôi khi dùng ứng dụng phiên dịch trên di động.
  제가 해외 여행을 갔을 때, 저는 영어로 소통하거나 때때로 휴대폰 번역 어플을 이용했어요.

✔ **'또는, 혹은'이라는 뜻을 갖는** hay/hay là**와** hoặc/hoặc là**의 용법 차이**

→ 보통 hay/hay là는 평서문이나 선택 의문문에서 사용되고, hoặc/hoặc là는 평서문에서 주로 사용합니다.

  Cô Thảo muốn ăn món nào ạ? Món Âu hay là Món Hàn?
  타오 선생님은 어떤 음식을 먹고 싶어요? 양식이요, 아니면 한식이요?
  (*뒤에 문장에서 의문사가 없이 hay là가 의문 표현이 되었습니다.)

  Tôi sẽ đoán thử nhé. Kiểm tra tính cách MBTI của cô là ESFJ hoặc là ESTJ đúng không?
  제가 유추해 볼게요. 선생님의 성격 테스트 MBTI는 ESFJ 아니면 ESTJ 맞죠?
  (*이때 '맞죠?'의 해당하는 의문사는 phải khong입니다.)

  Đến tháng 10 hoặc là tháng 11 thì em sẽ đổi máy điện thoại.
  10월이나 11월이 되면 저는 휴대폰을 바꿀 거예요.

CH7 여행 | 3. 국내 및 해외 출장 ·· p147

✔ dùng**(본인 차를 운전할 때)과** đi bằng**(교통 수단을 이용할 때)**

  Khi đi làm, tôi hay đi bằng tàu điện ngầm nhưng khi có nhiều đồ thì tôi thường dùng xe riêng của mình.
  일하러 갈 때 저는 보통 지하철을 이용하지만 짐이 많을 때는 보통 자가용을 이용해요.

✔ khác nhau tuỳ / tuỳ theo / tùy thuộc vào ~에 따라서 다르다

Hương vị của món ăn có thể khác nhau tùy thuộc vào sự tinh tế của người nấu.
만드는 사람의 센스에 따라 음식 맛이 다를 수 있어요.

Sản phẩm có thể phát sinh lỗi khác nhau tùy theo từng trường hợp.
각 상황에 따라 불량품이 다르게 발생해요.

Việc được tăng lương hay không tùy thuộc vào năng lực làm việc của bạn.
월급 인상은 당신의 능력에 따라 달라질 수 있어요.

CH7 여행 | 4. 집에서 보내는 휴가 ··· p151

✔ 빈도를 나타내는 표현 정리

- luôn luôn 항상 → 주어+luôn luôn+동사
  Tôi luôn luôn tỉnh giấc lúc 7 giờ sáng.
  저는 항상 아침 7시에 기상해요.
- thường xuyên 자주 → 주어+thường xuyên+동사 / 주어+동사+thường xuyên
  Tôi thường xuyên đi công tác. / Tôi đi công tác thường xuyên.
  저는 자주 출장을 가요.
- hay 자주 → 주어+hay+동사
  Tôi hay đi công tác.
  저는 자주 출장을 가요.
- thường/bình thường/thường thường 보통
  → 주어+thường+동사
    Tôi thường ăn trưa với sếp. 저는 보통 사장님과 점심을 먹어요.
  → bình thường/thường thường+주어+동사
    Bình thường/Thường thường tôi uống một cốc nước sau khi tỉnh giấc.
    저는 보통 일어나서 물 한 잔을 마셔요.
- đôi khi/thỉnh thoảng/lâu lâu 가끔
  → 주어+đôi khi/thỉnh thoảng+동사
    Tôi đôi khi/thỉnh thoảng hỏi thăm giáo viên của mình.
    저는 가끔 제 선생님의 안부를 물어요.
  → đôi khi/thỉnh thoảng/lâu lâu+주어+동사
    Đôi khi/Lâu lâu/Thỉnh thoảng tôi không muốn dọn dẹp nhà.
    저는 가끔 집 청소를 하고 싶지 않아요.
- ít khi/hiếm khi 거의 ~하지 않다
  → 주어+ít khi/hiếm khi+동사
    Tôi ít khi/hiếm khi bị căng thẳng. 저는 거의 스트레스를 받지 않아요.
  → ít khi/hiếm khi+주어+동사
    Ít khi/Hiếm khi tôi mắng cấp dưới. 저는 부하 직원을 거의 혼내지 않아요.

✓ trải qua와 trôi qua

- trải qua (어떤 경험을 한) 시간을 보내다

  Tôi đã trải qua một giấc mơ khủng khiếp.
  저는 무서운 꿈을 꿨어요.

  Trải qua chuyện này tôi mới biết anh ấy là người không thể tin tưởng được.
  그가 믿을 수 없는 사람이라는 것을 이번 일을 겪고 알았어요.

  Dù chỉ một năm thôi nhưng chúng ta đã trải qua thời gian thật hạnh phúc phải không?
  비록 1년이지만 우리는 정말 행복한 시간을 보낸 거 맞지?

- trôi qua 시간이 흐르다

  Dạo này em thấy thời gian trôi qua như tên bay.
  요즘에 제가 느끼기에 시간이 쏜살같이 지나가요. → 요즘엔 시간이 쏜살같이 지나가는 것 같아요.

  Từng ngày cứ thế trôi qua, tôi cũng không biết phải làm gì.
  하루하루 지날수록 제가 무엇을 해야 할지 모르겠어요.

  Đừng để cơ hội trôi qua dễ dàng như thế, em hãy cố gắng lên!
  그렇게 쉽게 기회를 날리지 마세요. 파이팅!

OPIc 베트남어 질문 유형 모음

✓ 본 교재에서 다룬 질문 유형들을 보며 학습한 내용을 토대로 답변해 보세요.
✓ 해당 질문에 완벽하게 답변할 수 있는 경우엔 □에 체크 표시를 하세요.
✓ 제대로 답변이 나오지 않는 경우 해당 페이지로 돌아가서 다시 복습하세요.

CHAPTER 1 | 학교 생활

CHAPTER 2 | 직장 생활

CHAPTER 3 | 가족 및 집

꼬마이의 PLUS 체크 포인트

CHAPTER 5 | 취미와 관심사

p098 ☐ Bạn thích thể loại nhạc/gu âm nhạc nào và không thích thể loại nhạc/gu âm nhạc nào? Ca sĩ bạn thích là ai và tại sao bạn thích ca sĩ đấy? Bạn chủ yếu nghe nhạc khi nào và hãy cho biết dạo này bạn hay nghe nhạc gì.

당신이 좋아하는 음악 장르/음악 취향과 싫어하는 음악 장르/음악 취향은 어떻게 되나요? 좋아하는 가수는 누구이고 그 가수를 왜 좋아하나요? 당신은 언제 주로 음악을 듣고, 요즘 자주 듣는 음악이 무엇인지 말해 주세요.

p102 ☐ Bạn có hay tự nấu ăn không? Chủ yếu bạn nấu món gì và khi nào? Và bạn hãy nói về món ăn mà bạn nấu ngon nhất.

당신은 주로 직접 요리를 하시나요? 당신은 주로 어떤 요리를 언제 하나요? 그리고 당신이 가장 잘하는 요리에 대해서 설명해 주세요.

p106 ☐ Bạn có thích đọc sách không? Thể loại sách bạn thích là gì? Bạn hãy cho biết quyển sách bạn đọc gần đây nhất là gì và nó như thế nào.

당신은 책 읽는 것을 좋아하시나요? 혹시 좋아하는 장르는 무엇인가요? 가장 최근에 읽은 책이 무엇이었는지, 어땠는지 말해 주세요.

p110 ☐ Bạn đã chọn nuôi thú cưng trong bài khảo sát. Thú cưng của bạn là con gì, mấy tuổi, trông như thế nào và hãy miêu tả về thú cưng của bạn. Ngoài ra, bạn hãy cho biết ưu điểm và nhược điểm khi nuôi thú cưng.

당신은 반려동물을 기른다고 설문 조사에 체크했습니다. 당신의 반려완동물은 무엇이고, 몇 살이며, 어떻게 생겼는지 당신의 반려동물에 대해서 묘사해 주세요. 또한 반려동물을 기를 때의 장점과 단점을 말해 주세요.

CHAPTER 6 | 운동

p116 ☐ Bạn chủ yếu chạy bộ/đi bộ khi nào và với ai? Bạn nghĩ chạy bộ/đi bộ có ưu điểm và nhược điểm gì?

당신은 주로 언제, 누구와 조깅/걷기를 하시나요? 당신이 생각했을 때 조깅/걷기의 장점과 단점이 무엇인가요?

p120 ☐ Bạn biết chạy xe đạp từ khi nào và tại sao bạn thích chạy xe đạp? Bạn chủ yếu chạy xe đạp khi nào với ai và ở đâu? Bạn hãy miêu tả sơ lược về chiếc xe đạp của bạn.

당신은 언제부터 자전거를 탔고, 왜 자전거를 타기를 좋아하나요? 당신은 주로 언제 누구와 어디에서 자전거를 타나요? 당신의 자전거에 대해서 간단히 묘사해 주세요.

p124 ☐ Bạn bắt đầu tập yoga/tập gym khi nào? Khi tập yoga/tập gym điều gì bạn thấy vất vả nhất? Bạn có huấn luyện viên yoga/gym không? Nếu có, bạn hãy giới thiệu sơ lược về huấn luyện viên.

당신은 언제 처음 요가/헬스를 시작했나요? 당신은 왜 요가/헬스 하나요? 당신이 요가/헬스를 할 때 가장 힘든 점을 무엇인가요? 당신은 요가/헬스 트레이너가 있나요? 있다면 트레이너에 대해서 간단히 소개해 주세요.

p128 ☐ Bạn biết bơi được bao lâu rồi? Tại sao bạn học bơi? Khi bơi bạn thấy như thế nào? Trước và sau khi bơi bạn thường làm gì?

당신은 수영을 한 지 얼마나 되었나요? 왜 수영을 배우기 시작했나요? 수영을 할 때 (느낌이) 어땠나요? 수영을 하기 전후에 보통 무엇을 하나요?

p132 ☐ Tại sao bạn thích bóng đá/bóng chày/bóng rổ? Bạn thường chơi bóng đá/bóng chày/bóng rổ ở đâu, khi nào và với ai? Trước khi chơi bóng đá/bóng chày/bóng rổ bạn thường làm gì?

당신은 왜 축구/야구/농구를 좋아하시나요? 당신은 보통 어디에서, 언제 그리고 누구와 축구/야구/농구를 하나요? 축구/야구/농구를 하기 전후에 당신은 보통 무엇을 하나요?

CHAPTER 7 | 여행

p138 ☐ Bạn chủ yếu đi du lịch trong nước khi nào, ở đâu và với ai? Bạn hãy nói về quá trình chuẩn bị đi du lịch và bạn thường làm gì ở nơi du lịch. Nếu bạn muốn giới thiệu một nơi du lịch trong nước thì bạn sẽ giới thiệu nơi nào và lý do là gì?

당신은 주로 언제, 어디로, 누구와 함께 국내 여행을 가시나요? 여행 준비 과정과 주로 여행지에서 어떤 활동을 하는지 설명해 주세요. 국내 여행지를 소개한다면 어디를 소개해 주고 싶고, 그 이유는 무엇인가요?

p142 ☐ Bạn thích đi du lịch nước ngoài không? Bạn đã đi những nước nào? Khi đi du lịch nước ngoài bạn thường chuẩn bị gì? Trong số các nước bạn đã đi, nơi nào bạn thấy thích nhất?

당신은 해외 여행을 좋아하시나요? 당신은 어떤 나라들을 가 보았나요? 해외 여행 갈 때 준비 사항은 무엇인가요? 당신이 갔던 해외 여행 중 가장 좋았던 곳은 어디인가요?

p146 ☐ Bạn đã từng đi công tác trong nước/nước ngoài chưa? Trước khi đi công tác chủ yếu bạn chuẩn bị gì? Và đi công tác thì bạn chủ yếu làm việc gì? Bạn thường làm gì vào thời gian rỗi trong chuyến công tác?

당신은 국내/해외로 출장을 가 본 적이 있나요? 출장을 가기 전 주로 어떤 준비를 하나요? 그리고 출장 가서 주로 어떠한 일을 하나요? 출장 중 자유 시간에는 어떠한 일을 하나요?

p150 ☐ Tại sao bạn thích ở nhà vào kỳ nghỉ? Khi nghỉ ở nhà bạn chủ yếu làm việc gì? Bạn hãy nói về việc ở nhà vào kỳ nghỉ gần đây nhất.

당신은 왜 집에서 보내는 휴가를 좋아하시나요? 집에서 휴가를 보내며 주로 어떤 일들을 하나요? 가장 최근에 당신이 집에서 보낸 휴가에 대해서 말해 주세요.

CHAPTER 8 | 롤플레이 면접관에게 질문하기

p156　☐　Tôi thích việc nghỉ ngơi ở nhà. Bạn hãy đặt 3~4 câu hỏi để hỏi tôi đã làm những việc gì khi nghỉ ở nhà nhé.
저는 집에서 쉬는 것을 좋아합니다. 제가 집에서 쉬는 동안 어떠한 일들을 했는지 약 3~4가지 정도 질문해 주세요.

p158　☐　Tôi thích đi mua sắm. Bạn hãy đặt 3~4 câu hỏi để hỏi tôi về việc đi mua sắm nhé.
저는 쇼핑하는 것을 좋아해요. 저에게 쇼핑 관련 질문을 3~4가지 해 주세요.

p158　☐　Tôi thích nấu ăn. Bạn hãy đặt 3~4 câu hỏi để hỏi tôi về việc nấu ăn nhé.
저는 음식 만드는 것을 좋아해요. 저에게 음식 관련 질문을 3~4가지 해 주세요.

p158　☐　Tôi có một căn nhà ở Mỹ. Bạn hãy đặt 3~4 câu hỏi để hỏi tôi về căn nhà mà tôi đang sống nhé.
저는 미국에 집이 있어요. 제가 살고 있는 집에 대해 3~4가지 질문해 주세요.

p159　☐　Tôi thích đi du lịch. Bạn hãy đặt 3~4 câu hỏi để hỏi tôi về việc đi du lịch nhé.
저는 여행 가는 것을 좋아해요. 여행 가는 것에 대해 3~4가지 질문해 주세요.

p159　☐　Tôi thích những việc phát triển bản thân. Bạn hãy đặt 3~4 câu hỏi để hỏi tôi làm thế nào để phát triển bản thân nhé.
저는 자기 개발하는 것을 좋아해요. 어떻게 자기 개발을 하는지 저에게 3~4가지 질문해 주세요.

CHAPTER 8 | 롤플레이 약속 잡기

p160　☐　Bạn muốn đi xem phim với một người bạn. Hãy đặt vài câu hỏi cho bạn ấy về việc lên kế hoạch đi xem phim nhé.
당신은 친구와 영화를 보러 가고 싶어요. 친구와 영화 보는 것에 대한 계획을 세우기 위해 친구에게 몇 가지 질문해 주세요.

p162　☐　Bạn muốn đi du lịch với một người bạn. Hãy đặt 3~4 câu hỏi cho bạn ấy về việc lên kế hoạch đi du lịch nhé.
당신은 친구와 여행을 가고 싶어요. 친구와 여행 가는 것에 대한 계획을 세우기 위해 친구에게 3~4가지 질문해 주세요.

p162　☐　Bạn muốn đi đến một nhà hàng nổi tiếng trên Blog với một người bạn. Hãy đặt vài câu hỏi cho bạn ấy về việc lên kế hoạch đi đến nhà hàng đó nhé.
당신은 친구와 블로그에서 유명한 식당에 가고 싶어요. 친구와 함께 식당 가는 것에 대한 계획을 세우기 위해 친구에게 몇 개의 질문을 해 보세요.

p162 ☐ Bạn muốn đi học tiếng Anh ở trung tâm với một người bạn. Hãy đặt 3~4 câu hỏi cho bạn ấy về việc lên kế hoạch đi học tiếng Anh ở trung tâm nhé.

당신은 친구와 함께 영어 학원에 다니기로 했어요. 친구와 함께 영어 학원에 가는 것에 대한 계획을 세우기 위해 친구에게 3~4가지 질문을 해 보세요.

p163 ☐ Bạn muốn đi mua sắm với một người bạn. Hãy đặt vài câu hỏi cho bạn ấy về việc lên kế hoạch đi mua sắm nhé.

당신은 친구와 함께 쇼핑을 가고 싶어요. 친구와 함께 쇼핑 가는 것에 대한 계획을 세우기 위해 친구에게 몇 개의 질문을 해 보세요.

p163 ☐ Bạn muốn đi đến tiệm làm tóc với một người bạn. Hãy đặt 3~4 câu hỏi cho bạn ấy về việc lên kế hoạch đi đến tiệm làm tóc nhé.

당신은 친구와 함께 헤어샵에 가고 싶어요. 친구와 함께 헤어샵 가는 것에 대한 계획을 세우기 위해 친구에게 3~4개 가지 질문을 해 보세요.

CHAPTER 8 | 롤플레이 약속 취소하기

p164 ☐ Bạn đã hẹn đi xem phim với một người bạn nhưng vì có việc đột xuất nên không thể đi được. Bạn hãy gọi điện thoại cho bạn ấy giải thích tình huống và đề nghị 2~3 cách giải quyết vấn đề nhé.

당신은 친구와 함께 영화를 보러 가기로 했는데 급한 일이 있어서 갈 수 없게 되었습니다. 친구에게 전화를 걸어서 상황을 설명하고 문제를 해결하기 위한 2~3가지 대안을 제시하세요.

p166 ☐ Bạn đã hẹn đi xem thi đấu thể thao với một người bạn nhưng vì có việc đột xuất nên không thể đi được. Bạn hãy gọi điện thoại cho bạn ấy giải thích tình huống và đề nghị 2~3 cách giải quyết vấn đề nhé.

당신은 친구와 함께 스포츠 경기를 보러 가기로 했는데 급한 일이 있어서 갈 수 없게 되었습니다. 친구에게 전화를 걸어서 상황을 설명하고 문제를 해결하기 위한 2~3가지 대안을 제시하세요.

p166 ☐ Bạn đã hứa tham dự tiệc sinh nhật một người bạn nhưng vì có việc đột xuất nên không thể đi được. Bạn hãy gọi điện thoại cho bạn ấy giải thích tình huống và đề nghị 2~3 cách giải quyết vấn đề nhé.

당신은 친구 생일 파티에 참석하기로 했는데 급한 일이 있어서 갈 수 없게 되었습니다. 친구에게 전화를 걸어서 상황을 설명하고 문제를 해결하기 위한 2~3가지 대안을 제시하세요.

p166 ☐ Bạn đã hẹn đi ăn tối với một người bạn nhưng vì có việc đột xuất nên không thể đi được. Bạn hãy gọi điện thoại cho bạn ấy giải thích tình huống và đề nghị 2~3 cách giải quyết vấn đề nhé.

당신은 친구와 저녁 약속을 했는데 급한 일이 있어서 갈 수 없게 되었습니다. 친구에게 전화를 걸어서 상황을 설명하고 문제를 해결하기 위한 2~3가지 대안을 제시하세요.

p167 ☐ Bạn đã hẹn đi cắm trại với một người bạn nhưng vì có việc đột xuất nên không thể đi được. Bạn hãy gọi điện thoại cho bạn ấy giải thích tình huống và đề nghị 2~3 cách giải quyết vấn đề nhé.

당신은 친구와 캠핑을 가기로 했는데 급한 일이 있어서 갈 수 없게 되었습니다. 친구에게 전화를 걸어서 상황을 설명하고 문제를 해결하기 위한 2~3가지 대안을 제시하세요.

p167 ☐ Một người bạn chuyển nhà nên bạn hẹn đi mua sắm với bạn ấy nhưng vì có việc đột xuất nên không thể đi được. Bạn hãy gọi điện thoại cho bạn ấy giải thích tình huống và đề nghị 2~3 cách giải quyết vấn đề nhé.

당신은 이사하는 친구를 위해 함께 쇼핑을 가기로 했는데 급한 일이 있어서 갈 수 없게 되었습니다. 친구에게 전화를 걸어서 상황을 설명하고 문제를 해결하기 위한 2~3가지 대안을 제시하세요.

CHAPTER 8 | 롤플레이 학원 등록하기

p168 ☐ Bạn muốn hỏi trung tâm ngoại ngữ để học tiếng Việt. Hãy đặt 3~4 câu hỏi cần thiết cho việc đăng ký nhé.

당신은 베트남어를 배우기 위해서 어학원에 문의를 합니다. 등록에 필요한 질문을 3~4가지 해 보세요.

p170 ☐ Bạn muốn hỏi để đăng ký tập gym. Hãy đặt 3~4 câu hỏi cần thiết cho việc đăng ký nhé.

당신은 헬스장에 등록하기 위해서 문의를 합니다. 등록에 필요한 질문을 3~4가지 해 보세요.

p170 ☐ Bạn muốn trở thành hội viên của trang web mua sắm. Hãy đặt 3~4 câu hỏi cần thiết cho việc đăng ký hội viên nhé.

당신은 쇼핑 사이트 회원이 되고 싶습니다. 회원 등록을 위해 필요한 질문을 3~4가지 해 보세요.

p170 ☐ Bạn muốn hỏi để gia nhập câu lạc bộ xe đạp. Hãy đặt 3~4 câu hỏi cần thiết cho việc đăng ký hội viên nhé.

당신은 자전거 동호회에 가입하고 싶어서 문의를 합니다. 회원 등록을 위해 필요한 질문을 3~4가지 해 보세요.

p171 ☐ Bạn muốn rời khỏi câu lạc bộ bóng đá. Hãy hỏi về cách thức và trình bày lý do rời khỏi câu lạc bộ nhé.

당신은 축구 동호회를 탈퇴하고 싶습니다. 회원 탈퇴 사유와 탈퇴 방법을 물어보세요.

p171 ☐ Bạn đăng ký học ở trung tâm ngoại ngữ một tháng nhưng còn một tuần thì không thể đi học tiếp nữa. Bạn hãy trình bày lý do không thể học và hỏi xem có thể hoàn tiền học phí hay không nhé.

당신은 어학원에서 한 달 공부를 했지만 일주일을 남겨 두고 더 이상 다닐 수 없게 되었습니다. 다닐 수 없게 된 사유와 환불을 받을 수 있는지 질문해 보세요.

p172 ☐ Bạn dự định sẽ đi du lịch nước ngoài. Bạn hãy gọi điện cho công ty du lịch và hỏi 3~4 thông tin cần thiết nhé.

당신은 해외 여행을 갈 예정입니다. 여행사에 전화해서 필요한 정보를 3~4가지 물어보세요.

p174 ☐ Bạn phải tiêm ngừa độc cảm. Thế nhưng bạn hơi sốt và muốn gọi điện cho bệnh viện hỏi thông tin liên quan đến phòng ngừa độc cảm. Bạn hãy gọi điện cho bệnh viện và hỏi 3~4 thông tin cần thiết nhé.

당신은 독감 예방 접종을 해야 합니다. 그런데 살짝 열이 있어서 병원에 전화해서 독감 예방 관련 정보를 물어봅니다. 병원에 전화해서 필요한 정보를 3~4가지 물어보세요.

p174 ☐ Không lâu trước đây bạn gặp tai nạn giao thông. Bạn hãy gọi điện cho công ty bảo hiểm và đặt 3~4 câu hỏi về tình hình hiện tại để xem đang giải quyết như thế nào nhé.

당신은 얼마 전 차 사고가 났습니다. 어떻게 해결되고 있는지 보험 회사에 전화해서 현재 상황에 대해 3~4가지 질문하세요.

p174 ☐ Bạn phải đi kiểm tra sức khỏe. Bạn hãy gọi điện đến bệnh viện và hỏi những việc cần thiết trước khi kiểm tra sức khỏe nhé.

당신은 건강검진을 해야 합니다. 병원에 전화해서 건강검진 전에 필요한 것들을 물어보세요.

p175 ☐ Bạn lên kế hoạch đổi giường. Bạn hãy gọi điện đến cửa hàng nội thất và hỏi vài việc cần thiết nhé.

당신은 침대를 바꿀 계획이 있습니다. 가구점에 전화해서 필요한 것들을 물어보세요.

p175 ☐ Bạn định mua laptop mới. Bạn hãy gọi điện đến cửa hàng đồ điện tử và hỏi vài việc cần thiết nhé.

당신은 노트북을 새로 구매할 예정입니다. 전자 기기 가게에 전화해서 필요한 것들을 물어보세요.

CHAPTER 8 | 롤플레이 예약하기

p176 ☐ Bạn phải đặt phòng đôi ở khách sạn trong 3 ngày 2 đêm. Bạn hãy gọi điện cho khách sạn và đặt 3~4 câu hỏi cần thiết về việc đặt phòng nhé.

당신은 2박 3일 일정으로 호텔에 2인실을 예약해야 합니다. 호텔에 전화해서 예약에 필요한 질문 3~4가지를 해 주세요.

p178 ☐ Bạn phải đặt nhà hàng cho tiệc sinh nhật. Bạn hãy gọi điện cho nhà hàng và đặt 3~4 câu hỏi cần thiết về việc đặt bàn nhé.

당신은 생일 파티를 위해서 식당 예약을 해야 합니다. 식당에 전화해서 생일 파티를 위한 예약에 필요한 질문을 3~4가지 해 주세요.

꼬마이의 PLUS 체크 포인트

p178 ☐ Bạn định đi đến tiệm làm tóc vào cuối tuần này. Bạn hãy gọi điện cho tiệm làm tóc và đặt vài câu hỏi cần thiết về việc đặt hẹn nhé.

당신은 이번 주말에 헤어샵에 갈 예정입니다. 헤어샵에 전화해서 예약에 필요한 질문을 해 주세요.

p178 ☐ Bạn thấy cơ thể mệt mỏi nên định đặt hẹn khám ở bệnh viện. Bạn hãy gọi điện cho bệnh viện và đặt 3~4 câu hỏi về việc đặt hẹn khám nhé.

당신은 몸살 기운이 있어서 병원 진료 예약을 하려고 합니다. 병원에 전화해서 3~4가지 질문을 하고 진료 예약을 해 주세요

p179 ☐ Bạn đã bị nhức răng từ mấy ngày trước. Bạn hãy gọi điện cho phòng khám nha khoa và đặt 3~4 câu hỏi về việc đặt hẹn khám răng nhé.

당신은 며칠 전부터 이가 시립니다. 치과에 전화해서 3~4가지 질문을 하고 치과 예약을 잡으세요.

p179 ☐ Bạn muốn đặt mua trước điện thoại mới. Bạn hãy gọi điện cho cửa hàng điện thoại và đặt 3~4 câu hỏi về việc đặt mua trước nhé.

당신은 새로운 휴대폰을 사전 예약하고 싶습니다. 휴대폰 가게에 전화해서 3~4가지 질문을 하고 사전 예약을 하세요.

CHAPTER 8 | 롤플레이 은행 업무 보기

p180 ☐ Bạn muốn mở tài khoản mới. Bạn hãy đến ngân hàng và đặt 3~4 câu hỏi cần thiết cho nhân viên ngân hàng để mở tài khoản nhé.

당신은 새로운 계좌를 개설하고 싶습니다. 은행에 가서 은행 직원에게 계좌 개설에 필요한 질문을 3~4가지 해 보세요.

p182 ☐ Bạn quên mật khẩu của ứng dụng Ngân hàng online. Bạn hãy gọi điện cho ngân hàng và đặt 3~4 câu hỏi cần thiết nhé.

당신은 인터넷뱅킹 어플을 이용하다가 비밀번호를 잊어버렸습니다. 은행에 전화해서 필요한 질문을 3~4가지 해 보세요.

p182 ☐ Bạn có việc phải đổi ngoại tệ/đổi tiền. Bạn hãy gọi điện cho ngân hàng và đặt 3~4 câu hỏi cần thiết về việc đổi tiền nhé.

당신은 환전해야 하는 일이 생겼습니다. 은행에 가서 환전에 필요한 질문을 3~4가지 해 보세요.

p182 ☐ Bạn muốn được cấp thẻ mới. Bạn hãy đến ngân hàng và đặt 3~4 câu hỏi cần thiết về việc cấp thẻ mới nhé.

당신은 새로운 카드 발급을 하고 싶습니다. 은행에 가서 새로운 카드 발급을 위하여 필요한 질문을 3~4가지 해 보세요.

p183 ☐ Bạn làm mất thẻ tín dụng. Bạn hãy gọi đến trung tâm thẻ và đặt 3~4 câu hỏi để yêu cầu xử lý nhanh nhé.

당신은 신용카드를 잃어버렸습니다. 카드 회사에 전화해서 빠른 조치 요청을 위한 질문 3~4가지를 해 보세요.

p183 ☐ Bạn có việc cần vay tiền. Bạn hãy đến ngân hàng và đặt 3~4 câu hỏi cần thiết cho nhân viên ngân hàng về việc vay tiền nhé.

당신은 대출 업무가 필요합니다. 은행에 가서 은행 직원에게 대출에 필요한 질문을 3~4가지 해 보세요.

CHAPTER 8 | 롤플레이 상품 구매하기

p184 ☐ Bạn đang ở cửa hàng điện máy và muốn mua tủ lạnh. Bạn hãy đặt 3~4 câu hỏi cho nhân viên cửa hàng về việc mua tủ lạnh nhé.

당신은 현재 전자 상가에 있고, 냉장고를 구매하고 싶습니다. 매장에 있는 직원에게 냉장고 구매를 위하여 3~4가지 질문해 보세요.

p186 ☐ Bạn đang ở cửa hàng mỹ phẩm. Bạn hãy nói chuyện với nhân viên cửa hàng về việc chăm sóc da và mua một vài mỹ phẩm cơ bản nhé.

당신은 화장품 가게에 있습니다. 당신의 피부 고민을 매장 직원에게 이야기하고 기초 화장품을 구매하세요.

p186 ☐ Bạn đang ở cửa hàng nội thất và định đổi sô pha mới thay cho cái cũ ở nhà. Bạn hãy đặt 3~4 câu hỏi cho nhân viên cửa hàng và mua sô pha nhé.

당신은 집에 있는 낡은 소파를 교체하기 위해 가구점에 있습니다. 소파 구매를 위해 직원에게 3~4가지 질문하고 상품을 구매해 보세요.

p186 ☐ Bạn đang ở cửa hàng quần áo. Bạn hãy đặt 3~4 câu hỏi cho nhân viên cửa hàng để mua quần áo nhé.

당신은 옷 가게에 있습니다. 필요한 옷을 사기 위해 3~4가지 정도 매장 직원에게 질문하세요.

p187 ☐ Laptop bạn đang sử dụng bị hỏng nên bạn đang ở cửa hàng đồ điện tử để mua laptop mới. Bạn hãy đặt 3~4 câu hỏi cho nhân viên cửa hàng và mua laptop mới nhé.

당신은 쓰던 노트북이 고장나서 새로운 노트북을 구매하기 위해서 전자 제품 매장에 있습니다. 매장 직원에게 3~4가지 질문을 하고 새로운 노트북을 구매하세요.

p187 ☐ Bạn đang ở cửa hàng giày dép. Bạn hãy đặt 3~4 câu hỏi cho nhân viên cửa hàng để mua giày dép nhé.

당신은 신발 가게에 있습니다. 필요한 신발을 사기위해 3~4가지 정도 매장 직원에게 질문하세요.

CHAPTER 8 | 롤플레이 환불 및 교환하기

p188 ☐ Sau khi tủ lạnh giao đến nhà, được lắp đặt và sử dụng thì bạn thấy nó không hoạt động như bình thường. Bạn hãy gọi điện cho cửa hàng điện máy nói rõ tình hình và hỏi xem phải xử lý như thế nào nhé.

냉장고가 집에 도착 후 설치를 하고 사용했는데, 제대로 작동이 되지 않습니다. 구매한 전자 상가에 전화해서 상황을 설명하고, 어떻게 해결해야 하는지 물어보세요.

p190 ☐ Sau khi mua mỹ phẩm về nhà dùng thử thì da bị dị ứng nhiều. Bạn hãy gọi điện cho cửa hàng mà bạn đã mua nói rõ tình hình và hỏi phải xử lý như thế nào nhé.

화장품 구매 후, 집에 와서 사용했는데 피부에 알레르기가 많이 올라왔습니다. 구매한 매장에 전화해서 상황을 설명하고, 어떻게 해결해야 하는지 물어보세요.

p190 ☐ Sau khi mua laptop về nhà thì bạn thấy không phải là sản phẩm mà bạn muốn. Bạn hãy gọi điện cho cửa hàng mà bạn đã mua nói rõ tình hình và hỏi phải xử lý như thế nào nhé.

당신은 노트북을 구매 후, 집에 와서 보니 당신이 원했던 제품이 아닙니다. 구매한 매장에 전화해서 상황을 설명하고, 어떻게 해결해야 하는지 물어보세요.

p190 ☐ Bạn mặc áo mới mua và giặt một lần thôi mà áo đã bị rút lại. Bạn hãy gọi điện cho cửa hàng mà bạn đã mua nói rõ tình hình và hỏi phải xử lý như thế nào nhé.

당신은 새로 산 옷을 입고, 한 번 세탁했는데 옷이 완전 줄어들었습니다. 구매한 매장에 전화해서 상황을 설명하고, 어떻게 해결해야 하는지 물어보세요.

p191 ☐ Sách bạn đặt trên Internet/trên mạng vừa đến. Mở sách ra thì bạn thấy nhiều trang giấy bên trong bị nhăn thậm chí có phần bị rách. Bạn hãy gọi cho nhà xuất bản nói rõ tình hình và hỏi phải xử lý như thế nào nhé.

당신이 인터넷에서 주문한 책이 방금 도착했습니다. 책을 펴보니 안에 종이가 많이 구겨져 있고, 심지어 살짝 찢어진 부분도 있습니다. 출판사에 전화해서 상황을 설명하고, 어떻게 해결해야 하는지 물어보세요.

p191 ☐ Hôm qua bạn đặt vé máy bay và hôm nay bạn đến sân bay. Nhưng bạn thấy thông tin vé mà bạn nhận hoàn toàn khác. Bạn hãy nói rõ tình hình và hỏi phải xử lý như thế nào nhé.

당신은 어제 비행기 표를 예약하고, 오늘 공항에 갔습니다. 그리고 예약한 비행기 표를 받아야 합니다. 하지만 당신이 받은 표는 예약한 정보와 완전 다르게 되어 있습니다. 상황을 설명하고, 어떻게 해결해야 하는지 물어보세요.

p192 ☐ Bạn đã để quên điện thoại trên tắc xi. Bạn gọi vào máy của mình và nói chuyện với anh tài xế. Bạn hãy hỏi xem làm thế nào để có thể nhận lại điện thoại nhé.

당신은 택시에 휴대폰을 두고 내렸습니다. 당신의 휴대폰으로 전화를 걸어서 택시 기사님과 통화를 하며, 어떻게 해야 휴대폰을 받을 수 있는지 이야기해 보세요.

p194 ☐ Bạn đã đi đến hiệu sách. Bạn muốn tìm sách bạn đang cần nhưng không biết ở đâu nên không thể tìm được. Bạn hãy yêu cầu sự giúp đỡ từ nhân viên để mua sách bạn cần nhé.

당신은 서점에 갔습니다. 당신이 필요한 책을 찾고 싶은데 어디에 있는지 찾을 수가 없습니다. 서점 직원에게 도움을 요청하고 필요한 책을 구매해 보세요.

p194 ☐ Bạn đã để quên ví ở nhà hàng. Bạn gọi điện đến nhà hàng và yêu cầu sự giúp đỡ để tìm lại ví, bạn hãy thử xử lý tình huống nhé.

당신은 식당에 지갑을 놓고 왔습니다. 당신이 갔던 식당에 전화해서 지갑을 찾을 수 있도록 도움을 요청하고, 상황을 해결하세요.

p194 ☐ Bạn đã để quên túi xách trên kệ trong tàu điện ngầm. Bạn hãy đến chỗ nhân viên quản lý ga nói rõ tình hình và yêu cầu sự giúp đỡ nhé.

당신은 지하철 선반 위에 가방을 깜박하고 놓고 내렸습니다. 역무원에게 가서 상황을 설명하고 도움을 받아 보세요.

p195 ☐ Bạn phải chuẩn bị PPT để thuyết trình bài tập nhưng bạn vẫn chưa thành thạo chương trình máy tính. Bạn hãy nói tình hình này cho một người bạn và yêu cầu sự giúp đỡ nhé.

당신은 과제 발표를 위해서 PPT를 준비해야 하는데, 컴퓨터 프로그램 다루는 게 아직 많이 서툽니다. 친구에게 당신의 상황을 이야기하고 도움을 요청해 보세요.

p195 ☐ Bạn đang dừng xe chờ đèn đỏ. Nhưng bỗng dưng chiếc xe phía sau đâm vào xe bạn. Bạn hãy gọi điện cho công ty bảo hiểm nói rõ tình hình và yêu cầu sự giúp đỡ nhé.

당신은 빨간불 신호등 앞에서 차를 세우고 기다리고 있습니다. 그런데 갑자기 뒤에 차가 당신의 차를 박았습니다. 보험사에 전화해서 상황을 이야기하고 도움을 요청하세요.

p198 ☐ Bạn hãy nói về thời tiết và mùa ở nước của bạn. Bạn hãy nói cụ thể mỗi mùa có đặc điểm gì và thời tiết thường như thế nào nhé.

당신 나라의 계절과 날씨에 대해서 설명해 주세요. 계절마다 어떠한 특징이 있는지, 보통 날씨가 어떠한지 구체적으로 말해 주세요.

p199 ☐ Bạn hãy giới thiệu về phương tiện giao thông công cộng ở nước bạn. Bạn hãy cho biết cụ thể ở nước bạn chủ yếu có phương tiện giao thông nào và phương tiện giao thông bạn thường sử dụng là gì nhé.

당신 나라의 대중교통수단에 대해서 설명해 주세요. 당신 나라에는 주로 어떤 교통수단이 있는지, 당신이 주로 이용하는 수단이 무엇인지 구체적으로 말해 주세요.

p200 ☐ Bạn hãy nói về thói quen mua sắm của bạn. Bạn có thường đi mua sắm không? Bạn chủ yếu đi mua sắm ở đâu? Bạn thấy yếu tố quan trọng nhất khi đi mua sắm là gì?

당신의 쇼핑 루틴/습관에 대해서 소개해 주세요. 당신은 쇼핑을 얼마나 자주 하나요? 당신은 주로 어디에서 쇼핑을 하나요? 쇼핑을 할 때 가장 중점이 되는 요소는 무엇인가요?

p201 ☐ Trong xã hội hiện đại, điện thoại là một trong những thứ quan trọng nhất không thể thiếu. Bạn có sử dụng điện thoại thường xuyên không? Bạn thường làm việc gì thông qua điện thoại? Bạn nghĩ gì về việc sử dụng điện thoại?

현대 사회에서 휴대폰은 없어서는 안될 가장 중요한 물건 중 하나입니다. 당신은 휴대폰 사용을 자주 하시나요? 휴대폰을 통해 당신은 어떤 일을 하시나요? 휴대폰 사용에 대해 어떻게 생각하시나요?

p202 ☐ Bạn hãy giới thiệu về những ngày lễ lớn của nước bạn. Bạn hãy cho biết vào ngày lễ bạn thường làm gì?

당신 나라의 큰 명절들에 대해서 소개해 주세요. 주로 명절에 무엇을 하는지 자세하게 설명해 주세요.

p203 ☐ Bạn đã từng đi học thêm ở trung tâm bao giờ chưa? Bạn hãy miêu tả về trung tâm mà bạn từng học hoặc đang học. Và bạn hãy nói rõ về quá trình đăng ký nhé.

당신은 학원에 다녀 본 적이 있습니까? 당신이 다녔던 학원이나, 다니고 있는 학원에 대해서 묘사해 주세요. 그리고 등록 과정에 대해서 설명해 주세요.

p204 ☐ Bạn chủ yếu sử dụng Internet khi nào? Và trang web bạn hay vào là gì, bạn hãy cho biết tại sao bạn hay vào trang web đấy nhé.

당신은 주로 언제 인터넷을 사용하나요? 그리고 당신이 자주 사용하는 웹사이트는 무엇인지, 왜 그 웹사이트를 사용하는지 설명해 주세요.

p205 ☐ Bạn có phải là kiểu/tuýp người biết chăm sóc sức khỏe của bản thân không? Để giữ gìn sức khỏe thì phải làm như thế nào? Bạn hãy cho biết cụ thể bạn thường làm gì nhé.

당신은 건강을 잘 챙기는 편입니까? 건강을 지키기 위해서 어떻게 해야 하나요? 당신은 주로 어떤 것들을 하는지 자세히 말해 주세요.

p206 ☐ Bạn có thường xuyên hẹn gặp và họp mặt bạn bè không? Bạn hãy cho biết bạn đã làm thế nào để hẹn gặp bạn bè nhé.

당신은 친구와 얼마나 자주 약속, 모임 등을 하나요? 당신이 친구와 약속을 잡을 때 어떻게 하는지 알려 주세요.

p207 ☐ Mọi người chủ yếu làm việc gì ở ngân hàng? Bạn hãy miêu tả ngân hàng mà bạn thường hay đến nhé.

모든 사람들은 주로 은행에서 어떤 업무를 하나요? 당신이 자주 가는 은행에 대해서 묘사해 보세요.

한 권으로 마침표 찍는 **목표 달성 다독** 학습 플랜

✔ 목표하는 등급을 달성하지 못했다면 새로운 플랜으로 재도전 해 보세요!
✔ 부족한 유형을 중점으로 나만의 학습 속도에 맞춰 학습 플랜을 짜 보세요!

주차				
Day	Day	Day	Day	Day
/	/	/	/	/
P	P	P	P	P

주차				
Day	Day	Day	Day	Day
/	/	/	/	/
P	P	P	P	P

주차				
Day	Day	Day	Day	Day
/	/	/	/	/
P	P	P	P	P

주차				
Day	Day	Day	Day	Day
/	/	/	/	/
P	P	P	P	P

주차				
Day	Day	Day	Day	Day
/	/	/	/	/
P	P	P	P	P

주차				
Day	Day	Day	Day	Day
/	/	/	/	/
P	P	P	P	P

주차				
Day	Day	Day	Day	Day
/	/	/	/	/
P	P	P	P	P

주차				
Day	Day	Day	Day	Day
/	/	/	/	/
P	P	P	P	P

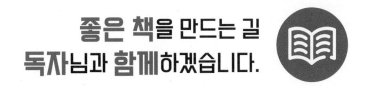

좋은 책을 만드는 길
독자님과 함께하겠습니다.

한 권으로 마침표 찍는 OPIc 베트남어 IM-IH
: 20일 합격 Plan! 나만의 답변 노트

초 판 발 행	2022년 06월 10일 (인쇄 2022년 04월 21일)
발 행 인	박영일
책 임 편 집	이해욱
저 자	김연진 · 응우옌 쩐 프엉 타오
편 집 진 행	심영미
표지디자인	이미애
편집디자인	임아람 · 하한우
발 행 처	(주)시대고시기획
출 판 등 록	제 10-1521호
주 소	서울시 마포구 큰우물로 75 [도화동 538 성지 B/D] 9F
전 화	1600-3600
팩 스	02-701-8823
홈 페 이 지	www.sdedu.co.kr
I S B N	979-11-383-2324-6(13730)
정 가	20,000원